மனிதர்கள்
பாதி நேரம்
தூங்குகிறார்கள்

முதற்பதிப்பு: 2023

First Edition: 2023

Manithargal Paathi Neram Thoongukirargal

மனிதர்கள் பாதி நேரம் தூங்குகிறார்கள்

Vaasanthi

வாஸந்தி

ISBN: 978-93-95598-42-2

Pustaka
EBooks | Audiobooks | Paperback

Pustaka Digital Media Pvt. Ltd.
#7-002, Mantri Residency,
Bannerghatta Main Road, Bengaluru - 560 076
Karnataka, India

+91 7418555884

மனிதர்கள் பாதி நேரம் தூங்குகிறார்கள்

வாஸந்தி

Pustaka
EBooks | Audiobooks | Paperback

முன்னுரை

'மனிதர்கள் பாதி நேரம் தூங்குகிறார்கள்' என்ற இந்த நாவல் கிட்டத்தட்ட இருபத்தி எட்டு ஆண்டுகளுக்கு முன் நான் எழுதியது. தினமணிக் கதிரில் தொடராக வெளிவந்த சமயத்தில் நேபாளத்தில் இருந்த எனக்குப் பெருவாரியான தமிழகத்து வாசக அன்பர்களின் பாராட்டையும், அபிமானத்தையும் ஏற்படுத்திக் கொடுத்தது.

இத்தனை ஆண்டுகள் கழித்து இந்தப் புதினத்தைப் படிக்கும்போது எனக்கு ஒரு திகைப்பு ஏற்படுகிறது. நான் எழுதத் துவங்கிய காலகட்டத்தின் ஆரம்ப நாவல்களில் இது ஒன்று என்பதால் எழுத்து நடை இப்போதைய எனது நடையிலிருந்து வேறுபட்டிருப்பது வியப்பிற்குரிய விஷயமில்லை. ஆனால், இது ஒரு நிஜக்கதை என்பதும், இதை ஒரு புதினமாக சற்று கற்பனையுடன் நான் எழுதத் துணிந்ததும்தான் எனக்கு இப்போது திகைப்பைத் தருகிறது. எழுபதுகளில் நான் தமிழ் மாநிலத்துக்கு வெளியில் இருந்தபடி எழுத ஆரம்பித்தபோது நான் யாரென்றே தெரியாமல் என் எழுத்தை மட்டுமே கவனித்து, எனக்கு ஆதரவளித்த தமிழ் பத்திரிகைகளுக்கு எனது நன்றி என்றும் உரித்தாகும். நேபாளத்தில் இருந்த நான்கு ஆண்டுகளில் பல நாவல்களை நான் முழுமையாக எழுதிப் பத்திரிகைகளுக்கு அனுப்புவது வழக்கம். அப்படி முழுவதுமாக எழுதி அனுப்பப்பட்ட நாவல்தான் 'மனிதர்கள் பாதி நேரம் தூங்குகிறார்கள்' நாவலும். நாவலுக்குக் கரு வேண்டும் என்று நான் அலைந்ததும், லட்டு போல இந்த நிஜக் கதையை என் தோழி என்னிடம் சொன்னதும், கதை பசைபோல என்னுள் பதிந்ததும் எனக்கு இன்னமும் பசுமையாக நினைவிருக்கிறது. உண்மை என்பது புனை கதையைவிட வினோதமானது என்று சொல்வார்கள். இந்தக் கதையை நான் கேட்டபோது எனக்கு அப்படித்தான் இருந்தது. இப்படியெல்லாம்கூட நிஜ

வாழ்வில், படித்த நாகரீக குடும்பங்களில் நடக்குமா என்கிற அதிர்ச்சி ஏற்பட்டது. உண்மையில் இந்தப் புதினத்தை நான் எழுத ஆரம்பித்தபோது நிஜ வாழ்வில் அந்தப் பெண் - அனுபவித்த துன்பங்களையெல்லாம் என்னால் ஆத்மார்த்தமாக உணர முடிந்தது. பலமுறை எழுதும்போது கண்ணீர் வடித்தது நினைவுக்கு வருகிறது. எத்தனையோ கஷ்டத்தையெல்லாம் வாய் திறக்காமல் ஒரு படித்த பெண் ஏற்பாளா என்று தோன்றும். ஆனால், நிஜ வாழ்வில் அந்தப் பெண் அப்படித்தான் இருந்தாள். கடைசியில் ஏதோ ஒரு அற்புதத்தால்தான் அவள் வாழ்க்கையில் ஒரு திருப்புமுனை ஏற்பட்டு, ஒரு நரகத்திலிருந்து வெளிப்பட்டுப் பிறகு மீண்டும் காதல் துளிர்த்து புது வாழ்வு கண்டாள். இந்தப் புதினத்தில் என்னுடைய கற்பனை இருபது சதவிகிதம்தான் இருக்கும். இதில் வரும் சம்பவங்கள் எல்லாம் கதைப் போக்கிற்கு ஏற்ப மாறியிருக்குமே தவிர அவ்வளவும் உண்மை என்று சொல்வதில் எனக்குத் தயக்கமில்லை. என் கதையை எழுதுங்கள், என்னைப் போன்ற பல சாதுப் பெண்கள் விழிப்படைவார்கள் என்று அந்தப் பெண் கேட்டுக் கொண்டதாலேயே நான் இந்த நாவலை எழுதினேன். ஆனால், உண்மைக் கதை என்பதாலேயே, ஒரு நாவல் போட்டியில் இது பரிசு பெறத் தகுதி இழந்தது. பரிசளிக்கத் தேர்ந்தெடுக்கும் குழுவில் அந்தப் பெண்ணின் உறவினர் இருக்க நேர்ந்ததால் இதைத் தேர்வு செய்யத் தயங்கியதாக நான் பின்னால் அறிந்தேன். ஆனால், அந்தத் தேர்வுக் குழுவில் இருந்த தினமணி ஆசிரியர் வாசுதேவன் அவர்கள், மிகவும் ஆர்வத்துடன் தினமணிக் கதிரில் இதை வெளியிட முன் வந்தார்.

முப்பது ஆண்டுகளுக்கு முன் எழுதப்பட்டதால் அந்தக் காலகட்டத்தில் இருந்த பழமைவாத எண்ணங்கள், பயங்கள், தயக்கங்கள் இவை எல்லாவற்றையும் இதில் வரும் கதாநாயகியும், பெரியவர்களும் பிரதிபலிக்கிறார்கள். நிஜவாழ்விலும் அவர்களுக்கு அப்படிப்பட்ட பயங்கள் இருந்ததை நான் அறிவேன். இப்போது காலம் மாறிவிட்டது. பெரியவர்கள்கூட

முற்போக்காக சிந்திக்கும் காலம் இது. ஆனால், இன்றும் இதில் வரும் ஆனந்தியின் கணவன் ரகுவைப்போல வக்கிர குணம் படைத்தவர்கள் இருக்கிறார்கள். ஆனந்தியைப் போல வாயை மூடிக் கொண்டு முடிவெடுக்க தைரியமில்லாமல் இருக்கும் பெண்கள் அநேகம். ஆனந்தி தெய்வாதீனமாக இக்கட்டிலிருந்து தப்பினாள். அப்படிப்பட்ட வாய்ப்பு எல்லாருக்கும் கிடைக்கும் என்பது நிச்சயமில்லை. இந்த நாவல் எந்தப் பெண்ணிய கோஷத்தையும் எழுப்பும் எண்ணத்துடன் எழுதப்பட்டது இல்லை. உள்ளது உள்ளபடி என்ற ஒரு வெகுளித்தனத்துடன் கேட்ட கதையைத் திருப்பிச் சொன்னதாகத்தான் தோன்றுகிறது. இன்று நான் எழுதுவதற்கும் அன்று நான் எழுதியதற்கும் நிறைய வித்யாசம் நடையிலும், பாணியிலும் இருந்தாலும் வாசகர்கள் பல வருஷங்களுக்குப் பிறகு வரும் இந்த நாவலை ரசித்துப் படிப்பார்கள் என்று நம்புகிறேன்.

வாஸந்தி

❖❖❖

1

அத்தியாயம்

கூடத்து கடிகாரம் எட்டு முறை அடித்து முடித்ததும் ஆனந்தி அவசரமாகப் புத்தகங்களை மூடி வைத்தாள். வெளியில் முந்திய இரவு ஆரம்பித்த மழை இன்னமும் சன்னக் கம்பி கோத்த மாதிரி பெய்து கொண்டிருந்தது. இந்த மழையிலும் இந்த சென்னையில் மின் விசிறியில்லாமல் இருக்க முடியவில்லையே என்று அலுத்தபடி அவள் அதை அணைத்து விட்டு, நேரமாகிவிட்டது என்கிற பரபரப்போடு குளிப்பதற்கு விரைந்தாள்.

அலமாரியிலிருந்து துணிமணிகளைப் பொறுக்குகையில், பக்கத்திலிருந்த ஜன்னல் வழியே அவள் பார்வை சென்றது. வெள்ளைச் சொக்காயும் நீல ஸ்கர்ட்டுமாக கான்வென்டுக்குச் செல்லும் பெண்கள் மழையில் அரைகுறையாகக் குடையைப் பிடித்துக் கொண்டு தூக்க முடியாத புத்தகச் சுமையை தூக்கியபடி செல்வது தெரிந்தது.

அவர்களுக்கு இந்த மழையும் லட்சியமில்லை, தூக்கும் சுமையும் லட்சியமில்லை. அவர்கள் முன்னே விரிந்திருப்பது ஒரு சுகந்த மலர்ப்

பாதை. அதில் முள் இல்லை. கல் இல்லை. இருந்தால், இருப்பது தெரிந்தால், அந்தக் கிண்கிணிச் சிரிப்பும், கண்களில், உல்லாசமும், நடையில் துள்ளலும் இருக்காது.

ஆனந்தி மனசு லேசாகிப் போனதுபோல அவர்களைப் பார்த்து ஒரு நிமிஷம் நின்றாள். அவர்களது ஆனந்தத்துக்கு அந்த மழையோ அந்த சாரலோ, ஈர மண்ணோ காரணமில்லை. அந்தப் பருவத்தில் ஒவ்வொரு விநாடியும், மாறி மாறித் தோற்றுவிக்கும், புதுப்புதுத் தோற்றம் தரும் ஆனந்தம். அந்த ஆனந்தமே சாசுவதம் என்று நினைத்துத் துள்ளும் பருவம். அந்தப் போதை கலைய அதிக நாள் ஆகாது... அதோ பார்த்துக் கொண்டிருக்கையிலேயே மழையின் சரக் கம்பிகள் அறுந்து பளீரென்று வெயிலடிக்கிற மாதிரி... மழை நின்றுவிட்ட உணர்வில் தெருவில் நடப்பவர்கள் எல்லோரும் படக்கென்று குடையை மூடிக்கொள்கிற மாதிரி...

ஆனந்தி சட்டென்று தன் மன ஓட்டத்தை இழுத்துப் பிடித்துக் கொண்டாள். இந்த மாதிரி சிந்திப்பதையே தொழிலாக்கிக் கொண்டுவிட்டது இந்த மனசு. நான்கு வருடங்கள் முன்பு வரை, அதோ மழையில் நனைகிற உணர்வே இல்லாமல் பளிச்சென்று பற்கள் மின்ன சிரித்தபடி நினைப்பதையெல்லாம் வெளியில் கொட்டும் வேகத்தோடு பேசி வளைய வந்த மனசுதான் இன்று கூட்டுக்குள் புகுந்து கொண்டு சிந்தனை வலைகள் பின்னிக் கொண்டிருக்கிறது. இந்தச் சிந்தனைகளால் மனதில் தெளிவு பிறக்குமா? இல்லை, சிலந்தி வலையாய் மனத்தையே விழுங்கி விடுமா?

“ஆனந்தி!”

அம்மாவின் குரலுடன் ரசத்திற்குத் தாளிக்கும் நெய் வாசனை சமையலறையிலிருந்து மிதக்கிறது.

“வருகிறேனம்மா!”

“நீ வர வேண்டாம். குளிக்கப் போகவில்லையா? காலேஜுக்கு நாழியாகவில்லையா?”

“இதோ!”

மழை பெய்வதால் அம்மா வெந்நீர் தவலை அடுப்பை மூட்டி விட்டிருந்தாள். வெதுவெதுப்பான நீர் மேலே விழுகையில் சோப்பின் நுரை மணக்கையில் அவள் தனக்குத்தானே சொல்லிக் கொண்டாள். ‘எந்தக் காட்சியும், எந்தப் பார்வையும், எந்தச் சொல்லும் பாதிக்கக் கூடாது நம்மை... இந்த வாழ்வு காற்றில் அடிபட்டு உருண்டு போகும் சருகு. அதற்கு பாதிப்புகள் இல்லை. காற்றில் இழுத்துக் கொண்டு போகும் வேகத்துக்குத் தன்னைச் சுதாரித்துக்கொள்ள வேண்டிய பலம் ஒன்றுதான் தேவை. மற்றபடி அதற்கு விருப்பு, வெறுப்புக்கள் கிடையாது.’

கண்களில் நீர் நிறைந்த மாதிரி இருந்தது. அடுப்பின் புகையினால் அப்படி என்று அவள் தன்னையே சமாதானப்படுத்திக் கொண்டாள். அப்பா விஷ்ணு சஹஸ்ரநாமம் பலக்கச் சொல்வது பூஜையறையிலிருந்து கேட்டது.

ஆனந்திக்கு மனசில் ஓர் அலுப்பும், இதழ்களில் ஒரு புன்னகையும் அரும்பின. ‘அப்பா இந்த பூஜையையும் புனஸ்காரத்தையும் எந்த நம்பிக்கையில் செய்து கொண்டிருக்கிறீர்கள்? கண்ணைத் திறந்து பாருங்கள், அப்பா! நீங்கள் இருக்கும் இடத்தில் ஆண்டவனே இல்லை. உங்களுக்கு நான் தேவையில்லை என்று என்றோ அவர் இடத்தை காலி செய்து கொண்டு போய்விட்டார்! நீங்கள் இன்னும் மணியடித்துக் கொண்டிருக்கிறீர்கள்! நமக்கு ஆசைகள் அதிகம். அதைவிட ஏக்கங்கள் அதிகம்... அவையெல்லாம் நிறைவேறி விட்டால், நாம் குருடர்களாகிப் போவோம் என்றுதான் அவை எதுவுமே நிறைவேறாமல் செய்து விலாசமே கொடுக்காமல் போய்விட்டான் ஆண்டவன்!’

அவள் புடவையைச் சுற்றிக்கொண்டு வெளியில் வரும்போது அம்மா அவள் கண்களைப் பார்த்துத் திடுக்கிட்டாள்.

“என்னடி கண்ணெல்லாம் இப்படிச் சிவந்திருக்கு?”

“ஆமாம், நீ இன்னிக்கு வெந்நீர் போட்டு ஊரெல்லாம் புகை!” என்று முகத்தை அழுத்தித் துடைத்துக் கொண்டே ஆனந்தி அறைக்குள் சென்று கதவைத் தாளிட்டுக் கொண்டாள். கண்ணாடியில் தெரிந்த பிம்பத்தைப் பார்த்துச் சிரிக்க முயன்றாள். ‘இப்பொழுது என்ன ஆகிவிட்டது? ஏன் இப்படி எடுத்ததற்கெல்லாம் உருகிப் போகிறாய்? ஒன்றுமே நடக்கவில்லை. நான்கு வருஷங்களுக்கு முன் இருந்த ஆனந்திதான் நீ... ஆமாம், ஒரு மாற்றமும் இல்லை. திரும்பத் திரும்பச் சொல்லிக் கொள் மனசில். அது ஒரு வகை சைக்கோதெரபி... இல்லாவிட்டால் உனக்கு எதிர்காலமே இல்லை!’

எதிர்காலம் – அது எப்படியிருக்கும்? வானவில்லாக, வர்ண ஜாலங்களோடு...? இப்படியெல்லாம் கற்பனை செய்ய அந்த கான்வென்ட் சிறுமிகளால்தான் முடியும். இரண்டு வருடங்களில் எம்.ஏ., முடியும். அதற்குப் பிறகு ஆசிரியைப் பயிற்சி. அதற்குப் பிறகு ஆசிரியையாக வேலை. அதற்குப் பிறகு இப்ஸனும், ஷேக்ஸ்பியரும், பர்னார்ட்ஷாவும், ஆயுசுக்கு அவளது தோழர்கள். அதற்குப் பிறகு? வானவில் எங்கே, வர்ண ஜாலம் எங்கே? கண்ணாடியில் தன் உருவத்துக்கு அவள் மானசீகமாக நரை மயிரையும், கண்ணாடியும் மாட்டிக் கொண்டாள்.

‘யு நோ திஸ் இஸ் மிஸ் ஆனந்தி. ஹு ஹேஸ் டெடிகேடட் ஆல் ஹர் லைஃப் டு டீச்சிங்...?’

அவள் திடீரென்று சிரித்துக் கொண்டாள். ‘வேறு வழியே இல்லை. பெண்ணே – வேறு வழியே இல்லை. அப்படித்தான் இருக்கப் போகிறது அந்த வாழ்க்கை.’

அந்த வளைந்த புருவங்களை, மழமழப்பான சிவந்த கன்னங்களை, தீர்க்கமான நாசியை அவள் தீவிரத்துடன் பார்த்தாள்...

ரஃபேலின் சித்திரம் மாதிரி.

யார் சொன்னது...? ஓ ஃபர்கெட் இட். யார் சொன்னது என்பது முக்கியமில்லை. சொல்லப்பட்ட வாக்கியம்தான் முக்கியம். அந்தக் கண்ணும் நிறமும்...

அவள் பரபரப்போடு புடவை உடுத்திக்கொண்டு தலைவாரிப் பொட்டிட்டுக் கொண்டாள்.

"தட்டு வெச்சுப் பரிமாறியாச்சு ஆனந்தி!"

அம்மாவின் கூக்குரல் மறுபடி. எதைச் சாதிப்பதற்காக இப்படி ஆத்திரப்படுகிறாள்? பெண்ணின் எந்த இழப்புக்கு ஈடு செய்ய இப்படிப் பரபரக்கிறாள்?

அவள் அவசரமாகத் தட்டுக்கெதிரில் சென்று அமர்ந்தாள். சாப்பாடே சரியாக உள்ளே இறங்கவில்லை.

"இப்படிச் சாப்பிட்டால் உடம்பு என்னத்துக்கு ஆகும், ஆனந்தி! இன்னும் கொஞ்சம் போடட்டுமா?" - அம்மாவின் குரலில் ஆதங்கம் தொனிக்கிறது.

"அம்மா! பிளீஸ் போறும். லேட்டாயிடுத்து! பஸ்ஸைப் பிடித்துப் போயாகணும்."

"ஆமாம், சித்தெ சீக்கிரம் வந்தா என்ன? எட்டு மணி வரைக்கும் படிச்சிண்டிருப்பானேன்? காரிலேயும் போக மாட்டேன் என்கிறே. குழந்தை மாதிரி இருக்கே - பல விஷயங்கள்லே!"

ஆனந்தி சட்டென்று அம்மாவின் முகத்தை நிமிர்ந்து பார்த்தாள். அந்தப் பார்வையில் அடிபட்டுப் போனதுபோல அம்மா சிரத்தையும் பார்வையையும் தாழ்த்திக் கொண்டாள்.

பிறகு பேச்சை மாற்றியபடி மோரை எடுக்க உள்ளே சென்றாள். "நன்னாக் கண்ணு சிவந்திருக்கு இப்படிப் புகையிலே. நாளைக்கு ஹீட்டர்லே போட்டுடறேன்..."

ஆனந்தி சிரித்துக் கொண்டாள். அம்மாவுக்கு நன்றாகத் தெரியும். அவளுடைய கண்கள் சிவந்திருப்பது புகையினால் அல்ல என்று. பின் எதற்கு இந்தப் பொய் சமாதானம்?

அவள் செருப்பை மாட்டிக் கொண்டு கிளம்புகையில், அம்மா பரபரப்புடன் அர்ச்சனைக் குங்குமத்தையும் ஒரு கிள்ளு மல்லி சரத்தையும் அவளிடம் கொண்டு வந்து கொடுத்தாள்.

ஆனந்தி புருவத்தைச் சுருக்கிக் கொண்டாள்.

"எதற்கம்மா இப்போ? எனக்கு இதுக்கெல்லாம் நேரமில்லை..."

"அப்படியெல்லாம் சொல்லாதேம்மா. நமக்குக் காரியம் சாதகமானா நம்பிக்கை, இல்லையானா அவநம்பிக்கைன்னு ஆக்கிண்டுட்டா எப்படி முடியும்? காரண காரியத்தை ஆராய நமக்கு என்ன தகுதியிருக்கு...?"

ஆனந்தி பதிலே பேசாமல், செருப்பை மாட்டிக் கொண்டாள். அம்மாவின் பேச்சுக்காக நீட்டிய கையிலிருந்து குங்குமத்தை விரல் நுனியில் எடுத்துக் கொண்டு திரும்பிப் பாராமல் பஸ் ஸ்டாப்பை நோக்கி நடந்தாள்.

"நம் கோபத்தை ஆண்டவன் மேலே காட்டினா என்ன லாபம்?"

அம்மாவின் கேள்வி லேசாக மிதந்து வந்தது வெளியில். அப்பா இன்னும் பூஜையையே முடிக்கவில்லை என்று தெரிந்தது.

அவள் நடந்தாள். 'ஏமாற்றிக் கொள்ளட்டும். தங்களையே ஏமாற்றிக் கொள்ளட்டும். சிந்திப்பதற்கு பதில் இவர்களுக்கு ஒரு சுமைதாங்கி தேவை. இதுவும் ஒரு வகை ஸைக்கோதெரபிதான்.'

அவள் பஸ் நிலையத்தை அடைகையில் அவளுடன் படிக்கும் கலாவும் ரூபாவும் அங்கே நின்றிருந்தார்கள்.

"அம்மாடி! பஸ் இன்னும் போகவில்லை, நல்ல வேளை!" என்று சிரித்தாள் ஆனந்தி.

"ஊஹூம்! இன்னிக்கு என்னவோ லேட். இப்போ வந்திடும். நீ டெஸ்டுக்கு ரொம்ப நேரம் படிச்சே போலிருக்கு. அதுதான் லேட்..."

ஆனந்தி பேசாமல் சிரித்தாள். இவர்களைவிட அவள் நான்கு வயது பெரியவள். முதலில் 'நீங்கள்' 'போங்கள்' என்று அவர்கள் பேசினார்கள். இப்பொழுதுதான் கொஞ்ச நாட்களாக ஒருமையில் அழைத்து சகஜ 'பாவ'த்தோடு பழகுகிறார்கள். பஸ்

வந்துவிட்டது. முண்டியடித்துக் கொண்டு ஆளுக்கொரு இடம் பிடித்து உட்காருகையில் மனத்தில் ஓர் அயர்வு ஏற்பட்டது.

மழை நின்று பளீரென்று வெயிலடிக்க ஆரம்பித்து விட்டது. பஸ் நிற்கும் போதெல்லாம் ஒரு புழுக்கமும் கிளம்பியது. புறப்பட்டபோது ஜில்லென்று காற்றும் வீசியது.

மழையினால் ஏற்பட்ட சகதிக்குப் பயந்து கொண்டு உயரப் பிடித்த பாவாடையும் புடவைகளும்... சிவந்த பாதங்கள்... கரிய பாதங்கள்... சாம்பல் நிற பாதங்கள். ஒவ்வொரு ஜோடியும் தேர்ந்து எடுக்கப் போவது தனித்தனிப் பாதையை! எத்தனை ஜோடிக்கு அது சீரான சிரமமில்லாத பாதையாக இருக்கப் போகிறது? பாதையைத் தேர்ந்தெடுத்த பின் அது சீராக இல்லாமற் போனால்தான் நடுவில் நின்றுவிட முடியுமா என்ன? அத்தகைய தேக்கம் எப்படிச் சாத்தியம்?

மழை நீர் பட்டு மரங்கள் சிலிர்த்து நின்றன. பறவைகள் கீதமிசைத்துச் செல்கையில் ஆனந்திக்கு அன்றைய டெஸ்டைப் பற்றின நினைவே மறந்து போயிற்று.

கீதாஞ்சலியின் வரிகள் நினைவுக்கு வந்தன.

'நான் பாட நினைத்த பாடல் இன்றுவரை பாடப்படாமல் நிற்கிறது. காலத்தையெல்லாம் யாழின் சுருதியைக் கூட்டுவதிலும் குறைப்பதிலும் கழித்துவிட்டேன்.'

'காலம் கூடி வரவில்லை; வார்த்தைகள் வடிவம் பெறவில்லை; என் இருதயத்தில் இருப்பது ஆசையின் தாபம் ஒன்றுதான்.'

கண்களைப் பனிப் படலம் மறைக்கையில் அவள் தன்னை சுதாரித்துக் கொண்டாள். 'இந்தக் கவிதைக்கும் தன் வாழ்க்கைக்கும் எவ்வளவு ஒற்றுமை!' என்று நினைத்தபடியே, கலாவும், ரூபாவும் தன் கண்களில் தூசி விழுந்து விட்டதாக நினைத்துக் கொள்ளட்டும் என்று அவள் அவசரமாகக் கைக் குட்டையால் கண்களைத் தேய்த்துவிட்டுக் கொண்டாள்.

கல்லூரியின் தலைவாசலிலேயே பஸ் நின்றது. அவள் அவசரமாக எழுந்தாள். பஸ்ஸின் நெரிசலுக்கு ஈடு கொடுத்தபடி அவள் வெளியே இறங்குகையில், கஞ்சி போட்டு இஸ்திரி செய்திருந்த புடவை சற்று கசங்கினாற்போல் தோன்றிற்று.

எங்கும் வண்ணச் சேலைகள்! வில்லாக வளைந்த டிரிம் செய்யப்பட்ட புருவங்கள்! நாசூக்காக நாபியைக் காட்டியபடி, கொடியைச் சுற்றிய மாதிரி புடவைகள்! ஆங்கிலப் பேச்சுக்கள், சினிமாவைப் பற்றிய விமரிசனம், நாவல்களைப் பற்றிய விமரிசனம், தமிழ் நாவல்களா? மூச், தமிழை யாராவது படிப்பார்களா? அவர்களது ஸென்டிமென்டல் ஸ்டஃபும், மெலொடிடிராமாவும்... இலக்கிய ரசனையுள்ளவர்கள் யாராவது தமிழைப் படிப்பார்களா? தமிழ் வகுப்போடு தமிழ் முடியும். வெளியில் பேச்சு ஆங்கிலம், சிந்தனை ஆங்கிலம், கையில் புத்தகம் ஆங்கிலம்! தமிழ்ப் படங்கள் சில விதிவிலக்கு. 'சில நேரங்களில் சில மனிதர்கள்'. ஆகா! தமிழில் கூட ஒரு மெலோடிடிராமா இல்லாத படம் வந்துவிட்டதே! 'மதுர கீத'த்தில் ஸ்ரீவித்யாவின் நடிப்பு, அண்டர் ப்ளே ஸப்டியூடாக நன்றாக இல்லை? நம் நடிகைகளும் நடிக்கக் கற்றுகொண்டு விட்டார்கள்!

'ஓ மை காட்! இன்று டெஸ்ட் இல்லை? நாசமாய்ப் போகிற இந்த 'டான்' (Donne)னின் கவிதைகள் புரியவே மாட்டேன் என்கிறது! அவனும் அவனது மெடஃபிஸிகல் பொய்ட்ரியும்...!'

ஆனந்தி சிரித்துக் கொண்டே நகர்ந்தாள். கிளைக்குக் கிளை தாவும் இந்த வண்ணத்துப் பூச்சிகள்தான் எத்தனை ரகம்? எத்தனை உற்சாகம்? இவர்கள் பாஸ் ஆனால் என்ன, ஆகாவிட்டால் என்ன? இந்த அனுபவமே போதுமே, ஆயுசை நிறைக்க!

வட்ட வட்டமாக ஆண்கள் கும்பல் - பெல் பாட்ஸும், ஸைட் பர்ன்ஸுமாக! பெண்கள் செய்து கொள்ளும் ஸ்டைலுக்கு ஆண்கள் எந்த வகையில் குறைச்சல், இல்லாவிட்டாலும் ஆண்கள் எவ்வளவோ தேவலையென்று தோன்றிற்று

ஆனந்திக்கு. தமிழ் படித்தால் ஏளனம் என்று அவர்கள் நினைத்ததாகத் தெரியவில்லை. தமிழ் பத்திரிகைகளைப் படித்தார்கள். கதாசிரியர்களை விவாதித்தார்கள். பெண்களை அவர்கள் சீண்டும்போது அது இயல்பாக, இயற்கையாக இருக்கிற மாதிரி தோன்றும். விகல்பமில்லாமல் இருசாராரும் பழகுகிற மாதிரி இருக்கும். அதீதமாக அலங்காரம் செய்து கொண்டு போகும் பெண்களைத்தான் அவர்கள் வம்புக்கு இழுக்கிறார்கள். தன் வரையில் அவர்கள் ஒதுங்கியே இருப்பது ஆனந்திக்குச் சற்றுக் குறையாக இருக்கும். ஒரு சகஜ பாவம், ஒரு தோழமை அவளுக்கு இனிமேல் யாருடனுமே கிட்டாதா?

கண கணவென்று மணியடிக்கவும் மாணவ மாணவியரின் சிதறிய கும்பல் தத்தம் வகுப்புகளுக்கு விரைந்தது. முதல் பீரியட் முடிந்து இரண்டாம் பீரியட்டுக்குக் காத்திருந்தார்கள் எல்லோரும். அன்றைக்கு டெஸ்ட் இருந்ததால் பேனாவையும் தாளையும் தயாராக வைத்துக் கொண்டு லெக்சரர் வரும் வரையில் பாடத்தைப் பார்ப்போமே என்ற எண்ணத்தில் சிலர் புத்தகத்தின் பக்கங்களைப் புரட்டிக் கொண்டிருந்தார்கள்.

ஆனந்தி கைகளைக் கோத்தபடி, முழங்கைகளை மேஜையில் ஊன்றியபடி கண்களை மூடிக் கொண்டாள்.

“குட்மார்னிங் எவ்ரிபடி.”

அவள் திடுக்கிட்டு நிமிர்ந்தாள். வகுப்புடன் அவளும் எழுந்தாள். வணக்கத்தைத் தெரிவிக்க.

யாரோ புதியவர், இளைஞர். எங்கேயோ பார்த்த முகம் மாதிரி தெரிந்தது. முன்பின் தெரியாத மாதிரியும் இருந்தது. வழக்கமாக வரும் ப்ரொபசர் ஏன் வரவில்லை?

கலா ஒரு துண்டுக் காகிதத்தை அவள் பக்கம் நகர்த்தினாள். “வாவ்! ஹூ இஸ் திஸ் ஜேம்ஸ்பாண்ட்?”

ஆனந்தியின் முகத்தில் புன்னகை படர்ந்தாலும், அவளுக்கு ரசிக்கவில்லை. திடீரென்று ஏதோ முதிர்ச்சி ஏற்பட்டிருந்த மாதிரி இருந்தது.

வந்தவன் தன்னை அறிமுகப்படுத்திக் கொண்டான். "ஐ ஆம் ஸ்ரீதர், எஸ். ஒய். ஸ்ரீதர்..."

பின் பெஞ்சிலிருந்து "எஸ் பட் ஒய்?" என்று குரல் கேட்டது.

ஸ்ரீதர் சிரித்தான். "ஐ லைக் இட். நானும் சமீப காலம் வரை மாணவனாக இருந்தவன்தான். பிரொபசர் திடீரென்று நோய்வாய்ப்பட்டிருக்கிறார். கொஞ்ச காலத்துக்கு அவருக்குப் பதில் நான் வருவேன். நல்லபடியாக நமது தோழமையை ஆரம்பிப்போம். இன்று டெஸ்ட் இருக்காது..."

உடனே ஒரு கூச்சல். "தாங்க்யூ தாங்க்யூ..."

அவன் வெறும் பேச்சுக்காரனாக இருக்கவில்லை. காரியக்காரனாகவும் இருந்தான். மாணவ, மாணவியர் எந்த அளவுக்கு டானின் கவிதைகளைப் புரிந்து கொண்டிருக்கிறார்கள் என்று அறிய விரும்பினான்.

"அந்தக் கவிதையைப் புரிந்து கொள்வதே கஷ்டம்" என்று முணுமுணுத்தனர் பாதிப் பேர்.

"ஏன் கஷ்டம்?"

"சாதாரண விஷயத்தைக் கரடு முரடாகச் சொல்கிறார். துருவித் துருவி அர்த்தம் கண்டுபிடிக்க யாருக்கும் பொறுமையில்லை" என்றாள் கலா.

ஆனந்தி எழுந்தாள்.

"எண்ணம் என்பது 'டானு'க்கு ஓர் அனுபவம். சாதாரண மனிதனின் அனுபவங்கள் எல்லாம் வெறும் சிதறல்கள். ஒரு பக்குவமான கவிஞனின் மனத்துக்கு அந்தச் சிதறல்கள் எல்லாம் முழுமையான வடிவங்கள். அதை அவன் சொற்களில் வடிக்கும்போது அதன் நிதர்சனமான உண்மையை சாதாரண வாசகர்களால் புரிந்துகொள்ள முடியாது. அதனால்தான் 'டானி'ன் கவிதைகள் பெரும்பாலோருக்குப் புரிவதில்லை."

வகுப்பில் பலத்த கைதட்டல் எழுந்ததும் ஆனந்தியின் முகம் சிவந்தது.

ஸ்ரீதர் சிரித்தபடி கை அமர்த்தினான்.

"நீங்கள் சாதாரண வாசகர் இல்லை என்று தெரிகிறது. உங்கள் பெயர்...?"

"ஆனந்தி."

அவன் அவளை ஒரு மாதிரியாகப் பார்த்துவிட்டு, ஒரு காகிதத்தில் எதையோ குறித்துக் கொண்ட மாதிரி இருந்தது.

வகுப்பு தொடர்ந்து நடக்கையில் இடையிடையே ஸ்ரீதரின் கண்கள் அவள் பக்கம் வந்து தயங்கி நிற்பதை அவள் கண்டும் காணாத மாதிரி இருந்தாள்.

இடையிடையே, "இந்த முகத்தை எங்கேயோ பார்த்திருக்கிறோமே" என்று தோன்றிக் கொண்டிருந்தது.

மாலை கல்லூரி முடிந்து பஸ்ஸுக்காக நிற்கையில், பஸ்ஸில் இடம் பிடித்து ஜன்னல் ஓரமாக உட்கார்ந்து, நகரும் மரங்களை, மனிதர்களைப் பார்த்துக் கொண்டு செல்கையில், "சாதாரண வாசகர் இல்லை நீங்கள்!" என்ற வார்த்தைகள் ரீங்காரமிட்டன. மிகவும் பழக்கமான குரல் மாதிரி, பழக்கமான முகம் மாதிரி...

வீட்டுக்குச் சென்றதும் அம்மா சுடச்சுட தோசை வார்த்துக் கொடுத்தது இதமாக இருந்தது. கூடவே காப்பியை விழுங்கியதும், "அம்மா! நாம் டில்லியை விட்டு வந்து எத்தனை வருடம் ஆகியிருக்கும்...?" என்றாள்.

"ஏன் பதினைஞ்சு வருஷமாச்சே...!"

"அங்கே உனக்கு ஒரு ப்ரண்ட் இருந்தாள் இல்லை? நம்ம ஆல்பத்தில்கூடப் பெரிசாப் போட்டோ இருக்கே. பேர் என்ன?"

"ஆமாம் லட்சுமி...? அவளுக்கென்ன? அவ போயிதான் பத்து வருஷமாச்சாமே, பாவம்...!"

"அவளுக்கு ஒரு பிள்ளை உண்டு இல்லை, உனக்கு ஞாபகமிருக்கா?"

“ஆமாம், இல்லாமல் என்ன? ஸ்ரீதர்! அவனுக்கு என்ன இப்போ?”

“ஒண்ணுமில்லே” என்றாள் ஆனந்தி சாதாரணமாக. “அந்த ஸ்ரீதர் இப்ப எங்க காலேஜிலே லெக்சரரா வந்திருக்கார்னு நினைக்கிறேன்.”

❖❖❖

2

அத்தியாயம்

காலையில் கண் விழித்தபோது அந்தப் பவழ மல்லிகை மரம்தான் கண்ணில்பட்டது. அதன் மணம் ஜன்னல் வழியே நுழைந்து அறையையே மணக்க வைத்தது. எத்தனை மணம்! எத்தனை அழகு இந்தப் பூக்களுக்கு! ஸ்ரீதர் படுக்கையை விட்டு எழுந்து ஜன்னல் வழியே எட்டிப் பார்த்தான். கீழே பூக்கோலம் வரைந்த மாதிரி கிடந்தன பூக்கள். அவை தம் ஆத்ம திருப்திக்காக மலருபவை என்று தோன்றிற்று அவனுக்கு. மலர்ந்த உடனேயே ஜன்ம சாபல்யம் ஆன மாதிரி பூமி தேவியின் பாதார விந்தங்களில் தங்களை அர்ப்பணித்துக் கொள்ளும் ஞானப் பூக்கள். இன்னும் வெயில் நன்றாக உறைக்கவில்லை. சற்று மப்பாகவே இருந்த அந்தச் சூழலின் முழு சுகந்தத்தையும் உள்ளுக்கு இழுப்பவன் போல் ஸ்ரீதர் ஒரு வேட்கையுடன் மூச்சை இழுத்துக் கொண்டான். சென்னைக்கும், பம்பாய், டெல்லிக்கும் நிறைய வித்தியாசங்கள் இருக்கிற மாதிரி இருந்தது. எல்லாமே பெரிய நகரங்களாக இருந்தாலும் பெரிய பட்டினங்களின் இயந்திரத்தன்மை

சென்னைக்கு இல்லை என்பதை அவன் இந்த ஒரு மாத காலத்தில் உணர்ந்து கொண்டிருக்கிறான். இங்கு ஜனங்களின் உயிர்த் துடிப்பு எல்லாவற்றிலும் - கோவிலிலிருந்து பீச் வரை - பிரதிபலிக்கிற மாதிரி இருந்தது. டில்லியிலும் பம்பாயிலும் வெறும் பொம்மைகளாய்ப் போய்விட்டதாகத் தோன்றும் அவனுக்கு - இயந்திரப் பொம்மைகள். அவர்களைச் சொல்லிக் குற்றமில்லை...

எதற்கு ஓடுகிறோம் என்கிற நிதானமே புரியாமல் ஓடும் ஓட்டம். எதற்காக வாழ்கிறோம் என்கிற உணர்வே இல்லாமல் வாழும் ஒரு வாழ்க்கை. இதற்கெல்லாம் அடிப்படைக் காரணம் அவர்களது கலாச்சாரத்துக்கு ஸ்திரமான அடிக்கல் இல்லை. மொகலாயர்களின், ஆங்கிலேயர்களின் ஆட்சியில் நலிந்து போய்விட்ட கலாச்சாரம். இப்பொழுது இரண்டும்கெட்டானாகத் தத்தளிக்கும் வாழ்க்கை முறை. அவனுக்குத்தான் அந்த வாழ்க்கை முறை எத்தனை அலுப்பூட்டும் விஷயமாக இருந்தது! தமிழ்நாட்டில் வம்பு அதிகம் என்பார்கள் அவனுடைய சினேகிதர்கள். அது அவனுக்குப் பெரிய குற்றமாகத் தெரியவில்லை. மனிதாபிமான உணர்வு இங்கு இன்னும் நசித்துப் போகவில்லை என்று அவன் நம்பினான். மனித உறவுக்கு இது மிக முக்கியமான உணர்வல்லவா? வம்பு என்பது மேலே தளும்பி நிற்கும் நுரை. அதை ஊதிவிட்டால், கீழே இருக்கும் விஷயமல்லவா முக்கியம்!

பல் துலக்கச் செல்கையில் வேலைக்கார முனியம்மா கிணற்றிலிருந்து நீர் இழுப்பது தெரிந்தது. சமையற்கட்டிலிருந்து பாட்டி கற்சட்டியில் செய்யும் வத்தல் குழம்பின் மணம் ஆளைத் தூக்கிற்று. அதனூடே -

"உத்திஷ்டோத்திஷ்ட கோவிந்த உத்திஷ்ட..."

பாட்டி சொல்வது கேட்டது. பொழுது விடிகிறபோது எத்தனை ரம்மியமாக இருக்கிறது இங்கு! பட்டினமானாலும் கிராமத்தின் சூழ்நிலையையும், மணத்தையும், அழகையும் இங்கு சிருஷ்டித்துக்கொள்ள முடிகிறது.

முகத்தைக் கழுவிக் கொண்டு சமையலறைக்குள் எட்டிப் பார்த்தான். கொடியடுப்பில் பாட்டி சமைக்கவில்லை - சென்ற

வாரம்தான் காஸ் அடுப்பு வாங்கினான். பத்து - பசை என்று சொன்ன பாட்டிக்கு ஒரு மணி நேரம் அவன் விஞ்ஞான ரீதியாக அதை விவரித்த பிறகு, மனத்தைத் தேற்றி இப்பொழுது பாட்டி காஸில் சமைக்கிறாள். பத்தில்லாத விஷயத்துக்கு மாத்திரம் குமுட்டியை விடவில்லை. இன்னொரு சிங்கிள் காஸ் வாங்கி விடுகிறேன் என்று அவன் சொன்னதற்கு, 'கிடந்தலையாதே' என்று கூறிவிட்டாள். ஸ்ரீதர் சிரித்துக் கொண்டான். பாட்டியின் இந்த எண்ணங்களெல்லாம்கூட அவனுக்கு ரசிக்கும்படியாக இருந்தது. பாட்டிக்கு விளக்கினால் புரிந்துகொள்ளும் அறிவு இருந்தது. வளைந்து கொடுக்கும் அன்பு மனசு இருந்தது. ருசியாகச் சமைத்துப் போட, அலுக்காமல் செய்துபோட அந்த உலர்ந்த கைகளுக்கு தெம்பு இருந்தது...

புடலங்காயை நறுக்கியபடி வெங்கடேச சுப்ரபாதத்தை சொல்லிக் கொண்டிருந்த பாட்டியிடம் போய் அவன் குனிந்து பார்த்தான்.

"பாட்டி! வெங்கடாசலபதி நிதானமா எழுந்திருக்கட்டும். ஏன் அவசரப்படுத்தறே? எழுந்தவனைக் கவனி. காப்பி உண்டா?"

பாட்டி சிரித்துக் கொண்டே சுப்ரபாதத்தை நிறுத்தாமல் 'உண்டு' என்கிற மாதிரி தலையாட்டிக் கொண்டு எழுந்தாள்.

"ஏன், நடுவில் நிறுத்தினாள் சுலோகம் மறந்துடுமா? இல்லை பெருமாள் மறுபடி தூங்கப் போய்விடுவாரா?"

பாட்டி சிரித்தாள். "போடா, குறும்புக்காரா! உனக்கு வேறு வேலையில்லை. இந்தா காப்பியைக் குடிச்சுப்புட்டு முனியம்மாகிட்டே தேய்க்கப் போடு" என்று தம்ளரை நகர்த்தினாள்.

ஸ்ரீதர் சிரித்துக் கொண்டே காப்பியைக் குடித்துவிட்டுக் கொல்லைப் பக்கம் கிணற்றடிக்குச் சென்று பாத்திரங்களைத் தேய்க்கப் போட்டான். ஒருமுறை குனிந்து கிணற்றுத் தண்ணீரைப் பார்த்தான்.

"நான் ஒரு குடம் இழுத்துப் போடறேன் முனியம்மா" என்றபடி மளமளவென்று இழுத்தான். அதுதான் எத்தனை சுகமாக இருந்தது!

முனியம்மாள் சிரித்தாள். "போ சாமி! சின்னப் புள்ளையாட்டம்! அம்மா பாத்தாங்கன்னா திட்டப் போறாங்க!"

அவன் குடத்தை வைத்துவிட்டுச் சுற்றிலும் பார்வையைச் செலுத்தினான். அங்கு நெரிசலான வீடுகள் இல்லாமையால் சுகமாகக் காற்று வீசிற்று. அவன் சிறிது நேரம் இயற்கையை அனுபவித்துப் பருகுபவன் போல நின்றான். பிறகு சட்டென்று ஞாபகம் வந்தவனாய் உள்ளே சென்றான். அன்றைய லெக்சருக்குத் தயார் செய்துகொள்ள வேண்டும்.

மேஜை மேல் முந்திய இரவு படித்த எமர்சனின் கட்டுரைத் தொகுப்பு பிரித்த நிலையில் இருந்தது. அவன் கோடிட்ட வரிகள்:

'என்னுடைய இயற்கைக்கு முரணான எந்தச் சட்டமும் எனக்குப் புனிதமானதில்லை. நன்மை தீமை என்பவை வெறும் வார்த்தைகள். என் இயற்கைக்கு ஒத்துப்போவதெல்லாம் சரி. முரணாவதெல்லாம் தப்பு. எத்தகைய எதிர்ப்புகள் வந்தாலும் அவையெல்லாம் துச்சமானவை என்று நினைப்பவனாய் மனிதன், தவறு நியாயம் என்று தான் நினைப்பதை நிலைநிறுத்த வேண்டும். மற்றவர்களுக்காக வாழ்வது சுலபம், உனக்காக நீ வாழக் கற்றுக்கொள். அப்பொழுதுதான் மௌனத்திலும் கவிதையின் அழகை உணர்வாய்!'

மறுபடி மறுபடி அந்த வார்த்தைகளைப் படிக்கையில் அவனுக்கு அம்மாவின் ஞாபகம் வந்தது. அவளும் அவளுக்கு தர்மம் நியாயம் என்று பட்டதைத் தனக்கு தெரிந்த விதத்தில் நிலைநாட்டித்தான் பார்த்தாள். அதற்குப் போதிய மனோவலிமையும் உடல் பலமும் இல்லை என்கிற காரணத்தால் அதற்கு அவளே பலியானாள். அவளுக்கு ஒரு பேராசை இருந்தது. அவள் தூய்மை என்று நினைத்த விதத்தில் மனிதர்கள் எல்லோரும் இருக்க வேண்டும் என்கிற பேராசை. இதனால் அம்மா

எப்படித் தன் மன அமைதியையே குலைத்துக் கொண்டாள் என்று அவன் எமர்ஸனின் புத்தகத்தை வெற்றுப் பார்வை பார்த்தபடி நினைத்துக் கொண்டான். அம்மா, ஒரு நிழலைப் பிடிக்கப்போய் வெளிச்சத்தையே காணாமற்போய்விட்டது போல இருந்தது. ஓடும் நதிக்கு வரம்புகள் உண்டு; கரைகள் உண்டு. ஆனால், அந்த வரம்புகளும் கரைகளும் நதியாகி விடாது. அந்தக் கரைகளே அதன் ஓட்டத்தைச் சீர்படுத்துவதில்லையா? ஒரு மனிதனுக்கு சகவாச வசத்தில் துர்க்குணங்கள் ஏற்பட்டுவிட்டால் அவை நிரந்தரமானவை என்று எப்படி அவசர முடிவுக்கு வரலாம்? நல்ல மனசே இருக்காது என்று எப்படித் தீர்மானிக்கலாம்? எவ்வளவோ விஷயங்களை நீ புரிந்துகொள்ளவில்லை அம்மா... வெறும் சட்டத்தையே பார்த்தாய். உன் உருவம் உன் கண்ணுக்குப் புலப்படவில்லை...

ஸ்ரீதர் எமர்சனை மூடிவிட்டு அன்று நடத்த வேண்டிய இப்ஸனை எடுத்து வைத்துக் கொண்டான்.

அம்மா இறந்து பத்து வருஷம் ஆகிவிட்டது. தனக்குத்தானே தன் மனத்தை வாட்டிக் கொண்டதற்கு அவள் இறந்ததே மேல் என்று அவனுக்கு அந்தப் பதினான்கு வயதிலேயே தோன்றும். மொத்தத்தில், சாவை வெகு சோகமான விஷயமாக தன் மனம் கருதாதது அவனுக்கு வேடிக்கையாக இருந்தது. வாஸ்தவத்தில் யாருமே சாவை வெகு சீரியஸாக நினைக்கவில்லை என்று தோன்றுகிறது. நினைத்திருந்தால் இத்தனை சிரிப்பும், பாட்டும், கூத்தும், கேளிக்கையும் உலகத்தில் இருக்காது. சாவின் கருமை எந்த மனத்திலும் நிரந்தரமாகப் படிந்து விடுவதில்லை. ஆகாசத்தின் நீலம், பறக்கும் பட்சிகளின் சிறகுகளில் படியாத மாதிரி!

அவன் சட்டென்று மனத்தை இழுத்துப் பிடித்துக் கொண்டான். இத்தனை ரம்மியமான காலைப் பொழுதில் இது என்ன எண்ணச் சிதறல்கள்...?

'எண்ணச் சிதறல்கள்!'... யார் அந்த வார்த்தையைச் சொன்னது? அவனுக்கு ஞாபகத்திற்கு வந்தது அந்த முகம். குத்து விளக்கு மாதிரி எத்தனை அழகான முகம்! மற்ற மாணவர்களிடம்

இல்லாத ஒரு முதிர்ச்சி அந்தப் பெண்ணுக்கு இருந்த மாதிரி இருந்தது. எங்கேயோ பார்த்த முகம் மாதிரியும் இருந்தது. ஆனந்தி... அவன் ஒருமுறை சொல்லிப் பார்த்துக் கொண்டான். டில்லியில் பல வருஷங்கள் முன் பக்கத்து வீட்டில் ஒரு பெண் ஆனந்தி என்று இருந்ததாக ஞாபகம். அந்தப் பெண்ணின் சாயல் இவளுக்கு இருக்கிற மாதிரி இருந்தது. எத்தனை வருஷங்கள் ஆகிவிட்டன? அதெப்படி திட்டவட்டமாகச் சொல்ல முடியும்? அவளாக இல்லாவிட்டால்தான் என்ன? வெகு புத்திசாலியாக இருக்கிறாள். எத்தனை அழகான ஆங்கிலத்தில் ஒரு சிக்கலான விளக்கத்தைத் தெளிவாகச் சொன்னாள்! பண்பு நிறைந்த அமரிக்கையான முகமாகப்பட்டது அவனுக்கு.

மேஜை மேலிருந்த டைம்பீசைப் பார்த்தான். ஏழு இருபது. அவன் அவசரமாகக் குறிப்பெடுத்துக்கொள்ள ஆரம்பித்தான். மாணவர்களிடம் நல்ல மதிப்பை ஏற்படுத்திக்கொள்ள வேண்டுமானால் லெக்சருக்கு ஒழுங்காகத் தயார் செய்துகொண்டு போக வேண்டும். அவன் தனது சிந்தனைகளை ஒதுக்கிவிட்டுக் குறிப்பெடுத்துக் கொண்டான். இடையே தனக்கு எப்பொழுது எம்.ஏ. வகுப்பு இருக்கிறது என்று பார்த்துக் கொள்கையில் அவன் இதழ்களில் ஒரு புன்னகை அரும்பிற்று.

***

அவன் குளித்துவிட்டு வேஷ்டியுடன் வெளியே வருகையில் பாட்டி வழக்கமான தன் குரலை எழுப்பினாள்.

“ஸ்ரீதரா பெருமாளை சேவிச்சுட்டுப் போடாப்பா.”

“என் ஞாபக சக்தியிலே உனக்கு நம்பிக்கையில்லையா பாட்டி…?” என்று சிரித்தபடியே அவன் அந்தச் சின்ன சமையலறையில் ஒரு ஓரமாக ஆண்டவனுக்குப் பாட்டி ஒதுக்கியிருந்த இடத்தில் சென்று நமஸ்கரித்தான்.

“ஆனாலும் ஏழடி உயரம் இருக்கே! இந்தச் சமயலறையிலே சாஷ்டாங்கமா விழக்கூட உன்னால முடியல்லே...”

"ஆமா, உன் சமையலறையில் சாஷ்டாங்கமா சேவிக்கணும்னா..."

"ஒரு அகஸ்தியரா இருந்தால்தான் முடியும்" என்று பாட்டி முடித்து சிரித்தாள்.

அவனும் சிரித்துக் கொண்டே சாப்பிட உட்கார்ந்தான்.

அவனுக்கு அதிசயமாக இருந்தது பாட்டியை நினைக்கையில். இந்த வயதில் எத்தனையோ துக்கங்களைப் பார்த்திருப்பவள். எல்லாவற்றையும் தூசியை உதறித் தள்ளுகிற மாதிரி உதறிவிட்டு, துளிக்கூட அலுக்காமல், சலிக்காமல் வேலை செய்வது மாத்திரமில்லை; எவ்வளவு உற்சாகமாக இருக்கிறாள்! அம்மாவுக்கு நேர் எதிரிடை. அம்மாவுக்கு முணுக்கென்றால் கோபமும் அழுகையும் வந்துவிடும். அதில் உடல் உபாதை வேறு. அப்பா பாட்டி மாதிரிதான் இருந்தார் என்று அவன் நினைத்துக் கொண்டான். அம்மாதான் அவரைப் புரிந்து கொள்ளவில்லை...

சமையல் அமிர்தமாக இருந்தது. அந்த அவசரத்திலும் அவனால் ரசித்துப் பாராட்டாமல் இருக்க முடியவில்லை.

வாசல் கதவு தட்டும் ஓசை கேட்டது. அவன் ஷூவை மாட்டிக்கொண்டு கதவைத் திறக்கையில் சேகர், சக லெக்சரர் நின்று கொண்டிருந்தார்.

"ஹலோ! நேரமாகி விட்டதா?"

"இல்லை. இன்னும் பத்து நிமிஷங்கள் இருக்கு பஸ்ஸைப் பிடிக்க" என்றான் சேகர்.

"பாட்டி போயிட்டு வரேன்!" என்றபடி கிளம்பினான் சேகர்.

பஸ்ஸ்டாப்புக்கு ஐந்து நிமிஷம் நடை. சுற்றுப்புறத்தைப் பருகுகிற மாதிரி ஸ்ரீதர் நடப்பதைப் பார்த்து சேகர் சிரித்தான்.

"அது என்ன ரசனையோ உனக்கு ஸ்ரீதர்! இப்படி எல்லாத்தையும் மோந்து மோந்து பார்க்கிறே. எனக்கு இந்த மதராஸ் அலுத்துப் போச்சு!"

ஸ்ரீதர் சிரித்தான். "உனக்கு என்னை மாதிரி மத்த இடங்கள்ளே இருந்திருந்தாதான் தெரியும் இதோட அருமை. யாராவது பிடித்துத் தள்ளினாக்கூட எனக்கு போக மனசு வராது போலிருக்கு."

"என்னவோ, இந்தப் புழுக்கமும், மாறவே மாறாத ஜனங்களும்..." - சேகரின் அலுப்புக்கிடையே பஸ் வந்தது.

சேகரின் வார்த்தைகளே காதில் விழாததுபோல, பஸ்ஸில் ஜன்னலோரத்தில் இருந்த இடத்தில் போய் உட்கார்ந்து கொண்டான் ஸ்ரீதர். பள்ளிக்கு விரையும் சிறுவர் சிறுமியரின் கூட்டம்! அந்த சின்ன உடம்புகளுக்குக் கொஞ்சமும் பொருந்தாத, புத்தகச் சுமை! இப்புத்தகங்களின் எத்தனை சாரம் அவர்களுக்குள் இறங்கும்? நெற்றியில் விபூதி இட்டுக்கொண்டு எண்ணெய் தடவி படிய படிய வாரிய தலைகளுடன் பக்த சிரத்தையுடன் செல்லும் குழந்தைகள்... வழியில் ஒரு பிள்ளையார் விக்ரகத்தைப் பார்த்துவிட்டால் செருப்பைக் கழற்றி வைத்துவிட்டு நமஸ்கரித்துவிட்டுப் போகும் குழந்தைகள்... பத்து வருஷங்கள் கழித்து இந்தக் குழந்தைகளே பெல் பாட்டம் பரட்டைத் தலையும் ஆனாலும் இவர்களுக்கள் இப்பொழுது சுடர்விடும் ஒளி குன்றிவிடாது என்று ஸ்ரீதருக்குத் தோன்றிற்று. இவர்களது வேர்கள் பலமானவை. கால ஓட்டத்தில் நசிந்து போகும் பலவீனம் இல்லாதவை.

ஸ்ரீதர் அந்தக் குழந்தைகளை ஒரு மனக் கசிவுடன் பார்த்தான். தெற்கின் முத்திரை மாதிரி வற்றல் உடம்பு. தளதளப்பில்லாத கை கால்கள். லைஃப் பத்திரிகையில் இவர்களது படத்தை வெளியிட்டால் இந்தியக் குழந்தைகளின் சத்துக் குறைந்த ஆகாரத்தைப் பற்றிய ஒரு பெரிய கட்டுரையே வந்து விடும்!

ஆன்மீக சூன்யத்துக்கு நடுவில் வஸ்தாதுக்களை உருவாக்கினால் அந்தச் சமுதாயம் எங்கு போகும்? மூலைக்கு மூலை போர்டை மாட்டிக்கொண்டு உட்கார்ந்திருக்கும் மனோதத்துவ நிபுணர்களிடம்...

இறங்க வேண்டிய இடம் வந்துவிட்டது என்ற உணர்வில் அவன் அவசரமாக எழுந்தான். கல்லூரியை அடைந்தபோது

வண்ண வண்ண உடைகளில் மாணவ மாணவியர் கும்பலாக நின்றிருந்தார்கள். மணி அடிக்க இன்னும் ஐந்து நிமிஷங்கள் இருந்தன.

சேகர் முணுமுணுத்துக் கொண்டான்.

"ஆச்சு! இவர்களுடைய மூளைக்குள் பாடங்களைப் புகுத்துவதற்குள்ளே தொண்டைத் தண்ணி போய்விடப் போகிறது இன்றைக்கு."

அவன் எதற்கும் முணுமுணுப்பது ஸ்ரீதருக்கு வேடிக்கையாக இருந்தது.

"சில பேர் சட்டென்று பிடித்துக் கொள்வார்கள். அதற்காக, பொதுவாக ஸ்டூடெண்ஸை மட்டமாகச் சொல்லக் கூடாது."

"என்னவோ எனக்கென்று ஒரு மக்கு 'பாச்' வந்திருக்கு..."

'அது உன்னுடைய பார்வை' என்று நினைத்துக் கொண்டான் ஸ்ரீதர்.

"நேற்று எம்.ஏ. ஃபஸ்ட் இயரில் ஒரு பெண் என்ன அழகாய்ப் பதில் சொன்னா தெரியுமா? எனக்கே ஆச்சரியமாக போய்விட்டது."

"யார், அது, மகா ப்ரைட் ஸ்டூடண்ட்?" என்றான் சேகர்.

"ஊம்! யாரோ மிஸ் ஆனந்தின்னு நினைக்கிறேன்."

"ஓ அவளா? ஆமாம் ரொம்ப ப்ரைட்டுன்னு கேள்வி" என்றவன் சற்று நிதானித்து, "யூ நோ சம்திங்? ஷி ஈஸ் நாட் எ மிஸ்... அவள் கல்யாணமானவள்" என்றான் சேகர்.

அவனைக் கேள்விக் குறியுடன் பார்த்த ஸ்ரீதருக்கு மனத்தில் பொங்கிக் கொண்டிருந்த ஏதோ ஒன்று சட்டென்று அமுங்கிப்போன மாதிரி இருந்தது.

அதற்குள் மணி அடிக்கவே, அவன் மேற்கொண்டு ஏதும் பேசாமல் ஸ்டாஃப் ரூமுக்குச் சென்றான். திடீரென்று உற்சாகம்

மனதில் குறைந்து போனாற்போல் ஒரு உணர்வு ஏற்பட்டது. இது ஒரு பைத்தியக்கார உணர்வு என்று அவன் தன்னையே சமாதானப்படுத்திக் கொண்டான். இருந்தும் இன்று முதல் பீரியடே எம்.ஏ. ஃபஸ்ட் இயர் என்று ஞாபகம் வர, மனதில் ஒரு எதிர்பார்ப்பு ஏற்பட்டது.

அதை உணருகையில் ஒரு ப்ரைட் ஸ்டூடண்டைச் சந்திக்க எந்த ஆசிரியருக்குத்தான் ஆவலிருக்காது என்று தன்னையே சமாதானப்படுத்திக் கொண்டான்.

இப்ஸனின் 'கோஸ்ட்ஸை' எடுத்துக்கொண்டு அவன் எம்.ஏ. வகுப்புக்குள் நுழைகையில் ஏதோ ஒருவித உணர்வு மனதில் கிளுகிளுத்தது.

ரெஜிஸ்டரில் பெயர்ப் பட்டியலில் முதலில் நிற்கும் பெயர்.

அவளது பெயரை ஒருமுறை உச்சரிக்கையில் அவன் அவளை நிமிர்ந்து பார்த்தான். பார்த்துப் பார்த்துச் செதுக்கி வைத்த மாதிரி ஒவ்வொரு உறுப்பும் இப்படிக்கூட உண்மையில் அழகாய் இருக்குமா?

'ஷீ இஸ் நாட் எ மிஸ்... அவள் மணமானவள்...'

பளீரென்று அந்த வார்த்தைகள் அவன் நினைவுக்கு வந்ததும், லகான் போட்டு நிறுத்தின மாதிரி தன் சிந்தனை ஓட்டத்திற்குத் தானே தடை விதித்துக்கொண்டு அவன் ரெஜிஸ்டரை மூடி வைத்துவிட்டு இப்ஸனைத் திறந்தான்.

"எம்.ஏ. கிளாஸில் இருக்கும் உங்களுக்கு இப்ஸன் ஏற்கனவே பரிச்சயமாயிருக்க வேண்டும். உங்களில் பலர் 'கோஸ்ட்'ஸைப் படித்திருப்பீர்கள். இதன் கரு என்ன என்று யாராவது சொல்கிறீர்களா?"

அவள் எழுந்தாள் - பளிச்சென்று துடைத்த குத்துவிளக்கு மாதிரி.

அவள் எழும்போது தன் மனதில் ஏதோ ஒன்று பொங்குவதை அடக்கியவனாய், அவள் என்ன சொல்லப் போகிறாள் என்கிற ஆவலுடன் ஸ்ரீதர் நிமிர்ந்து உட்கார்ந்தான்.

❖❖❖

3

அத்தியாயம்

சாப்பாட்டுக்கான இடைவேளை கான்டீனில் சுறுசுறுப்பாக சூடான பக்கோடாவும் காபியும் கட்லட்டும் பறந்து கொண்டிருந்தன. பெண்கள் நாசூக்காக ஸாண்ட்விச்சைக் கொரித்துக் கொண்டிருந்தார்கள்.

ஆனந்தியும் அவளது தோழிகளும் ஒரு மரத்தடியில் அரட்டை அடித்தபடியே பக்கோடாவையும் காபியையும் சாப்பிட்டார்கள்.

கலா காபியை ஒரு மடக்கு விழுங்கிக் கொண்டே, "ஏய், அந்த ஜேம்ஸ்பாண்ட் க்ளாஸ் ரொம்ப சுவாரஸ்யமாயில்லை? அந்த முசுடு ப்ரொபசருக்கும் இந்த ஆளுக்கும் எத்தனை வித்தியாசம்...?" என்றாள்.

"இஸ்ன்ட் ஹீ ஹாண்ட்ஸம்?" என்றாள் சுதா.

அவர்களது பேச்சைக் காதில் போட்டுக்கொள்ளாத மாதிரி ஆனந்தி சாப்பிடுவதில் முனைந்தாள்.

"யார்? அந்தப் ப்ரொபசரைச் சொல்கிறாயா. இந்தப் புது ஆளைச் சொல்கிறாயா?"

"உன் தலையைச் சொல்கிறேன். உனக்குக் கண் இருந்தால் அதைக் கேளு!"

"ஆனந்தி! அவர் கேட்கிற கேள்விக்கெல்லாம் டக்டக்குன்னு பதில் சொல்லி அவர் பார்வையை உன் பக்கமே வச்சுக்கறயே, அந்த டிரிக்கை எங்களுக்கும்தான் சொல்லிக் கொடேன்!"

ஆனந்தி சிரித்தாள். "பாடத்தை ஒழுங்காகப் படிக்க ஆரம்பியுங்கள், அதுதான் ட்ரிக்."

"அது ரொம்ப கஷ்டம்மா. நமக்கு வராது."

"அவருக்கு மிஞ்சிப்போனா இருபத்தஞ்சி வயசுதான் இருக்கும் இல்லே?"

"ஆமாம், எம்.ஏயிலே கோல்ட் மெடலிஸ்டாம். அதனாலேதான் அனுபவம் இல்லாவிட்டாலும் தற்காலிகமாக ப்ரொபசரோட இடத்தில் அவரைப் போட்டிருக்கிறார்களாம்."

"உனக்கு விஷயம் தெரியுமா? அவருக்கு அப்பா, அம்மா கிடையாதாம். இந்திரா நகரிலே பாட்டியோட இருக்கிறாராம்."

"இன்னொரு முக்கியமான விஷயம் தெரியுமா? அவருக்கு இன்னும் கலியாணம் ஆகவில்லை."

ஆனந்தி எழுந்தாள். "இவ்வளவுதான் விஷயம் தெரியுமா? இல்லை அவர் ஜாதகம்கூட யாராவது வச்சுண்டிருக்கேளா?"

"அதையும் எப்படியாவது வாங்கி வைத்துக் கொள்கிறோம். கவலைப்படாதே!"

"நான் எதற்குக் கவலைப்படுகிறேன்?" என்று ஆனந்தி சொன்னபோது சட்டென்று அங்கே ஓர் அமைதி படிந்தாற்போல் இருந்தது.

அங்கு நிலவியிருந்த உற்சாகம் சட்டென்று வடிந்து போனதை ஆனந்தி கவனித்தாள். ஒரு சின்ன வாக்கியம். அதுவே அவர்களுடன் அவளை ஒட்டாமல் ஒதுக்கி வைத்து விடுமானால் அவளுடன் ஆத்மார்த்தமாகப் பழக யார் இருக்கிறார்கள் என்று நினைக்கையில் அவளுள் ஓர் ஏக்கம் படர்ந்தது. இவர்கள் அவளைப் பற்றி என்ன நினைக்கிறார்கள்

என்று அவளுக்குத் தெரியாது. அவளைப் பற்றி எவ்வளவு தூரம் உண்மை தெரியும் என்றும் தெரியாது. ஆனால், அவர்களது உல்லாசப் பேச்சுக்களில், கலியாணமாகாத கன்னிகளின் பரிகாச உரையாடல்களில் கலந்துகொள்ள இயலாத ஓர் இக்கட்டில் அவள் இருப்பதாக அவர்கள் கருதுவதை அவளால் உணர முடிந்தது.

அவர்களைப் போல் அவள் நினைத்ததையெல்லாம் கொட்ட முடியவில்லைதான். சின்னச் சின்ன விஷயங்களிலெல்லாம் மனசு கிளுகிளுத்துப் போகவில்லைதான். ஏதோ ஒரு சுமை நெஞ்சை அழுத்துகிற மாதிரி உள்ளத்தில் உவகையைப் பொங்கவிடாமல் அடக்குகிறது. நான்கு வருடங்கள்தான் இவர்களுக்கும் அவளுக்கும் இடைவெளி. அந்த நான்கு வருடங்கள் எத்தனை அகலமான, இணைக்க முடியாத அகழியாகப் போய் விட்டிருக்கிறது! பருவத்தின் உல்லாசத்துக்கு மேல் ஒரு மூப்பு, இயற்கைக்குப் புறம்பான முதிர்ச்சி அவர்களை அவளிடமிருந்து பிரித்திருக்கிறது. மறுபடி இவர்கள் நினைத்ததெற்கெல்லாம் கொல்லென்று சிரிக்க முடியுமா? ஈரத்துணியால் ஸ்லேட்டைத் துடைக்கிற மாதிரி, மனத்தின் நினைவுகளை அழித்துவிட முடியுமா? முடிந்தால் எத்தனை நன்றாக இருக்கும்!

அவள் பேச்சை மாற்றும் எண்ணத்தோடு, "கான்டீனுக்குப் பணம் கொடுத்தாகிவிட்டதா? இல்லை, சும்மா மொசுக்கிக் கொண்டிருக்கிறோமா?" என்று கேட்டுச் சிரித்தாள்.

"ஓ! நான் கொடுத்தாச்சு. காசை வாங்கிண்டுதான் அந்த நாயர் பக்கோடாவைக் கொடுப்பான்" என்றாள் கலா.

சுதா திடீரென்று கேட்டாள்.

"ஏய் நேத்து நடக்காத டெஸ்ட் நாளன்னிக்கு இருக்குன்னு சொன்னார் இல்லை அந்த ஜே.பி.?"

"அது யாரது ஜே.பி.?"

"ஜேம்ஸ் பாண்ட்!" என்றாள் லதா மெல்லிய குரலில்.

அதற்கு ஒரு சிரிப்பு. ஆனந்தியும் புன்னகைத்தாள். இவர்களிடையே இயல்பாக இருக்கப் பழக வேண்டும் என்று அவள் நினைத்துக் கொண்டாள்.

"ஆனந்தி!" என்றாள் கலா.

"இன்னிக்கு சாயங்காலம் நீ ஃப்ரீயாக இருப்பாயா?"

ஆனந்தி புருவத்தை உயர்த்தினாள்.

"ஓ இருப்பேன். என்ன விஷயம்?"

"எனக்குக் கொஞ்சம் டான்னின் கவிதைகளை விளக்கிறயா? புரியவே மாட்டேங்கிறது!"

"ஓ யெஸ்! வாயேன், எனக்குத் தெரிஞ்ச அளவு சொல்றேன்."

"உனக்குத் தெரிஞ்ச அளவுக்கு எனக்குத் தெரிஞ்சால் நான் தரையில் இருக்க மாட்டேன்; ஆகாசத்துலே மிதப்பேன்."

"நல்ல வேளை! தெரிஞ்சுக்காமலேயே இரு. நீ தரையில்தான் இருக்க வேணும். எல்லோரும் ஆகாசத்துல பறக்க ஆரம்பிச்சா ஜே.பி.க்குக் கிராக்கியே இருக்காது."

'ஓ'வென்ற சிரிப்பு. இதென்ன சிரிப்பு. ஆனந்திக்கும் அவர்களது நோய் தொத்திக் கொண்டது போலிருந்தது. கல்லூரியிலே மறுபடியும் சேர்ந்தது எத்தனை நல்லதாய்ப் போய்விட்டது. படிப்பைத் தொடராமல் வீட்டில் இருந்திருந்தால், அம்மாவின் தொணதொணப்பும் புலம்பலும் அவளை அதல பாதாளத்தில் தள்ளியிருக்கும். அப்பாவின் பூஜையும், பரிதாபப் பார்வையும், பெருமூச்சும், அவளை அணு அணுவாகக் கொன்றிருக்கும். இப்பொழுது கல்லூரி நேரம் போக, நூல் நிலையம் என்றும் படிப்பு என்றும் பொழுதை கழிக்க முடிகிறது. பழசை மறக்க முடியாவிட்டாலும், அதன் மேல் இழுத்து ஒரு துணியை மூடினாற்போல் கண்ணை மூடிக்கொள்ள முடிகிறது...

✲ ✲ ✲

மணி அடித்து விட்டது. காப்பி குடித்த கோப்பைகளை நாயரிடம் திருப்ப அவசரமாக எல்லோரும் விரைகிறார்கள்.

சில பெண்கள் பாத்ரூமுக்குப் போய் முகத்தைக் கழுவி பவுடர் காம்பேக்டிலிருந்து லேசாகப் பவுடரைப் பூசி, மிக லேசாக லிப்ஸ்டிக்கைத் தடவி, தலையை வாரிக்கொண்டு வருகிறார்கள். எல்லோரையும், எல்லாவற்றையும் கவனித்துக் கொண்டே ஆனந்தி நடந்தாள். இவர்களது நோக்கில், எதிர்பார்ப்பில் அர்த்தமிருக்கிறது. ஏனென்றால் எல்லோருக்கும் ஓர் எதிர்காலம் இருக்கிறது. அவளுக்கு...? கேள்விக் குறியே இல்லை. அவள் யாரையும் திருப்திப்படுத்த முயல வேண்டியதில்லை. சந்தோஷப்படுத்த, ஈர்க்க அலங்காரம் செய்துகொள்ள வேண்டியதில்லை. ஜேம்ஸ்பாண்டைப் போல் இருக்கும் ஆசிரியரைத் தன் மேதாவிலாசத்தினால் கவர நினைக்க வேண்டியதில்லை.

அவளது பேச்சும் அலங்காரமும், படிப்பும் ஆத்ம திருப்திக்காக. யாருக்காகவும் வாழ வேண்டியதில்லை. அவளுக்காகவே தான் வாழ வேண்டும். அதில் ஏதேனும் அர்த்தமிருந்தால், ஏதோ இனம் புரியாத ஒரு பாவச் சுமைக்காக அவள் தனித்துப் போராடியே ஆக வேண்டும்.

பாவச் சுமை... அவளுக்கு சட்டென்று இப்ஸனின் 'கோஸ்ட்'ஸைப் பற்றி ஆசிரியர் கேட்ட கேள்வி ஞாபகத்திற்கு வந்தது.

அதன் கரு என்ன என்று அவர் கேட்டபோது அவள் பதில்:

"பைபிளின் வாக்கியம் - தந்தையின் பாவங்கள் குழந்தைகளை வந்தடையும் என்கிற வாக்கியம்தான் அதற்குக் கரு. ஆனால், அந்த வாக்கியத்தின் உண்மைத் தாத்பர்யத்தை புரிந்துகொள்ளாமல் அது ஒரு மூடநம்பிக்கையாகப் போய்விட்டது இப்ஸனுக்கே தெரியும்."

ஸ்ரீதர் ஆச்சர்யத்துடன் அவளைப் பார்ப்பது அவளுக்குப் புரிந்தது.

"அதெப்படி அப்படிச் சொல்கிறீர்கள்?"

"ஆமாம், யாருடைய பாவமும் மற்றவரை வந்தடையாது என்று நான் நினைக்கிறேன். அவரவர் தப்புக்கோ கஷ்டத்துக்கோ அவரவர்களே பொறுப்பு..."

"இப்ஸன் எதைச் சொல்லப் பார்க்கிறார்?"

"அவர் ஹெரிடிட்டியைச் சொல்கிறார். வாஸ்தவத்தில் அவரது நாடகங்களில், அவர் எந்தக் கேள்விக்கும் விடை தருவதில்லை. கேள்வியை மட்டும் கேட்டுவிட்டு, படிப்பவர்களை, பார்ப்பவர்களைச் சிந்திக்க வைக்கிறார், விடையைக் காண. பாதி சமூகத்தில் உலவும் மூட எண்ணங்களைப் பார்த்து அவர் சிரிக்கிறார். கோட்ஸிலும் அதையேதான் சொல்கிறார்."

ஸ்ரீதர் அவளைப் பாராட்டுகிற மாதிரி கனிவுடன் பார்ப்பது அவளுக்குப் புரிந்தது. அவனது பார்வையோ, அவனது புகழ்ச்சியோ அவளை பாதிக்கவில்லை. அந்தத் தருணத்தில் அவள் இப்ஸனோடு ஒன்றிப் போயிருந்தாள்.

"எதைப் பற்றிக் கேட்டாலும் ஒரு தீஸிஸ் எழுதுகிற அளவுக்கு நீங்கள் ஆராய்ந்து வைத்திருப்பீர்கள் போலிருக்கிறது..." என்று அவன் சொன்னது இப்பொழுது ஞாபகத்திற்கு வந்தது.

வாஸ்தவத்தில் அவ்வளவு தூரம் பாவ - புண்ணியம் பற்றி வகுப்பில் தீவிரமாகப் பேசியதற்குக் காரணம் முதல் நாள் அம்மாவோடு தான் பேசிய பேச்சுதான் என்று தோன்றிற்று.

அம்மாவிடம் ஸ்ரீதரைப் பற்றிச் சொன்னபோது அம்மா ஆச்சரியப்பட்டுப் போனாள்.

"அதெப்படி, இத்தனை வருஷம் கழிச்சு உனக்கு ஞாபகம் இருக்குமா?" என்றாள் அம்மா.

"சாதாரணமாய் இருக்காது. ஆனா அந்த மாமியோட போட்டோ நம்ம ஆல்பத்திலே இல்லையா? அதுமாதிரியே அச்சு இந்த ஸ்ரீதர் இருக்கான். பெயர் வேறே பொருத்தமா இருக்கிறதினாலே அவனாத்தான் இருக்கும்னு நினைச்சேன்..."

"லட்சுமி ரொம்ப அழகாயிருப்பாளே? அவ புள்ளையும் அப்பவே மூக்கும் முழியுமா நன்னாத்தான் இருப்பான். இப்ப எப்படியிருக்கானோ?"

"இப்பவும் நன்னாத்தான் இருக்கான்" என்று ஏதோ புடவை நன்றாக இருக்கிறது என்கிற மாதிரி ஆனந்தி சொன்னாள்.

"உம், இந்தப் பிள்ளை யாரைக் கொண்டிருக்கானோ? அப்பனைக் கொண்டானோ, ஆத்தாளைக் கொண்டானோ? கொஞ்சமாகவா கஷ்டப்பட்டிருப்பாள் அவள், பாவம்! அந்த மூர்க்கன்கிட்ட கழுத்தை நீட்டி அதுவே அவ உயிரை குடிச்சுடுத்து."

"அந்தப் பிள்ளை யாரைக் கொண்டா உனக்கென்ன?"

"எனக்கென்ன வந்தது? அவதான் சொல்லுவா. 'ஜானகி, நாம ரெண்டு பேரும் ஒரே ஜாதியா இல்லாமப் போனமே? இருந்திருந்தா நம்ப ஆனந்திக்கு ஸ்ரீதரைக் கொடுத்துப் பண்ணிண்டிருப்பேனே?'ன்னு நான் நெனச்சுப்பேன், நல்ல வேளை தப்பிச்சேன், அந்தக் குடிகாரனோட புள்ளைக்கு யார் கொடுப்பான்னு..."

யோசனையில்லாமல் பேசிக் கொண்டே போன அம்மாவின் பேச்சு திடீரென்று சுய நினைவு வந்ததுபோல நின்றது. பதறிப் போனவளாய் ஆனந்தியைப் பார்த்தாள். ஆனந்தி சிரிக்க ஆரம்பித்தாள். பதற்றத்துடன் அம்மா அவளது தோளைப் பற்றினாள். அம்மா வார்த்தைகளால் சொல்லாமல் மன்னிப்புக் கோருவது தெரிந்தது. அவள் சிரிப்பு அடங்குகையில் கண்களில் நீர் வழிய ஆரம்பித்தது.

ஆக, இந்தப் படிப்புதான் - புத்தகங்கள்தான் அவளது அடைக்கலமாக இருக்க வேண்டும். தன்னை மறக்க, ஒரு கற்பனை உலகை சிருஷ்டிக்க, ஆசிரியர்களின் புகழுரைகளைக் கேட்கையில் எதையோ சாதித்து விட்டோம் என்கிற மாயப் போர்வையை மூடிக்கொள்ள...

அம்மா நினைத்துக் கொண்டிருப்பதற்கும் இந்த ஸ்ரீதருக்கும் எத்தனை வித்தியாசம் என்று ஆனந்தி நினைத்துக் கொண்டாள்.

ஸ்ரீதரின் நிர்மலமான எப்பவுமே ஒரு மந்தகாசம் துலங்கும் முகத்தை நினைக்கையில் அவன் மேல் யாருடைய கறையோ நிழலோ படிந்திராது என்று அவளையறியாமல் ஓர் எண்ணம் எழுந்தது. ஒரு குடிகாரனின் மகன் குடிகாரனாகத்தான் இருப்பான் என்று அம்மா நினைக்கிறாள். நல்ல நடத்தையுள்ளவனுடைய மகன் நிச்சயம் நல்லவனாக இருப்பான் என்றும் நம்புகிறாளா? எத்தனை குறுகியது அவளுடைய உலகம்! அவள் கெட்டவள், இவள் நல்லவள் என்று இரண்டு துருவங்களாக வைத்தே பேசும் சின்னப் பெண்களின் உலகமல்லவா அது? இந்த அம்மாவுக்கு முதிர்ச்சி எப்பொழுது ஏற்படும்? நடத்தையென்பதும் மனம் என்பதும் இரண்டு தனி விஷயங்கள் என்பது அம்மாவுக்குத் தெரியாது. கெட்ட நடத்தையைவிட மனத்தின் வக்கிரங்கள் எத்தனை பயங்கரமானவை என்று அம்மா புரிந்துகொள்ள மாட்டாள். பெண்ணின் தன்மானம் என்பதற்கு ஒரு சக்தியுண்டு என்றே தெரிந்துகொள்ளாத சமுதாயத்தைச் சேர்ந்தவள் அம்மா.

ஸ்ரீதரின் அம்மா சொன்னதாக அம்மா சொன்ன விஷயத்தை அவள் நினைத்துப் பார்த்துக் கொண்டாள். அவளுக்கு அந்த நினைப்பு யாரோ மூன்றாம் மனுஷியைப் பற்றி நினைக்கிற மாதிரி இருந்தது. அவளும் ஸ்ரீதரும் தம்பதியராயிருந்தால் இவர்களது உறவு எப்படியிருந்திருக்கும்? கதைகளில் வருகிற மாதிரி ஒரு நம்ப முடியாத லட்சியத் தோழமை இருந்திருக்காதா? நட்சத்திரங்களை, பூக்களை, மேகங்களை இலக்கியத்தை, மனிதர்களை, ஓர் இலக்கிய உணர்வோடு ஒன்றாக ரசிக்கும் அபூர்வத் தோழமை...

ஆனந்தி திடுக்கிட்டுத் தன்னை நிலைப்படுத்திக் கொண்டாள். மனசு நினைத்தபடியெல்லாம் ஓடிக் கொண்டிருப்பதை, தான் எந்தவிதக் கட்டுப்பாடும் இல்லாமல் அனுமதித்துக் கொண்டிருப்பது மகாக் கேவலமாகப்பட்டது. அம்மாவின் மனத்திற்கும் தன்னுடையதற்கும் ஏதும் வித்தியாசமில்லாதது போல் இருந்தது. அவள் வெகு பிரயாசைப்பட்டுப் பாடங்களில் மனத்தைச் செலுத்தினாள்.

***

கல்லூரி முடிந்து வீட்டுக்கு செல்கையில், கலா மறுபடி ஞாகப்படுத்தினாள்.

"சாயங்காலம் ஐந்தரை மணிக்கு வரேன்" என்றாள்.

வீட்டுக்குள் நுழைந்தபோது அப்பா வாசலிலேயே சாய்வு நாற்காலியில் உட்கார்ந்திருந்தார்.

"அம்மா திருவல்லிக்கேணிக்குப் போயிருக்கா. சித்திக்கு உடம்பு சரியாயில்லைன்னு போன் வந்தது. பார்த்துட்டு வரேன்னு போனா, உனக்கு டிபன் மூடி வச்சிருக்காளாம். காபி கலந்து குடிக்கிறியா?" என்றார்.

"ஆகட்டும், சித்திக்கு என்ன உடம்பாம்?"

"நல்ல ஜுரமாம். ஃப்ளுவோ என்னவோ!"

கை, கால் அலம்பிக் கொண்டு வருகையில் அப்பா சாப்பாட்டு மேஜையருகில் அவளுக்காகத் தட்டை வைத்துவிட்டு உட்கார்ந்திருந்தார். வார்த்தைகளைக் கொட்டாமல் அவர் மௌனமாகக் காட்டும் கனிவு அம்மாவின் சளசளப்பைவிட அவளுக்கு இதமாக இருந்தது. 'இதை விட நான் வேறு என்ன கொடுக்க முடியும்?' என்கிற மாதிரி இருந்தது அப்பாவின் பார்வை. அவள் தனது உணர்ச்சிகளைக் காட்டாமல், அம்மா வார்த்து வைத்திருந்த தோசைகளைக் கொண்டு வந்து வைத்துக் கொண்டாள்.

"சட்னி இருக்கிறது பார், போடட்டுமா?" என்று அப்பா கேட்கும்போது மனசு நெகிழ்கிறது.

"நான் போட்டுக்கறேன்ப்பா. நீங்கள் ஏன் சிரமப்படுகிறீர்கள்?" அவள் சாப்பிடுகையில் அவர் காபி கலந்து கொண்டு வந்தார்.

"எப்படியம்மா இருக்கு காலேஜ் எல்லாம்?" என்றார்.

"ரொம்ப சுவாரஸ்யமா இருக்கப்பா. எனக்கு சப்ஜெக்ட் ரொம்பப் பிடிச்சிருக்கு."

"இருந்தும், ரொம்ப உடம்பைக் கஷ்டப்படுத்திண்டு படிக்கிறேம்மா"

அவள் சிரித்தாள்.

"உடம்பைக் கஷ்டப்படுத்தலேன்னா கஷ்டப்படுகிறதேப்பா? அதுக்கு என்ன பண்ணலாம்?"

அவர் சற்று நேரம் பேசாமல் அவளைப் பார்த்தார். அந்தப் பார்வையிலிருந்த சோகத்தைத் தாங்க முடியாதவளாய் காப்பியைக் குடிக்கப் பார்வையைத் திருப்பிக் கொண்டாள்.

அவர் நிதானமாகச் சொன்னார்.

"எதற்கும் மனசு கலங்காத மாதிரி பக்குவப்படுத்திக்கப் பாரு அம்மா. அந்தப் பக்குவம் வந்ததானா எந்தத் துன்பமும், இன்பமும் சாஸ்வதமில்லே. நிரந்தரமில்லேன்னு புரிஞ்சுப்பே. கீதையை இரண்டு சுலோகமாவது தினமும் படி. கம்பராமாயணத்தைப் படி. சீதாப்பிராட்டி பட்ட கஷ்டத்தைவிட நாம படறது ஒண்ணும் பெரிசில்லேன்னு நினைச்சுப்பே..."

அவள் கனிவோடு அவரைப் பார்த்துச் சிரித்தாள்.

"அறிவுபூர்வமாக அப்படி நினைச்சுக்கலாம்ப்பா, இருதய பூர்வமாக நினைச்சுக்கு முடியாது."

"என்னவோ அம்மா, அந்த பகவான்தான் உனக்கு வழி காண்பிக்கணும்."

ஆனந்தி அவரைப் பார்த்து லேசாகச் சிரித்தாள். "வழியா? நான் ஒரு 'ப்ளைண்ட் ரோடில்' நிற்கிறேன்னு உங்களுக்குத் தெரியல்லையா? அதை உடைச்சுத் தள்ளப் போறேளா - எனக்கு வழியைக் காண்பிக்க? இல்லை உங்க ஆண்டவன் ஏதாவது வழியை வெட்டப் போகிறாரா?"

அவர் அடிபட்டவர் மாதிரி அவளைப் பார்த்தார்.

"ஆனந்தி, உன் மனக் கசப்பினாலே ஆண்டவனை நிந்திக்காதே. காரண காரியங்களை ஆராய நமக்குத் தகுதியில்லே...!"

“நீங்களும் ஆண்டவனும் என்னை என் இஷ்டப்படி கொஞ்ச நாள் இருக்க விட்டீர்களானால் அதுவே போதும்.”

அப்பா எழுந்து போய் விட்டார். கண்களில் நிறைந்த நீரைத் துடைத்தபடி ஆனந்தி எழுந்தாள். முகத்தைக் கழுவிப் பொட்டிட்டுக் கொண்டு வேறு புடவை மாற்றிக் கொண்டாள்.

கலா வருவதற்கு முன் அவளுக்கு விளக்க வேண்டிய பாடத்தை ஒருமுறை பார்த்துக் கொள்வோம் என்று ஒரு நோட்டம் விட்டாள்.

வாசலிலே கார் வந்து நிற்கும் சப்தம் கேட்டது. அம்மா வந்துவிட்டது புரிந்தது.

“எப்படி இருக்கா உன் தங்கை?” என்று அப்பா கேட்பது கேட்டது.

“சாதாரண ஜுரம்தான். ஜுரத்தைவிட ஒரு விஷயத்தைச் சொல்லத்தான் கூப்பிட்டிருக்கா அவ.”

“என்ன விஷயம்?”

“ஆனந்தி வந்தாச்சா?”

“ஆச்சு.”

“அப்ப அப்புறம் சொல்றேன்.”

அம்மாவின் பேச்சு அவளுக்கு சிரிப்பைத் தந்தது. இனிமேல் இன்னும் எந்த விஷயம் அவளைப் பாதிக்கப் போகிறது?

அவள் ஜன்னல் வழியே வெளியில் பார்க்கும்போது கலா கேட்டைத் திறந்து கொண்டு உள்ளே வருவது தெரிந்தது. ஆனந்தி அவளை வரவேற்க வெளியே வந்தாள்.

❖❖❖

4

அத்தியாயம்

அந்தி மயங்கி விட்டது. மாலை மங்கியவுடன் கடற்கரைக் காற்று எந்த மூலையிலிருந்தோ குசலம் விசாரிக்க வந்து சேர்ந்தது. பட்சிகளின் ஆரவாரத்தில் கவிதை நயம் ஒலிக்கிற மாதிரி இருந்தது.

உள்ளே அம்மா சுவாமி விளக்கை ஏற்றிப் பாடுவது கேட்டது.

"அகில ஜகத்துக்கும்
அன்னை புவனேசுவரி
தாயே கோமதி ஆதரி..."

ஆரத்தி பாட்டு, வழி வழியாய் வந்த பாட்டு. கண்ணை மூடிக்கொண்டு அம்மா அந்தப் பாட்டைச் சொல்வதை ஆனந்தியால் தன் அறையிலிருந்தபடியே உணர முடிந்தது.

எந்த வரங்கள், எவர் கேட்டாலும் இஷ்டமாய் தான் கொடுப்பாள்.

அம்மாவின் பாட்டைக் கேட்டு ஆனந்திக்குச் சிரிப்பு வந்தது. 'ஆமாம், பிறந்த நாள் விழாவில்

சாக்லெட் விநியோகிக்கிற மாதிரி உன்னுடைய அம்பாள் வரத்தை விநியோகித்துக் கொண்டே போவாள்...'

"என்ன நீ பாட்டுக்கு சிரிக்கிறே?" என்று கலா கேட்ட பிறகுதான் கலா அங்கு உட்கார்ந்திருப்பதும் டான்னின் கவிதைகள் இதழ் விரிந்து முன்னே இருப்பதும் ஞாபகத்திற்கு வந்தது.

"நான் வரேன் ஆனந்தி; இருட்டி விட்டது. ரொம்ப தாங்ஸ் உனக்கு. அந்த ப்ரொபசர்களை விட நீ நன்னா விளக்கம் சொல்றே."

"தாங்க்ஸ், என்னை ரொம்பப் புகழாதே!"

"நிஜமாகத்தான் சொல்றேன். டீச் பண்றது உனக்கு ரொம்ப இயற்கையா அமைஞ்சது மாதிரி இருக்கு..."

"அதெல்லாம் ஒண்ணுமில்லை. ஒரு விஷயம் நன்னாப் புரிஞ்சு போச்சுன்னா அதை விளக்கமாச் சொல்றது என்ன கஷ்டம்?"

"புரிஞ்சுக்கறதுக்கே சாமர்த்தியம் வேண்டாமா?"

"எந்த விஷயத்திலேயும் நாம் ஆழ்ந்துபோனா அது புரியறது கஷ்டமில்லேன்னு நான் நினைக்கிறேன்."

ஏதோ சொல்ல வந்த மாதிரி ஆரம்பித்த கலா ஏதும் சொல்லாமல் தயங்கிவிட்டுக் கிளம்பினாள்.

"வா, கொஞ்ச தூரம் உன்னோடு நடந்துவிட்டு வரேன், நானும்" என்று கிளம்பினாள் ஆனந்தி.

வாசலில் உட்கார்ந்திருந்த அப்பாவிடம் ஆனந்தி சொல்லிக்கொண்டு கிளம்பினாள்.

"சீக்கிரம் வந்துவிடம்மா" என்று அவர் சொல்லும் போதும் ஒருவிதக் கவலையோடு சொல்லுகிற மாதிரி இருந்தது.

கேட்டைத் தாண்டுகிற சமயத்தில் கலா மெல்லச் சொன்னாள்.

"பாவம், உன்மேல் ரொம்பப் பாசம், போலிருக்கு, இல்லை...?"

ஆனந்தி சிரித்தாள்.

"எந்த தகப்பனாருக்குத்தான் இருக்காது? ஏன், உன் அப்பாவுக்கு உன்மேல் இல்லையா?"

"இருக்குதான். இருந்தாலும் நீ ஒரே பெண். அதுவும் அழகில் தேவதை. படிப்பில் சரசுவதி."

'அதிர்ஷ்டத்தில் துக்கிரி!' என்று நினைத்து ஆனந்தி கலகலவென்று சிரித்தாள். "அப்படியானால் உன் கணக்குப்படி நான் ஒரு லட்சியப் பெண்ணா?"

"அதில் சந்தேகம் வேறையா?"

"அப்படியானால் நான் ரொம்ப சந்தோஷப்பட வேண்டியவள்..."

கலா ஒன்றும் பேசாமல் தன் யோசனைகளில் லயித்தபடி நடந்தாள். அவள் அப்படி மௌனமாக நடந்தது ஆனந்திக்கு இதமாக இருந்தது. மற்ற தோழிகளைவிட இவள் கொஞ்சம் முதிர்ச்சி உள்ளவள், மிகச் சாதாரணக் குடும்பத்தில் கஷ்டப்பட்டுப் படித்துக் கொண்டிருப்பவள். ஏதாவது ஒரு வகையில் கஷ்டத்தை அனுபவித்தவர்களுக்குத் தான் மற்றவர்களின் கஷ்டத்தைப் புரிந்துகொள்ளும் சக்தியிருக்கும் என்று அவளுக்குத் தோன்றிற்று. என்றைக்காவது தனது மனச் சுமைகளை யாரிடமாவது இறக்க வேண்டும்போல் இருந்தால் இந்தக் கலாவிடம்தான் அதைச் சொல்லிக்கொள்ள வேண்டும் என்று அவள் நினைத்துக் கொண்டாள். தற்சமயம் மனசு திறந்துகொள்ள மறுத்தது. அவளுடைய நினைவுகள், எண்ணங்கள், உடைந்த கனவுகள் எல்லாம் அவளுக்கே சொந்தம் என்று தோன்றிற்று. அது மனத்தில் ஆறாமல் பொங்கிக் கொண்டேயிருக்கையில் மற்றவர்களிடம் கொட்டுவது அசாத்தியமான காரியமாகப்பட்டது.

கலாவின் வீடு வெகு தொலைவில் இல்லாவிட்டாலும் இருட்டிவிட்ட காரணத்தால் பஸ்ஸில் சென்றாள். கலாவை பஸ்ஸில் ஏற்றிவிட்டு ஆனந்தி வீட்டை நோக்கி நடக்க ஆரம்பித்தாள். மறுபடி மறுபடி மனசு, குட்டையில் கல் எறியப்பட்டு ஏற்பட்ட சலனம்போல் சலசலத்துக் கொண்டு

ஒரு விஷயத்துக்கே திரும்பவும் வந்தது. பிறந்ததிலிருந்து இருபது வயது வரை நடந்த நிகழ்ச்சிகளெல்லாம் சுவடில்லாமல் மறைந்து போனாலும் நான்கே வருஷ அனுபவங்கள் எத்தகைய மாற்றத்தை உண்டுபண்ணிவிட்டன? எதனால் அப்படி மறக்கவே முடியாமல் ரணமாகிப் போய் நிற்கிறது? பெண்ணின் வாழ்வில் திருமணத்துக்குக் கொடுக்கும் முக்கியத்துவம் அதற்கு காரணமாக இருக்க வேண்டும். அந்த முக்கியத்துவம் மனத்தில் ஊறிப் போயிருந்ததால் அவள் எழுப்பிய கோட்டைகள் அஸ்திவாரமே அற்று பொல பொலவென்று ஆற்று மணலாய் உதிர்ந்துவிட்ட அதிர்ச்சியும் ஒரு காரணம். அந்த அதிர்ச்சியிலிருந்து மீளப் போவது எப்போது?

கலா சொன்னாளே நீ ஒரு அழகி, தேவதை, படிப்பில் சரசுவதி, ஒரு லட்சியப் பெண் என்று? இப்படிப்பட்ட எண்ணங்கள் ஏதும் மனத்தின் அடித்தளத்தில் வேரூன்றிப் போய் அதனால் அவளையறியாமல் தனது இழப்புப் பெரிது என்று நினைக்கத் தோன்றுகிறதோ? அவளை அந்த மாதிரி அகங்கார நினைவுகளில் அமிழ்ந்து போகக் கூடியவளாய், அவள் அப்பாவும் அம்மாவும் வளர்க்கவில்லை. சின்ன வயதிலிருந்தே அப்பா அவளுக்கு பஜ கோவிந்தத்தையும், கீதையையும் போதித்தவர். பருவ ஆசைகள் இருந்தாலும் என்றைக்குமே அவை பொங்காமல் நிற்கும் பக்குவமும் இருந்தது.

பஜ கோவிந்தத்தின் “மாகுரு தன ஜனயௌவன கர்வம்” என்ற வாக்கியத்தை அப்பா அடிக்கடி விளக்கியிருக்கிறார். அவளுக்கு ஏதேனும் தன்னையறியாமல் ஓர் அகந்தை இருந்திருந்தால் இந்த நான்கு வருஷ இடைவெளி நன்றாக மண்டையில் தட்டிவிட்டது. அவளுடைய யௌவனத்தையும், அழகையும் காலன் கொல்லவில்லை. நான்கே வருஷ காலம் கொன்றுவிட்டது.

ஏதோ ஒரு வீட்டுத் திண்ணையிலிருந்து ஒரு பள்ளிச் சிறுவன் பாட்டு ஒன்றைப் பாடுவது கேட்டது.

"அன்பு காட்டி வாழ்ந்து வந்தால்
அன்பை எங்கும் கண்டிடலாம்
இந்த உண்மை நீ அறிந்தால்
இனிதாய் உலகில் வாழ்ந்திடலாம்..."

ஆனந்தி விரக்தியுடன் சிரித்துக் கொண்டாள். அவள் அப்படித்தான் நினைத்தாள். அன்பு ஒன்றைக் காட்டினால் அன்பு நிச்சயம் கிடைக்கும் என்று நம்பினாள் அவள் வரையில் அது உண்மை இல்லை என்று தெரிந்து விட்டது. உண்மைகூடப் பொய்க்குமா? அவள் வரையில் பொய்த்து விட்டது. இதற்கெல்லாம் என்ன பொருள்? அப்பாவைக் கேட்டால் விதி என்பார். அம்மாவோ அம்பாள் எந்த வரத்தைக் கேட்டாலும் இஷ்டத்துடன் கொடுப்பாள் என்று பாடுகிறாள். கேட்கிறவர்களுக்குத்தான் கிடைக்குமா? கேட்காதவர்களுக்குக் கிடைக்காதா? அந்த அம்பாளுக்கு என்ன அப்படி ஓர் ஓர வஞ்சனை? 'உனக்கு அழகைக் கொடுத்தேன், அறிவைக் கொடுத்தேன், அதற்குமேல் இல்லற இன்பத்தையும் வேறு கொடுத்தால் தலை கனத்து விடும்' என்று அவள் நினைத்து விட்டாளா?

இல்லறம்...! அதைப் பற்றி என்னவெல்லாம் கனவுகள்... முன்பின் தெரியாத யாரோ ஒருவனின் புகைப்படத்தைக் காண்பித்து இவன்தான் உன் கணவனாகப் போகிறான் என்று ஒரு மாசற்ற மனசுக்குத் தெரிவித்தால் அந்த மனசு எப்படிப்பட்ட கற்பனைப் பந்தல்களைப் பின்னும் என்று யாருக்காவது தெரியுமா? இல்லறத்தை நல்லறமாகக் கணவனுடன் கிடைக்கும் தோழமையும் பிறக்கப் போகும் குழந்தைகளைப் பற்றியும் கற்பனையிலேயே பாதி வாழ்வு வாழ்ந்து விடும் பேதமை யாருக்குப் புரியும்? முன்பின் தெரியாத ஒருவனிடம் அவன் குணம் எப்படி என்று புரியாத ஒருத்தனிடம் தன்னையே முழுதாக மானசீகமாகவே அர்ப்பணித்துக்கொள்ள எப்படி ஒரு பெண்ணுக்கு அவ்வளவு

தைரியம் வருகிறது? ஒரு நம்பிக்கை... மனிதாபிமான உணர்வில் இருக்கும் நம்பிக்கை... அன்பைக் காட்டினால் அன்பு கிடைத்து விடும் என்று எண்ணும் பேதமை... அதற்கும் மேல் எதுவுமே தேவையில்லை என்று நினைக்கும் லட்சியக் கனவுகள் கொண்ட பருவம்.

இத்தகைய எண்ணங்கள் லட்சியங்கள், கனவுகள் இருதரப்பிலும் இருக்கும் என்பது என்ன நிச்சயம்? தன்னலமில்லாதவர்களுக்குத்தான் அன்பு செலுத்தத் தெரியும் என்று ஏன் அப்போது தெரியவில்லை? தன்னலம் மாத்திரம் இல்லை, ஒரு கொடூரமும் சிலருக்கு இருக்கும் என்று ஏன் தெரியவில்லை...?

ஆனந்தி வீடு வந்துவிட்டதை உணர்ந்து தன் சிந்தனைகளை நிறுத்திக் கொண்டாள். அம்மா உள்ளே உணர்ச்சிவசப்பட்டு சற்று பலமாகப் பேசுவது கேட்டது.

"அந்தச் சண்டாளனோட தங்கை இப்போ சரசு இருக்கிற தெருவிலே குடி வந்திருக்காளாம். எங்க அண்ணா மகா சாது. எங்க மன்னிக்குத்தான் குணமே சரியில்லை, பெயரே மோசம்னு சொல்லிண்டு அலையறாளாம்னா! எனக்கு என்னமாப் பத்திண்டு வரது தெரியுமா?"

திக் பிரமை அடைந்து ஆனந்தி வாயிலிலேயே நின்றாள்.

அம்மாவின் துக்கம் தழுதழுத்த குரலில் தெரிந்தது.

"இந்தப் பெண்ணானா தபஸ்வினி மாதிரி இருக்கா. ஒரு பூ கூட வெச்சுக்கிறதில்லை. நல்ல புடவை கட்டிக்கறதில்லை. சாப்பாடுகூட கட்டாயப்படுத்த வேண்டியிருக்கு. இவளுக்குக் கெட்ட பெயர்னு அவ சொல்றாளாமே! அவ நன்னாயிருப்பாளா?"

அப்பா அதட்டுவது தெரிகிறது.

"உஷ்! நாக்கிலே நரம்பில்லாமே பேசுறவா எதுவேணா பேசுவா. அதுக்காக நீ எல்லாரையும் சாபமிட்டிண்டுருக்காதே. ஆனந்தி இப்பதான் காலேஜ் போறதாலே வெளியிலே வாசல்லே

போறா. உன் பேச்சு எங்கேயாவது கேட்டு வைக்கப் போகிறது. பேசாம இரு. அப்புறம் நத்தைக் கூட்டுக்குள்ளே போற மாதிரி ஒதுங்கியே போயிடுவா. என்னமோ கிரகச்சாரம் திருஷ்டிப் பரிகாரம் மாதிரி அவளுக்கு இப்படி ஆகியிருக்கு. உஷ்! நீ இங்கே அழுதுண்டு நிக்காதே. அவள் வர சமயம்."

ஆனந்தி இரண்டு நிமிடங்கள் கழித்து உள்ளே போனாள்.

ஒன்றுமே நடக்காத மாதிரி அப்பா உட்கார்ந்திருந்தார். அம்மாவைக் காணவில்லை.

"பஸ் கிடைச்சுதாம்மா அந்தப் பெண்ணுக்கு?" என்று அப்பா கேட்டார்.

"கிடைச்சுதப்பா" என்று சாதாரணமாக பதில் சொல்லிவிட்டு ஆனந்தி தன் அறைக்குச் சென்று கதவைத் தாளிட்டுக் கொண்டாள். மனத்தில் அடக்கிக் கொண்டிருந்த துக்கமெல்லாம் பீறிட்டுக் கொண்டு வந்தது. கட்டிலில் குப்புறப்படுத்துக் கொண்டு விசித்து விசித்து அழுதாள். பூட்டிப் பூட்டி வைத்திருக்கும் துக்கம். வெளியில் சொல்லத் தெரியாத ஏக்கங்கள். இழப்புக்களை எல்லாம் நினைத்து எழும் சுயபச்சாதாபம். எந்த இழப்புக்கும் ஓர் எதிர்காலம் இருந்த மாதிரி இருந்தது. தன்னுடைய இழப்புக்குதான் எதிர்காலமே கிடையாது அல்லது அது ஒரு பெரிய கேள்விக்குறி என்று தோன்றிற்று. இந்த இழப்புக்களெல்லாம் யாரோ தனக்கு இழைத்த அநீதி என்று அவளுள் ஓர் ஆத்திரம் எழுந்தது. அம்மா வேண்டும் அம்பாளின்மேல், அப்பா சொல்லும் விஷ்ணு ஸஹஸ்ர நாமத்தின்மேல் ஆத்திரம் எழுந்தது. இந்த மாதிரி காரண காரியமில்லாமல் ஓர் அநீதியை அனுபவிப்பவர் யாருக்குத்தான் நம்பிக்கை வரும், கடவுளின் மீது? ஆகா, இதற்குத்தான் இந்துக்கள் விதி என்று சொல்லிக்கொண்டு தங்களையே ஏமாற்றிக் கொள்கிறார்கள்! இதற்கெல்லாம் ஒரு விடையைக் கண்டே ஆக வேண்டும். வாழ்க்கையில் இதை எதிர்த்துப் போராடியே ஆக வேண்டும். அம்மாவின் வேண்டுதல்களினாலோ, அப்பாவின் வேதாந்தத்தினாலோ சாதிக்க முடியாது. ஏதாவது அறிவுபூர்வமாக

ஆக்கபூர்வமாக செய்தே ஆக வேண்டும். எதைச் செய்வது? எப்படிச் செய்வது? அதுவும் இப்படிப்பட்ட சமூகத்தில்?

'அவளுக்கு நல்ல பெயர் இல்லை. எங்கள் அண்ணன் சாது' என்று சொன்னாளாமே அவள்?

ஆனந்திக்கு அந்த அதிர்ச்சியிலும் 'ஓ'வென்று சிரிக்க வேண்டும்போல் இருந்தது. அப்பா சொல்வதுபோல் அந்தப் பெண்ணுக்கு நாக்கில் நரம்பிருக்காது. அவளுடைய அழகும், பெற்றோரின் வசதியான வாழ்க்கையுமே அவளுக்கு நிறைவைத் தரப்போதுமானது என்று அந்தப் பொறாமை பிடித்த பெண் நினைத்திருந்தால் அது அவளுடைய குற்றம் இல்லை. இந்த சமூகம் நினைக்கும் விதம் அப்படி. தங்களது குறைகளை மறைத்து மற்றவர்களைக் குறைத்துப் பேசுவதில் சிலருக்கு ஒரு வக்கிர திருப்தி. அதை அவர்கள் நம்பிச் சொல்கிறார்கள் என்று அர்த்தமில்லை. அவர்களது அந்தராத்மாவுக்கு உண்மை எது என்று எந்தத் தருணத்திலாவது தெரியாமலிருக்குமா?

***

யாரோ கதவைத் தட்டும் சப்தம் கேட்டது.

ஆனந்தி அவசரமாக எழுந்தாள். முகத்தை அழுத்தித் துடைத்துக் கொண்டாள். தலையை சீர்ச் செய்துகொண்டு கதவைத் திறந்தபோது அம்மா நின்றிருந்தாள்.

அவளுடைய முகத்தைக் கண்டு அம்மா திடுக்கிட்டு இருக்க வேண்டும்.

"என்னது? மூஞ்சியெல்லாம் இப்படிச் சிவந்திருக்கு?"

"ஒண்ணுமில்லையே, கொஞ்சம் தலையை வலிக்கிறது..."

அம்மா யோசனையுடன் அவளைப் பார்த்தாள்.

"சாப்பிட வா, சாப்பிட்டுட்டு ஒரு ஆஸ்ப்ரோ போட்டுண்டு படுத்துண்டு தூங்கு" என்றாள்.

ஆனந்தி "ஆகட்டும்" என்று சிரித்தாள். இந்த அம்மா தன்னிடம் நெருங்கி வரவே ஏன் பயப்படுகிறாள் என்று அவளுக்குப் புரியவில்லை. அப்பா எடுத்துக்கொள்ளும் நெருக்கம்கூட அம்மா எடுத்துக் கொள்ளாதது அவளுக்கு ஆச்சரியமாக இருந்தது.

சாப்பிடும்போது அப்பா பேசவில்லை. ஏதோ யோசனையில் ஆழ்ந்திருந்த மாதிரி இருந்தது. ஆனந்தி இயல்பாக இருக்க முயன்றாள். ஏதாவது பேச வேண்டும் என்று முயன்றாள்.

"உங்களுக்கு ஞாபகம் இருக்காப்பா? டில்லியிலே பக்கத்து வீட்டிலே லட்சுமின்னு ஒரு மாமி இருக்கலை. அந்த மாமா பேரென்ன?"

"ஓ அவரைச் சொல்றயா? யக்ஞ நாராயணன், அவர்களுக்கென்ன?"

"அவருடைய பிள்ளை ஸ்ரீதர்ன்னு இல்லே. எங்க காலேஜ் லெக்சரா வந்திருக்கார்னு நினைக்கிறேன். எனக்குக்கூட க்ளாஸ் எடுக்கிறார்."

"எப்படித் தெரியும் அவன்தான்னு? நாம பார்த்து ரொம்ப வருஷமாச்சே?"

"அந்த லட்சுமி மாமி போட்டோலே இருக்கிற மாதிரியே இருக்கு. பெயரும் பொருத்தமா இருக்கிறதனாலே அவன்தான்னு நினைக்கிறேன்."

"அவன் சின்னவன் இல்லையோ? எம்.ஏ. கிளாஸ் எடுக்கிறானா?"

"எங்க ப்ரொபசருக்கு உடம்பு சரியில்லை. இவர் ஏதோ கோல்ட் மெடலிஸ்டாம். தற்காலிகமாக தான் வர்றார்னு நினைக்கிறேன்."

"யக்ஞ நாராயணன் ரொம்ப கெட்டிக்காரன்."

"ஆமாம், அவர் கெட்டிக்காரத்தனத்தை நீங்கதான் மெச்சிக்கணும்! லட்சுமி கொஞ்சமாகவா பாடுபட்டா அவர்கிட்ட?" என்றாள் அம்மா.

"அதுக்கென்ன செய்யலாம்? கெட்டிக்காரத்தனத்துக்கும் அவாவா வாழ்க்கை அமையறதுக்கும் சம்பந்தமேயில்லை."

அப்பா அப்படிச் சென்னதுமே சட்டென்று ஒரு மௌனம் அவரவர் மனதில் படிந்தாற்போல் இருந்தது. எந்தப் பேச்சை எடுத்தாலும் இனிமேல் இயல்பாக யாருக்கும் பேச வராது என்று தோன்றிற்று.

❖❖❖

5

அத்தியாயம்

"ஸ்ரீதரா!" என்று பாட்டி கொல்லையிலிருந்து கத்துவது கேட்டது.

ஸ்ரீதர் ஏதோ குறிப்பு எடுத்துக் கொண்டிருந்தவன் எழுந்து பின்பக்கம் விரைந்தான்.

குட்டையான பாட்டிக்குக் கிணற்றில் தாம்புக் கயிறு போடுவது சிரமம் என்று புரிந்தது.

"நான் அந்தக் கயித்தை இப்பத் தொடமாட்டேன். நான் குளிச்சாச்சு" என்று அவன் கிண்டல் பண்ணினான் பாட்டியை.

பாட்டி சிரித்தாள்.

"நீ இதைத் தொட்டா பவித்ரமாயிடுவே. இதெ சித்தே மாட்டிக் கொடு. கொடத்தை மாத்திரம் தொடாதே."

"ஏன், கயித்தை மாத்திரம் தொடலாமோ? கயித்து வழியா விழுப்பு குடத்துக்குப் போகாது?"

"போடா வேலையத்தவனே... நான் கேள்வியெல்லாம் கேட்க மாட்டேன். பெரியவா செஞ்சதைக் கேள்வியே கேட்காம, யோசனையே

செய்யாமப் பின்பத்தினா ஒரு சௌகரியம். நம்ம மூளைக்கு வேலையில்லை. சிக்கலே வராது..."

"ஆமாம், இந்தக் கயித்தை மாட்ட நான் ஒருத்தன் இல்லையானால் தெரியும், சிக்கல் இருக்குமா இல்லையான்னு. சமையல் அறையிலே திவ்யமாகக் குழாய்த் தண்ணி வரது. கிணத்துத் தண்ணிதான் வேணும்னு பிடிவாதமா வரயே என்ன செய்யறது?"

"என்னவோ போ, என் காலம் முடியற வரைக்கும், இப்படியே ஓடட்டும். உன் பெண்டாட்டி உன் இஷ்டப்படி இருக்கட்டும்."

"நீ மாறவே மாட்டியா பாட்டி?"

"மாறுவேண்டா அவசியம்னு வரப்போ, நீ சொல்றது நியாயந்தான்னு படறப்போ, மாறுவேன்."

"அப்போ குழாய்த் தண்ணியைப் பிடிச்சுக்கோன்னு சொல்றது இன்னும் நியாயமாப் படலையாக்கும்?"

"படலை! ஏன்னா, கிணத்துத் தண்ணி ஸ்படிகமா இருக்கு. குழாய்த் தண்ணி தூசும் தும்புமா இருக்கு."

பாட்டி சிரித்துக் கொண்டே தாமிரக் குடத்தில் நீரைச் சேந்திக் கொண்டு உள்ளே சென்றாள்.

இவள் சின்னவளாயிருந்த போது எத்தனை உல்லாசமாக இருந்திருப்பாள் என்று ஸ்ரீதர் நினைத்துக் கொண்டான். தாத்தா ரொம்ப சந்தோஷமாக இருந்திருப்பார் என்று தோன்றிற்று.

அவன் தொடர்ந்து தனது வேலையைக் கவனிக்க உள்ளே சென்றான். அவன் ஐ.ஏ.எஸ். பரீட்சைக்காக வேறு தயார் செய்து கொண்டிருந்தான். கல்லூரிக்குச் செல்லும் நேரம் போக மற்ற முக்கால்வாசி நேரத்தையும் லைப்ரரிக்குச் செல்வதிலும், படிப்பதிலும் கழித்தான். எத்தனைப் படித்தாலும் போதாது மாதிரி இருந்தது. ஒவ்வொரு வருஷம் ஒவ்வொரு மாதிரி இருந்தன – வினாத்தாள்கள். பத்து வருடத்துக்கும் முந்தி நடத்தப்பட்ட பரிட்சைக்கும், இப்போதைக்கும் நிறைய வித்தியாசம் இருந்தது.

ஐ.ஏ.எஸ். கிடைக்காவிட்டால் இருக்கவே இருக்கிறது ஆசிரியர் தொழில் என்று அவன் நினைத்துக் கொண்டான். எங்கேயோ ஃபைலைக் கட்டிக்கொண்டு ஆபீசராக இருப்பதற்கு பதில் ஆசிரியர் தொழில் சுவாரஸ்யமானதாக இருக்கும். படிப்பதிலும், கற்பதிலும் ஆர்வமிருப்பவனுக்கு அதைவிடச் சிறந்த தொழில் இருக்க முடியாது என்று தோன்றிற்று. கற்றுத் தரும்போதே எத்தனை புதுப் புது விஷயங்களைக் கற்றுக்கொள்ள முடிகிறது! சில சமயம் மாணவர்கள்கூடப் புது புது விஷயங்களைச் சொல்கிறார்கள். அந்தப் பெண் ஆனந்தி எத்தனை தீர்க்கமாகச் சிந்திக்கிறாள்? அத்தனை அழகோடு கெட்டிக்காரத்தனமும் சேர்ந்திருப்பது அதிசயம் தான்! ஒவ்வொன்றையும் ஆழ்ந்தல்லவா படிக்கிறாள்? கலியாணம் ஆன பெண்ணுக்குப் படிப்பில் இன்னும் இத்தனை ஆர்வம் எப்படி இருக்கிறது என்று தோன்றிற்று. அவளது கெட்டிக்காரத்தனத்தையும் புரிந்துகொண்டு அவள் கணவன், மேலே படிக்கச் சொல்லியிருக்கிறான் போலிருக்கிறது.

அவள் அன்று இப்ஸனின் நாடகத்தை விமர்சிக்கையில் தந்தை செய்த தவற்றுக்குப் பிள்ளை தண்டனை அனுபவிப்பது என்பதைத் தான் ஒப்புக்கொள்ள முடியாது என்று பேசிய போது அவனுக்கு நிச்சயமாக மனதில் ஏதோ ஒன்று தோன்றிற்று. அவள் தன்னுடன் சின்ன வயதில் சேர்ந்து விளையாடிய ஆனந்திதான் என்று. அவள் தன்னை மனதில் வைத்துதான் அப்படிப் பேசியிருக்கிறாள் என்றும் நினைத்துக் கொண்டான். அப்பாவின் நினைவு நெஞ்சை நிறைத்தது.

அப்பாவை எவ்வளவு தவறாக உலகம் புரிந்து கொண்டது. - அம்மா உள்பட! அப்பாவின் இலக்கிய ரசனை யாருக்கு வரும்? அவருக்கும் அவனை மாதிரி சதா எதையாவது படித்துக் கொண்டிருப்பதில் ஆர்வம். ஆசிரியர் தொழில் செய்யாவிட்டாலும் அவனுக்கு இதமாக விளக்கும்போது அவர் எவ்வளவு பெரிய ஆசான் என்று தெளிவாகும். அவனைக் கேள்வி கேட்டே அவனது ஆவலைத் தூண்டிச் சிந்திக்கும் திறனைக் கிளறி அறிவை வளர்த்திருக்கிறார். சுயமாகச் சிந்திக்கச் சிந்திக்கத்தான் அறிவு வளரும் என்பார். பழையதை அப்படியே விழுங்காதே. பழைய எண்ணங்களின் சுவடே மனதில்

நிழலாடாமல் நீயாக தர்மம் எது, நியாயம் என்று சிந்தித்துப் பார் என்பார். 'மனது நிர்மலமாக இருக்க வேண்டும். அப்பொழுதுதான் அங்கு தூய்மையான எண்ணங்கள் பிறக்கும். பழைய கசண்டுகள், சிலந்திக் கூடுகள், மனதில் இருக்குமானால், உன் பார்வை மங்கிப் போகும்...'

எவ்வளவு முறை அப்பா அவனை மடியில் வைத்தபடி காரில் ஸ்கூலுக்கு அழைத்துச் சென்றபடி மாலையில், அபூர்வமாக இந்தியா கேட் புல் தரையில் உட்கார்ந்தபடி இதையெல்லாம் விளக்கியிருக்கிறார்! 'சுயமாகச் சிந்திக்கக் கற்றுக் கொள்' இது அப்பாவின் மூலமந்திரம். மூதாதையர்கள் செய்தார்கள், பெரியவர்கள் செய்தார்கள், சமூகம் நம்புகிறது என்று எதையும் கண்ணை மூடிக்கொண்டு ஏற்காதே. அதில் நிழல் படிந்திருக்கும், தூசு படிந்திருக்கும். கால ஓட்டத்தில் உண்மையின் வடிவே மறைந்து போயிருக்கும். எல்லாவற்றையும் உடைத்தெறிந்து நல்லது எது, நியாயமானது எது என்று பார். அப்பொழுது தெரியும் - அழகில்லாததே உலகில் எதுவுமில்லை; அன்பே இல்லாத விலங்குகள்கூட இல்லை; பாபிகள் யாருமில்லை என்பது. இதெல்லாம் உன் கண்களில் படவில்லையானால் குற்றம் உன்னிடம்தான். வேறெங்கும் இல்லை. உன்னையே தேடிப் பார்! நீ தேடுவது உனக்குள்ளேயே இருக்கும்...

இத்தகைய இருதயத்தை அம்மா புரிந்துகொள்ளாமல் போனாளே! அதை நினைத்து அப்பா சாகிறவரை எத்தனை துக்கப்பட்டிருக்கிறார்? ஆனால், அந்தத் துக்கத்தையும் விலகி நின்று தான் அனுபவித்த மாதிரி இருக்கும். ஒரு ஜீவன் வீணாகிப் போய்விட்டதே என்று வருந்துகிற மாதிரி!

அம்மாவால் அவரைப்போல் சிந்திக்க முடியவில்லை. அவரது வாதங்கள் வக்கிரமாக அவளுக்கு இருந்தன. அதே பழைய ஆசாரத்தில் ஊறியிருந்தாலும் பாட்டிக்குப் புரிந்துகொள்ளும் விசால மனசு இருந்தது. என்ன இருந்தாலும் அப்பாவைப் பெற்றவள் அல்லவா பாட்டி?

அப்பா பத்திரிகை உலகில் இருந்தார். டில்லி ஆங்கிலப் பத்திரிகை உலகத்தில் குடிப்பது என்பது தண்ணீர்பட்ட பாடு. அப்பாவுக்கு மிக இயற்கையாக அந்தப் பழக்கம் தொத்திக் கொண்டது. சில சமயங்களில் அத்துமீறுவதும் உண்டு. பழைய உலகப் பண்புகளில் ஊறிப் போயிருந்த அம்மாவுக்கு அவரது குணமே மோசம் என்ற ஒரு பயங்கர அபிப்பிராயம் மனத்தில் உருவாகி, தனக்கும் தன் பிள்ளைக்கும் இனி விமோசனம் இல்லை என்கிற கற்பனை உருவாகிவிட்டது. அவளது கற்பனை விரிய விரிய, அவரைப் பற்றி அதீதமான சந்தேகங்களை வேறு ஏற்படுத்திக் கொண்டாள். எந்தப் பெண் எழுத்தாளருடனோ, வேறு எந்தப் பெண்ணுடனோ சிரித்துப் பேசினால் அவளுடன் அவருக்குத் தொடர்பு இருப்பதாகப் புலம்புவாள். தினமும் பொழுது விடிந்தால் அவருடன் சர்ச்சை, சண்டை, கண்ணீர்! நாளடைவில் அதுவே அவள் மனத்தை பாதித்தது; உடலைப் பாதித்தது. கடைசியில் உயிரையே குடித்து விட்டது.

ஸ்ரீதருக்கு இப்பொழுது நினைக்கையில் தோன்றிற்று, அம்மா இறந்ததே மேல் என்று. இல்லாவிட்டால் அவள் படும் துன்பத்தை யாராலும் சகித்திருக்க முடியாது. அவனது மனத்தையும் அவளது புலம்பலும் கண்ணீரும் மாற்றியிருக்கும்.

ஒரே ஒரு கெட்ட பழக்கம் இருந்தது, அப்பாவுக்கு. அதனால் அவரை மனதார ஏற்கவோ மன்னிக்கவோ அம்மாவால் முடியவில்லை. அப்பாவின் மனத் தூய்மையை எந்தக் கெட்டப் பழக்கமும் பாதிக்காது என்று அறிந்துகொள்ளும் பக்குவமோ, நம்பிக்கையோ அவளிடம் இருக்கவில்லை. அம்மாவின் எதிர்பார்ப்பில் ஒரு தன்னலம் இருந்திருக்க வேண்டும். தன்னலமில்லாத அன்பு செலுத்தியிருந்தால், இத்தகைய எதிர்பார்ப்போ, ஏமாற்றமோ, அப்பாவின் மேல் காரணமற்ற சந்தேகங்களோ ஏற்பட்டிருக்காது – மனிதாபிமான உணர்வு சற்றேனும் இருந்திருந்தால்.

✲ ✲ ✲

ஸ்ரீதர் சட்டென்று தன் எண்ண ஓட்டத்தை நிறுத்திக் கொண்டான். இறந்து போனவளைப் பற்றி ஆராய்வது அப்பாவின் கொள்கைகளையே அவமதிக்கிற மாதிரி என்று தோன்றிற்று. பாவம், புண்ணியம் என்பது இல்லை. அறிவீனம்தான் மனிதனின் பலவீனம். எல்லாம் அந்தப் பலவீனத்தினால்தான் எழுவது.

“ஏன்டாப்பா, இன்னிக்குக் காலேஜ் போக வேண்டாமா?” ஸ்ரீதர் திடுக்கிட்டு எழுந்தான்.

“போகணும் பாட்டி.”

“பின்னே சாப்பிட வாயேன். தளிகை ஆயாச்சு...”

“இதோ வரேன்!”

சாப்பிடும்போது நழுவி நழுவிப் போகும் மனத்தை இழுத்து நிறுத்த வேண்டியிருந்தது. இதுநாள் வரை இருந்திராத ஒரு சோக உணர்வு திடீரென்று கவ்வின மாதிரி இருந்தது. அம்மாவை நினைக்கும் போதெல்லாம் மனது மிகவும் சோர்ந்து போய் விடுவதாகத் தோன்றிற்று. ஏன் அம்மாவின் அழகிய முகம் மனதில் நிற்க மாட்டேன் என்கிறது? அவளுடைய புலம்பலும், அழுகையுமல்லவா நினைவுக்கு எப்பொழுதும் வருகிறது?

“ஏன் ஸ்ரீதர் கலத்தைப் பார்த்து சாப்பிடேன்! என்ன யோசனை?”

“ஒன்றுமில்லை பாட்டி!”

“இன்னிக்கு சாயந்திரம் நான் கொஞ்சம் வெளியில் போகணும்” என்றாள் பாட்டி.

“அடி சக்கை! உனக்கும் ஒரு என்கேஜ்மெண்ட் இருக்கா?”

“இங்கே ரெண்டு தெரு தள்ளி ஒருத்தர் மகாபாரதம் சொல்றாராம். ரொம்ப நன்னாச் சொல்றார்னு பக்கத்தாத்து மாமி நீங்களும் வந்துதான் கேளுங்களேன் என்கிறாள். போயிட்டு வரட்டுமா?”

பாட்டி கேட்ட விதம் அவனுக்குப் பாவமாக இருந்தது. "போயிட்டு வாயேன் பாட்டி. என்னோட அனுமதி வேணுமா என்ன?"

"இல்லைடா! வரதுக்கு நேரமானா உன் சாப்பாட்டுக்கு நேரமாயிடுமேன்னு பார்க்கிறேன்."

"அடேயப்பா! நேரமாச்சுன்னா கரைஞ்சா போயிடுவேன்? நீ பாட்டுக்குப் போ. வந்து எனக்கும் கதை சொல்லு. ராத்திரி தூக்கம் வரும்!"

"அப்படியா! அப்பசரி. நான் வந்து சாதம் ஊட்டுவேனோ இல்லையோ அப்ப கதை சொல்லறேன். தூக்கத்துக்கும் தாலாட்டுப் பாடறேன் என் கண்ணே!"

பாட்டியின் பரிகாசத்தை ரசித்தபடியே ஸ்ரீதர் கையலம்பிக் கொண்டு வந்தான்.

"என்ன பாட்டியோட சமையலைச் சம்பிரமமாச் சாப்பிட்டுக் கொண்டு உட்கார்ந்திருக்கானா பேரன்? பஸ் நிக்காது இதுக்கெல்லாம்!"

சேகரின் குரல் அங்கே உரக்கக் கேட்டது.

"அவன் என்னத்தைச் சாப்பிடறான்? பேச்சுதான் பலமே தவிர, குருவி கொரிக்கிற மாதிரிதான்" என்றாள் பாட்டி.

"என் கண் படாது பாட்டி! பயப்படாதேங்கோ" என்று சிரித்தான் சேகர்.

"உன்னை அவன்கூட அளந்து வெச்சுருக்கிறான் பார்த்தியா?" என்றான் ஸ்ரீதர்.

"என்னவோ அளந்துட்டுப் போங்கோ. நீங்க என்ன அளந்தாலும் இதைவிட நான் உசர மாட்டேன்!"

ஸ்ரீதர் சிரித்தபடி சேகரைப் பார்த்தான்.

"பாட்டியின் சிலேடைப் பேச்சைப் பார்த்தியா?"

"சிலேட்டும் சிலேடையும் டீச்சர்களுக்குத்தான் தெரியும். பாட்டிகளுக்குத் தெரியுமா?" என்றாள் பாட்டி மறுபடி.

"சில பொல்லாத பாட்டிகளுக்குத் தெரியும்!" என்று சிரித்த ஸ்ரீதர் "போயிட்டு வரேன் பாட்டி. நீ உன் எங்கேஜ்மெண்டை மாத்தாதே" என்று கிளம்பினான்.

"ஷீ இஸ் எ ஜெம்" என்றான் சேகர்.

"ஷீ இஸ்" என்று புன்னகைத்தபடி ஸ்ரீதர் நடந்தான்.

இருவரும் பஸ் ஸ்டாப்பை நெருங்குகையிலேயே பஸ் வந்துவிட்டதால், முண்டியடித்துக் கொண்டு ஏறினார்கள். ஜன்னலோர சீட் சுலபமாகக் கிடைத்தது. பொதுவாக இருவரும் கல்லூரி அலுவலகப் பேச்சையும் மற்ற சக லெக்சரர்களைப் பற்றிய அபிப்ராயங்களையும் பரிமாறிக் கொள்ளும்போது ஸ்ரீதர் வெளியில் ஓடும் மரங்களையும் தூக்கத்திலிருந்து விழித்துக்கொள்ள ஆரம்பித்திருக்கும் கட்டடங்களையும் மனிதர்களையும் ஆராய்ந்து கொண்டிருந்தான்.

மாணவ மாணவியரைப் பற்றிப் பேச்சு வந்தபோது சேகர் மறுபடியும் தன்னுடைய மாணவக் கும்பலைப் பற்றி அலுத்துக் கொண்டான்.

திடீரென்று ஸ்ரீதர் சொன்னான்.

"சில பேருக்குத்தான் படிப்பில் உண்மையான ஆர்வம் இருக்கிறது. அந்த ஆனந்திக்கு அப்படித்தான் உண்மையான ஆர்வம் இருக்கிறது. அதனால்தான் அவளோட கணவன் தொடர்ந்து படிக்க அனுமதிச்சிருக்கான் போலிருக்கு."

சேகர் சிரித்தான்.

"ஓகோ! உனக்கு விஷயம் தெரியாதா?"

"என்ன விஷயம்?"

"அவள் ஒரு நிர்பந்தத்தினாலேதான் படிக்கிறாள்னு நினைக்கிறேன், அவள் கணவனோடு வாழல்லை."

சேகரின் இரகசியக் குரலின் வார்த்தைகள் ஸ்ரீதரைத் தூக்கி வாரிப்போட்டது. "என்னது? அப்படின்னா என்ன அர்த்தம்?"

"கணவன் மனைவி பிரிஞ்சு ஒரு வருஷத்துக்கு மேல் ஆறது. விவாகரத்துக்குக் கோர்ட்டில் கேஸ் நடக்கிறதாக் கேள்வி..."

"விவாகரத்தா?" ஸ்ரீதர் திக் பிரமை அடைந்து உட்கார்ந்திருந்தான். அத்தனை அழகு, அத்தனை அறிவு... எந்த மடையனாவது கோட்டை விடுவானா?

அவனையறியாமல் அவன் கேட்டான்.

"என்ன காரணமாம்?"

"யாருக்குத் தெரியும்? ஒவ்வொருத்தர் ஒவ்வொரு காரணத்தைச் சொல்கிறார்கள். இந்தப் பெண்ணைப் பார்த்தால் நல்ல பெண்ணாகத்தான் தெரிகிறது. உண்மை எப்படியோ?"

உண்மை வேறு எப்படியும் இருக்க முடியாது என்று தோன்றிற்று ஸ்ரீதருக்கு. அந்த விசாலமான அறிவு, கவிதை பேசும் அந்தக் கண்கள், கனிவான சிரிப்பு... இதில் எந்தவிதமான மாசு இருக்க முடியும்?

தன் மனத்தில் காலையில் கவ்விய சோகம், இந்தத் தகவலை இன்று கேட்க நேர்ந்த காரணத்தின் முன்னோடியோ என்று அவனுக்குத் தோன்றிற்று. அவனுக்கு இந்தத் தகவல் பெரிய அதிர்ச்சியாக, மிக மிக பச்சாதபத்துக்குரியதாகப்பட்டது.

அவனுக்கு மேற்கொண்டு எதுவுமே பேசத் தோன்றவில்லை. அதைப் பற்றி தொடர்ந்து பேசுவதே அநாகரிகமான செயலாகப்பட்டது. உள்ளம் மட்டும் பதைத்தது.

என்ன காரணம், என்ன காரணம்?

கல்லூரி வந்துவிட்டது.

சேகர் ஏதோ சளசளவென்று பேசிக்கொண்டு வந்தான். அது எதுவுமே மனத்தில் பதியாமல் ஸ்ரீதர் மௌனமாக நடந்தான்.

சேகர் அவனது மாற்றத்தைக் கவனிக்காமல் வந்தது சௌகரியமாக இருந்தது.

ஸ்ரீதர் மனத்துக்குள் அன்றைய அட்டவணையைப் புரட்டிப் பார்த்தான். எம்.ஏ., வகுப்பு இரண்டாவது பீரியட் என்று ஞாபகத்துக்கு வந்ததும் கூடவே அன்றைக்கு டெஸ்ட் கொடுக்க வேண்டிய நாள் என்றும் நினைவுக்கு வந்தது.

அவன் எம்.ஏ., வகுப்பில் நுழையும்போது தன் மனம் ஏன் இப்படி படபடக்கிறது என்று புரியாமல் திகைத்தான்.

எல்லோரும் எழுந்து வணக்கம் தெரிவிக்கையில் அவன் கண்களுக்குப் புலப்பட்டது அவள் ஒருத்தி மட்டும்தான்.

பட்டை தீட்டின வைரம் மாதிரி அந்த முகத்துக்குத்தான் எத்தனை ஜொலிப்பு? இந்த முகத்திற்கும் சோகமா? அவனால் தாங்க முடியாது போலிருந்தது. அவன் தலையைத் தாழ்த்திக் கொண்டான்.

ரெஜிஸ்டரைப் பார்த்து ஆனந்தி என்று உச்சரிக்கும்போது அவளது வாழ்க்கைக்குப் பொருந்தாத அந்தப் பெயரை நினைத்துக் கொண்டான். எத்தனை விதமான சோகங்கள் உலகத்தில்! அவனுடைய அப்பா உபனிஷத்தின் வாக்கியங்களைச் சொன்னது அவனது ஞாபகத்திற்கு வந்தது.

"ஆனந்தத்திலிருந்து வந்தோம்
ஆனந்தத்தில் இருக்கிறோம்
ஆனந்தத்திற்கேச் செல்கிறோம்"

இத்தகைய ஆனந்தம் இருக்குமானால் வாழ்க்கையில் அனுபவிக்கும் சோகங்களுக்கெல்லாம் என்ன காரணம்? இந்த சோகங்களெல்லாம் சாசுவதமில்லை. இயற்கைக்கு விரோதமானவை என்று ஆகவில்லையா? இவளது சோகம் நிரந்தரத் தன்மை அடையாமலிருக்க என்ன வழி? தன்னையே பக்குவப்படுத்திக் கொண்டு இப்படி டென்னிஸனிலும்,

இப்ஸனிலும் மூழ்கி விடுவதுதானோ? இந்த வயதில் தபஸ்வினி வாழ்க்கையா? அவளைப் பார்க்கும்போது அப்படித்தான் அவனுக்கு தோன்றிற்று.

'தபஸ்வினி, ஏதோ தவத்தை முடிக்க வந்தவள் மாதிரிதான் அவள் ஒரு தீவிரத்துடன் படிப்பில் லயித்திருக்கிறாள்...'

* * *

அவன் சுயநினைவு வந்தவனாய் அவர்களுக்கு அன்றைக்குக் கொடுக்க வேண்டிய டெஸ்டின் வினாவைக் கொடுத்தான்.

அவள் நிமிர்ந்தே பாராமல் சுற்றுப்புறத்தையே மறந்தவள் போல் எழுதுவதை, அவன் யாரும் அறியாதவாறு கவனித்துக் கொண்டிருந்தான்.

டெஸ்ட்டை முடித்துப் பேப்பரை முதலில் கொடுத்தவளும் அவள்தான்.

பீரியட் முடிந்து எல்லோரும் வெளியில் வருகையில் அவன் ஓர் ஓரமாக நின்று தன்னையுமறியாமல் "மிஸ் ஆனந்தி!?" என்று கூப்பிட்டான்.

அவள் திடுக்கிட்டு திரும்பினாள்.

அவன், "ஒன் மினிட் ப்ளீஸ்" என்றான் - முகத்தில் ஒரு புன்னகையுடன்.

அவள் தயங்கிக் கொண்டே அவனருகில் வந்தாள். என் அருகில் அவளது நிறம் இன்னும் எப்படி பளபளக்கிறது என்று அவன் நினைத்துக் கொண்டான்.

"நீங்கள் டில்லியில் இருந்திருக்கிறீர்களா?" என்று அவன் தயக்கத்துடன் கேட்டான்.

அவள் அழகாகச் சிரித்தாள். தன் சிவந்த அதரமும் வரிசைப் பற்களும் தெரியச் சொன்னாள்.

“நீங்கள் லட்சுமி மாமியின் பிள்ளை இல்லையா? உங்கள் பக்கத்து வீட்டில் இருந்த ஆனந்திதான் நான்!”

“அதெப்படி அவ்வளவு நிச்சயமாகத் தெரிந்து வைத்திருக்கிறீர்கள்?”

“வீட்டிற்கு வாருங்கள், சொல்கிறேன்.”

அவள் அவ்வளவு சகஜமாக இயல்பாகப் பேசுவாள் என்று அவன் எதிர்பார்க்கவில்லை.

அவன் தன் வியப்பை வெளியில் காட்டாமல், “அட்ரெஸ்ஸைக் கொடுங்கள், வருகிறேன்” என்றான் சிரித்துக் கொண்டே.

அவள் ஒரு காகிதத்தில் எழுதிக் கொடுத்தாள்.

அதற்குள் பல கண்கள் தங்களைப் பார்ப்பதை அவள் உணர்ந்தாள்.

சட்டென்று மெல்லிய குரலில் “தாங்க் யூ இன்று மாலையே வருகிறேன்” என்று திரும்பிப் பார்க்காமல் நடந்தான்.

ஒரு கல்லூரியில் ஓர் இளம் ஆசிரியர் ஓர் அழகான மாணவியுடன் தனித்துப் பேசினால் அவள் மணமானவளாக இருந்தாலும் அது கேள்விக்குரிய விஷயம் என்று அவன் புரிந்து கொண்டவனாய் அடுத்த வகுப்புக்குள் அவசரமாக நுழைந்தான்.

அன்று மாலை வீடு திரும்பும் வரை அந்தச் சிரிப்பும், வரிசைப் பற்களும் சிவந்த அதரங்களும் கண்ணிலேயே நின்றன. அவள் மணமானவள், அவளது அந்தரங்க வாழ்க்கை எப்படி இருந்தாலும் இன்னொருவனுக்கு அவள் சொந்தமாகிவிட்டவள் என்கிற நினைப்பை அடிக்கடி ஞாபகப்படுத்திக் கொண்டான்.

பாட்டி கொடுத்த டிபனையும் காபியையும் சாப்பிட்டு விட்டு வேறு உடை மாற்றிக் கொண்டு, “பாட்டி, நானும் கொஞ்சம் வெளியில் போயிட்டு வரேன். நீ வீட்டைப் பூட்டிச் சாவியைப் பக்கத்து வீட்டில் கொடுத்துடு” என்று சொல்லிவிட்டுக் கிளம்புகையில், தன் மனத்தில் உற்சாகம் பொங்குவதன் காரணம் புரியாமல் திகைத்தான்.

❖❖❖

6

அத்தியாயம்

வெயில் இன்னும் நன்றாய் இறங்கவில்லை. சாப்பாட்டு மேஜை மேல் சிற்றுண்டியை வைத்துக் கொண்டு சாப்பிடும்போது ஜன்னல் வழியாகச் சுரீரென்று வெயில் விழுந்தது. ஆனந்தி எழுந்து திரையைச் சற்று நகர்த்தி விட்டாள். ஜன்னல் வழியே பார்க்கும்போது வேலைக்காரி அம்புஜம் கொல்லையில் பாத்திரம் தேய்ப்பது தெரிந்தது.

அம்புஜத்தின் முகத்தில் ஒரு மினுமினுப்புத் தெரிந்தது. மஞ்சள் பூசிய முகத்தில் களைப்பிலும் ஒருவித அழகு தெரிந்தது. சேலையை வழித்து உட்கார்ந்திருந்த நிலையில் கால்களின் நரம்பு புடைத்திருப்பது தெரிந்தது.

"அம்மா, அம்புஜத்திடம் இன்னும் என்னம்மா வேலை வாங்கறே? பாவம், அவளால உட்காரக்கூட முடியவில்லை பார். பிரசவத்துக்கு டைம் ஆகிவிட்டது போலிருக்கே?" என்று அங்கு வந்த அம்மாவிடம் கேட்டாள் ஆனந்தி.

"டைம் இன்னும் ஆகலை...?" என்று அம்மா இழுக்கையில்,

"அதுவரைக்கும் காத்திருக்கப் போறியா?" என்று படபடத்தாள் ஆனந்தி.

"நான் என்ன செய்யட்டும்டி? சொன்னாக் கேட்க மாட்டேங்கறாளே? இன்னொருத்தியை வெச்சுட்டு நீ மூணு மாசம் கழித்து வாங்கறேன். இந்தச் சம்பளம் போயிடுத்துன்னா குடும்பம் கஷ்டப்படும். எனக்கு ஒண்ணும் செய்யறது கஷ்டமாயில்லைங்கறாளே, என்ன செய்யட்டும்?"

ஆனந்தி யோசனையுடன் அம்மா கொடுத்த சிற்றுண்டியைக் கையால் உருட்டிக் கொண்டிருந்தாள்.

"பாவம், எத்தனை கஷ்டம் பார். போனால் போகிறது. அவளுக்கு மூணு மாசச் சம்பளம்தான் கொடுத்துட்டுப் போயேன். ஆபீஸ்லே கொடுக்கிற மாதிரி" என்று சிரித்தாள்.

"நன்னாயிருக்கு நீ சொல்றது? ஆபீஸர் மாதிரி அவளை நடத்த முடியுமா?"

"ஏன் முடியாது? கஷ்டங்கறது எல்லாருக்கும் ஒண்ணுதானே? எத்தனையோ செலவழிக்கிறே? அனாவசியமா, எனக்கு இருக்கும்போதே, புடவை வாங்கறே. அவளுக்கு மூணு மாசச் சம்பளம் நூறு ரூபாய்கூட ஆகாது. கொடுக்கக் கூடாதா?"

"இதுவரைக்கும் யாராவது அப்படிச் செஞ்சிருக்காளா?"

"யாராவது செஞ்சாத்தான் நீ செய்வியா? நீயா ஒரு நல்ல காரியத்தைப் பண்ண மாட்டியா?"

"அங்கே என்ன வாக்குவாதம்?" என்றபடியே அப்பா வந்தார்.

"இதோ பாருங்கப்பா. இந்த அம்புஜம் செய்ய முடியாமே சம்பளம் போயிடுமேன்னு வேலைக்கு வரா. அவளுக்கு மூணு மாசச் சம்பளத்தைக் கொடுத்து, பெத்த ஒரு மாசம் கழிச்சு வான்னு சொல்லக் கூடாதா? நூறு ரூபாய்கூட ஆகாது. அம்மாவுக்கு நினைச்சா எனக்கு வேண்டாத போதே புடவை வாங்க மனசு வரும். ஒரு ஏழைக்குத் தூக்கிக் கொடுக்க மனசு வராது."

"ஆனந்தி சொல்றது வாஸ்தவந்தானே ஜானகி? அப்படியே செய்துட்டுப் போவோமே! நமக்கென்ன குறையப் போகிறது?"

அம்மாவுக்கு லேசில் மனசில்லை. "என்னவோ செய்யுங்கள்" என்றாள் கடைசியில், "ஆனால், அவள் வேறு ஒரு வேலைக்காரியைக் கொண்டு வெச்சப்புறம்தான் ஒப்புத்துப்பேன்."

ஆனந்தி சிரித்துக் கொண்டாள். அம்மாவால் ஒரு சராசரி வட்டத்துக்குள்தான் வளைய வர முடியும். அதற்குமேல் சிந்திக்கவோ மாறவோ முடியாது. எப்படியானாலும் தன்னுடைய வாதம் ஜெயித்துவிட்டது என்ற திருப்தி மனத்தில் ஏற்பட்டது. அவளுக்கு திடீரென்று ஸ்ரீதர் அன்று மாலை வருவதாகச் சொன்னது ஞாபகத்திற்கு வந்தது.

"ஓ! மறந்து விட்டேனே. இன்று ஸ்ரீதர், யக்ஞ நாராயணனுடைய பிள்ளை வரேன்னு சொன்னார் நம் வீட்டுக்கு" என்றாள்.

"அப்படியா நல்ல வேளை, சொன்னாய். நான் வெளியில் போகிறதா இருந்தேன்" என்றார் அப்பா.

"இந்த ரவா கேசரியும், காப்பியும் கொடுத்தால் போறுமோ இல்லையோ?" என்றாள் அம்மா தன் வழக்கமான கவலையில்.

"போறும்" என்று சிரித்தபடி ஆனந்தி முகத்தைக் கழுவிக்கொள்ளப் போனாள்.

பொட்டிட்டுக் கொண்டு புடவையை மாற்றுகையில் அந்த ஸ்ரீதர் தன்னோடு பேசுவதற்குள் தவித்த தவிப்பை நினைத்து அவள் சிரித்துக் கொண்டாள். அவனது தவிப்பைப் பார்த்துவிட்டு அதைப் போக்க வேண்டும் என்பதற்காக அவள் தன்னையறியாமல் சகஜமாகப் பேசி வீட்டுக்கு வாருங்களேன் என்று சுலபமாகச் சொன்னாள். சாதாரணமாக வேறு எந்த சந்தர்ப்பத்திலாவது ஒரு அன்னியனிடம் தான் அப்படி நடந்து கொண்டிருப்போமா அதுவும் இப்போதிருக்கும் மனநிலையில் என்று அவள் நினைத்துப் பார்த்துக் கொண்டாள்.

"உத்யத் பானு ஸஹஸ்ர கோடி ஸத்ருஸாம் கேயூர ஹாரோஜ்வலாம்"

அம்மா காமாட்சி பஞ்ச ரத்னம் சொல்ல ஆரம்பித்திருப்பது கேட்டது. விளக்கேற்றி நமஸ்கரிக்கிறாள் என்று புரிந்தது.

இருள் லேசாகப் பரவ ஆரம்பித்திருந்தது. பட்சிகளின் ஆரவாரம் ரம்யமாக ஒலித்தது. ஜன்னல் வழியே வந்த முல்லையின் மணம் உலகத்தில் எத்தனை அழகு பார், உனக்குத் தெரியவில்லையா என்று கேட்டது. ஆனந்தி ஜன்னலைத் திறந்தபடி சற்று நேரம் அந்தி சாயும் செவ்வானத்தை வெறித்து அதில் லயித்தவளாய் நின்றாள்.

இன்னும் ஸ்ரீதர் வரக் காணுமே?

அவர் வரும்போது வருகிறார். நமக்கு ஏன் யோசனை என்று நினைத்தவளாய் கீதாஞ்சலியைத் திறந்தாள். திறந்த இடத்தில் கவிதை ஓடிற்று–

"பூ இன்னும் மலரவில்லை. காற்றுத்தான் பெருமூச்சு விட்டபடி செல்கிறது. நான் அவன் முகத்தைப் பார்த்ததில்லை. அவன் குரலையும் கேட்டதில்லை. அவனுடைய மென்மையான பாதங்களின் அரவத்தை மட்டும் என் குடிலின் எதிரில் இருக்கும் பாதையிலிருந்து கேட்டிருக்கிறேன். நாள் முழுவதும் தரையில் அவனது ஆசனத்தை விரிப்பதில் கழிந்து விட்டது. ஆனால், விளக்கு இன்னும் ஏற்றப்படவில்லை. என்னால் அவனை வீட்டிற்குள் அழைக்க முடியாது. அவனைச் சந்திக்கப் போகும் நம்பிக்கையில் வாழ்கிறேன். ஆனால் இப்போதைக்கு அந்தச் சந்திப்பு இல்லை."

வாசலில் பேச்சரவம் கேட்டது. தொடர்ந்து அப்பா "ஆனந்தி!" என்று கூப்பிடும் குரல் கேட்டது.

ஆனந்தி கீதாஞ்சலியை மூடி வைத்துவிட்டு எழுந்தாள். அவள் வரவேற்பறையில் நுழைந்தபோது அம்மாவும் அப்பாவும் அவனை அடையாளம் தெரிந்து கொண்டு குசலம் விசாரித்துக்

கொண்டிருந்தார்கள். அவள் உள்ளே நுழைகையில் ஸ்ரீதர் மரியாதைக்காக எழுந்தான்.

"உட்காருங்கள், நீங்கள் என்னுடைய குரு இப்பொழுது."

அவன் சிரித்தான்.

"நான் குருவாக வரவில்லை. பழைய சிநேகிதனாக வந்திருக்கேன்."

"எப்படி அச்சு லட்சுமி மாதிரியே இருக்கான் பார்த்தேளா?" என்றாள் ஜானகி.

ஆனந்தி அங்கேயே ஷெல்பில் இருந்த ஆல்பத்தைக் கொண்டு வந்து ஸ்ரீதரின் அம்மாவின் புகைப்படத்தைக் காண்பித்தாள்.

"இதனால்தான் நீங்கள் யார் என்பதை முதல் நாளே கண்டுபிடிச்சேன்" என்றாள் சிரித்துக் கொண்டே.

"எனக்கும் எங்கேயோ பார்த்த மாதிரி இருந்ததே தவிர, நிச்சயமாய்த் தெரியவில்லை" என்றான் அவன்.

"உங்கம்மா போய் பத்து வருஷமாச்சாமே" என்று அப்பா கேட்டார்.

"அப்பாவும் போயாச்சு, சமீபத்திலே" என்றான் ஸ்ரீதர் தாழ்ந்த குரலில்.

"அடடா, அவரும் போயிட்டாரா, என்ன ஆச்சு?"

"ஹார்ட் அட்டாக்" என்றான் அவன் சுருக்கமாக.

"அப்ப இங்க தனியாகத்தான் இருக்கியா?"

"இல்லை. அப்பாவோட அம்மா கிராமத்திலே சித்தப்பா வீட்டில் இருந்தாள். அவளை அழைச்சுண்டு வந்திருக்கேன்."

"இங்கே வேலைக்கு சேர்ந்து எத்தனை நாளாகிறது?"

"இப்பத்தான் ஒரு மாசம்கூட ஆகல்லை. டில்லியிலே ஒரு காலேஜிலே லெக்சரா இருந்தேன். அப்பா போனதும்

அங்கேயிருக்கப் பிடிக்கல்லே. தெற்கே வரணும்னு எனக்கு வெகு நாளா ஆசை. இங்கு அதுக்குத் தகுந்த மாதிரி வேலை கிடைச்சது."

"இங்கே பிடிச்சிருக்கா?"

"ரொம்பப் பிடிச்சிருக்கு. இங்கே இருக்கிற அட்மாஸ்பியரே எனக்கு ரொம்பப் பிடிச்சிருக்கு. வடக்கைவிடத் தெற்கிலே உயிரோட்டம் இருக்கிற மாதிரி தோணுகிறது."

அப்பா சிரித்தார்.

"வடக்கென்ன தெற்கென்ன அப்பா? மனுஷ ஜாதி எல்லா எடத்திலேயும் ஒண்ணுதான். போட்டுக்கிற வேஷம்தான் வித்தியாசம்."

"இருக்கலாம்" என்று அவன் சிரித்தான் பணிவாக. "ஆனால், எனக்கு இங்கே இருக்கிற சூழ்நிலை பிடிச்சிருக்கு; வாழ்க்கை முறை இங்கே ரொம்ப எளிமையா இருக்கிற மாதிரி இருக்கு. பெண்கள் கிட்டேகூட வடக்கே இருக்கிற பகட்டு இல்லை."

"அங்கே மேனாட்டு நாகரீகம் கொஞ்சம் அதிகம். இங்கேயும் அதெல்லாம் வர அதிக நாள் ஆகாது. இட் இஸ் ஒன்லி எ மாட்டர் ஆஃப் டைம்."

அதற்குள் அம்மா சூடாகப் பக்கோடா செய்து ரவா கேஸரியுடன் கொண்டு வந்து வைத்ததை ஆனந்தி ஆச்சரியத்துடன் பார்த்தாள். அம்மாவுக்கு சொல்லளவில்தான் சிக்கனம், மனத்தளவில் தாராளம் என்று நினைத்துக் கொண்டாள்.

"ஓ, எதுக்கு மாமி, வீட்டில் டிபன் சாப்பிட்டுட்டுதான் வரேன்" என்றான் ஸ்ரீதர் சங்கோஜத்துடன்.

"நன்னாயிருக்கு. லட்சுமி என் பிராண சிநேகிதி. உன்னைச் சும்மா போக விடுவேனா?" என்றாள் ஜானகி.

ஸ்ரீதர் ஆனந்தியைப் பார்த்துச் சிரித்து, "அடிக்கடி வரலாம் போலிருக்கே?" என்றான்.

"மோஸ்ட் வெல்கம்" என்றாள் அவள்.

"ஆனந்தி தான் க்ளாஸிலே பெஸ்ட் ஸ்டூடண்ட். உங்களுக்குத் தெரியுமோ?" என்றான் அவன்.

"அப்படியா?" என்று புன்னகைத்தார் அப்பா. "அவளுக்கு படிப்பில் ரொம்ப ஆர்வம்."

தன்னைப் பற்றிப் பேச்செழுந்தவுடன் ஆனந்தி அவனுக்குக் காபி கொண்டு வர சென்றாள்.

"படிப்புதான் இனிமேல் அவளுக்கு வழி காட்டணும்" என்றார் அவர்.

அவன் புரிந்து கொண்டாலும் அவரைக் கேள்விக் குறியுடன் பார்த்தான்.

"அவளுக்குக் கல்யாணமாகியும் கன்னியாவே எங்களோடு இருக்க வேண்டியதாகி விட்டது. அது ஒரு பெரிய சோகக் கதை."

அவர் அதைச் சொல்லுவார் என்று சற்றும் எதிர்பார்க்காதவனாய் அவன் திடுக்கிட்டான். அவர் மனத்தை அது எத்தனை தூரம் வாட்டிக் கொண்டிருந்தால் அதை அவர் அவனிடம் ஒரு அரை மணி நேரப் பழக்கத்தில் சொல்வார் என்று அவன் நினைத்துக் கொண்டான். ஒருவேளை அவன் தகப்பனாரிடமிருந்த சிநேகிதத்தினால் அவனுடன் அவருக்குச் சட்டென்று ஒரு ஈடுபாடு நேர்ந்து விட்டதோ?

அவன் ஏதும் சொல்லத் தெரியாமல் சற்று நேரம் பேசாமல் உட்கார்ந்திருந்தான். அப்பா தன் செய்கைக்கு விளக்கம் சொல்கிற மாதிரி, "கொஞ்ச நாள் ஆனால், எல்லோருக்கும் தெரியத்தான் போகிறது. அதனால் நான் உனக்குச் சொல்வதனாலே ஒண்ணும் தப்பில்லை... டைவோர்சுக்குக் கேஸ் நடந்திண்டிருக்கு..."

அவன் மெள்ளக் கேட்டான்.

"ஏன் சேர்ந்து வாழ வழியில்லையா?"

அவர் உதட்டைப் பிதுக்கித் தலையை அசைத்தார்.

அவனுக்கு மிகப் பரிதாபமாக இருந்தது. பக்கோடாவும், கேஸரியும் உள்ளே செல்ல மறுத்தன. அதற்குள் ஆனந்தி இரண்டு கோப்பைகளில் காப்பி கொண்டு வந்து இருவருக்கும் கொடுத்தாள்.

அங்கு நிலவியிருக்கும் மௌனத்தைப் பார்த்து ஊகித்துக் கொண்டவளாய் அவள் பேசாமல் உட்கார்ந்திருந்தாள். ஆர்வத்துடன் வந்தவன் முகத்தைத் தொங்கப் போட்டுக் கொண்டு உட்கார்ந்திருப்பது என்னவோ மாதிரி இருந்தது.

“நீங்கள் மேற்கொண்டு வேறு எதுவும் படிக்கல்லையா? எம். ஏவில் கோல்ட் மெடலிஸ்டாமே நீங்கள்?” என்று கேட்டாள்.

“ஐ.ஏ.எஸ்ஸுக்குப் படித்துக் கொண்டிருக்கிறேன். அதிர்ஷ்டம் வேணும்” என்று அவன் சிரித்தான்.

“திறமையிருக்கும் போது பாஸாகாமல் இருப்பீர்களா?”

“முயற்சி செய்வது ஒன்றுதான் என் வேலை. முடிவு என் கையில் இல்லை.”

அவன் பொதுவாகச் சற்று நேரம் பேசிக் கொண்டிருந்துவிட்டுக் கிளம்பினான்.

“அடிக்கடி வந்து கொண்டிரப்பா” என்றாள் ஜானகி.

“முடிந்தபோது வரேன். நீங்கள் இப்படி வயிற்றில் திணித்தால் எனக்குப் பயமாக இருக்கும்.”

“பயப்படாதே திணிக்கல்லை” என்று ஜானகி சிரித்தாள்.

“ஓ.கே. வரட்டுமா?” என்று பொதுவாக எல்லோரிடமும் சொல்லிக்கொண்டு அவன் கிளம்பினான்.

அவன் போன கையோடு ஆனந்தி தன் அறைக்குச் சென்றாள் தன் பாடங்களைக் கவனிக்க.

அம்மாவும் அப்பாவும் சிறிது நேரம் ஸ்ரீதரைப் பற்றிப் பேசிக் கொண்டிருப்பார்கள். அம்மா, லட்சுமி மாமியைப் பற்றி, அவள் கணவரின் குடியைப் பற்றி, பிள்ளையின் அழகைப் பற்றி, இன்னும் இரண்டு நாட்களுக்காவது பேசிக் கொண்டிருப்பாள்.

அவனிடம் போய்த் தன்னைப் பற்றி அப்பா முதல் நாளே சொல்லியதில் அவளுக்கு இனம் புரியாமல் ஒரு ஆத்திரம் வந்தது. அவர் சொன்னதை அவள் கேட்காவிட்டாலும் நிச்சயமாக, ஏதோ சொல்லியிருப்பார் என்று அவளால் அனுமானிக்க முடிந்தது. இல்லாவிட்டால் அந்த மௌனம் அங்கு நிலவியிருக்காது. ஸ்ரீதரின் கண்களில் அந்தப் பச்சாதாபம் தெரிந்திராது. அவனால் இயற்கையாகப் பார்க்கவோ, பேசவோ பிறகு முடியவில்லை என்று நன்றாகப் புரிந்தது.

பிறரின் பச்சாதாபத்துக்கு இலக்காவதே மிகவும் அவமானகரமான விஷயமாகப்பட்டது அவளுக்கு. அய்யோ பாவம், உனக்கு இப்படி நேர்ந்ததா என்ற பார்வை, அம்மா அப்பாவின் அந்தப் பார்வையிலிருந்து தப்பித்துக் கொள்ளத்தான் அவள் படிப்பு என்று அலைகிறாள். வெளியிலும் அதிலிருந்து தப்ப முடியவே முடியாதா? இன்னும் இந்த நிழல் எத்தனை வருஷங்களுக்கு அவளைத் தொடரப் போகிறது? யௌவனத்தின் சுவடெல்லாம் மறையும் வரை... மனத்தில் பொங்கும் உணர்ச்சிகளெல்லாம், கொந்தளிப்பெல்லாம் அடங்கும் வரை... அவள் இலக்கியத்துக்குள் மூழ்கப் பார்த்தாலும் வரிகளுக்கிடையே அவளைப் பார்த்துப் பரிதாபப்படும் பார்வை...

இந்த உணர்வுகளுக்கெல்லாம் மேற்பட்டு எழ வேண்டும் என்கிற ஆதங்கம் அவளுக்குள் எழுந்தது. எந்தத் துன்பமும் எனது ஆன்மாவை பாதிக்காது என்கிற நினைப்பு... எல்லாமே மேலே தளும்பும் நுரை... அடியிலிருப்பது சுத்தமானது... அதற்கு மாசில்லை மறுவில்லை... அதற்கு இறப்பில்லை, பிறப்பில்லை... இப்ஸனின் கதாநாயகன் தந்தையின் நிழலில் பஸ்மமாகிப் போனமாதிரி தான் ஆகக் கூடாது. எந்த நிழலும்

தன்னைப் பாதிக்காது... இந்தப் பக்குவம் எப்பொழுது வரும்? காலம் கடந்துதான் வருமோ? கண்களில் தளும்பிய நீரைச் சுண்டி எடுத்தபடி அவள் தன் படிப்பில் கவனத்தைச் செலுத்தப் பார்த்தாள். சிறிது நேரத்தில் அதில் அவள் அமிழ்ந்து போனாள்.

ஜானகி பெண்ணை இடையில் இரண்டு மூன்று தடவை சாப்பிடக் கூப்பிட்டு விட்டுப் போனாள்.

"உன் கேசரி போய் பசையாய் உட்கார்ந்திருக்கு. பசிக்கல்லைம்மா, கொஞ்சம் இரேன்" என்று ஆனந்தி ஒரு குரல் கொடுத்த பிறகுதான் நகர்ந்தாள்.

கடைசியில் எல்லாரும் உட்கார்ந்து சாப்பிடுகையில் அப்பா சாப்பாடே உள்ளே இறங்காதவர் மாதிரிக் கொறிப்பதாகப்பட்டது.

"ஏம்ப்பா, சாப்பாடு இறங்கலையா?"

நழுவிப் போன நினைவை இழுக்கிற மாதிரி அவர் "உம்?" என்றார். "பசிக்கலை, லேட்டா காப்பி சாப்பிட்டதோ என்னவோ!"

பசியில்லாததைவிட வேறு ஏதோ காரணம் இருக்க வேண்டும் என்று அவள் நினைத்துக் கொண்டாள். மனத்தில் ஏதோ சுமையிருக்கிற மாதிரி. புதிதாக என்ன சுமை?

சாப்பிட்ட பிறகும் அவர் குறுக்கும் நெடுக்குமாக நடந்து கொண்டிருந்தது தெரிந்தது. ஆனந்தி அதை கவனிக்காதது போல் தன் அறைக்குச் சென்றாள்.

"ஆனந்தி!"

அவள் திடுக்கிட்டுத் திரும்பிப் பார்த்தாள்.

அவர் நிற்க முடியாதவராகக் கட்டிலில் உட்கார்ந்தார்.

"என்னப்பா?"

"படிக்கிறாயாம்மா?"

"என்னப்பா விஷயம்?"

"நாளைக்கு நீ லீவு எடுத்துக்கணும்மா."

"ஏம்பா?"

"நாளைக்கு உன்னுடைய கேஸ் ஹியரிங் இருக்கம்மா."

வெகு நாட்களாக எதிர்பார்த்த விஷயமானாலும் அவள் மனத்தில் திக்கென்றிருந்தது

அவள் தலையை குனிந்து கொண்டாள். மார்பு படபடத்துக் கொண்டு வந்தது. கண்களில் நீர் முட்டி நிற்கும்போல் இருந்தது. அவள் அதை உள்ளே விழுங்கிக் கொண்டு, "எப்பொழுதப்பா?" என்றாள்.

"பதினோரு மணின்னு லெட்டர் வந்திருக்கு. நாம் பத்தரை மணிக்கு அங்கே இருக்கணும். எத்தனை நாழியாகுமோ?"

அவள் சற்று நேரம் பேசாமல் இருந்தாள். பிறகு மெள்ளக் கேட்டாள்.

"வெளிப்பேர் எதிரெலெல்லாம் கேட்பார்களா அப்பா?"

"இல்லைம்மா. பயப்படாதே. வக்கீல் நமக்குத் தெரிந்தவர்தான். அவரிடம் சொல்லியிருக்கிறேன். நாலைந்து பேர்கள்தான் இருப்பார்கள். ஒரு தனி அறையிலேயே விசாரணை நடக்கும்."

அவள் குரலில் உயிரே இல்லாமல், "சரியப்பா" என்றாள்.

அவளது நிலையைக் கண்ட அவர் உருகிப் போனார். அவளது முதுகைத் தடவியபடியே அவர் சொன்னார்.

"ஆனந்தி! உனக்குக் கல்யாணம் நிச்சயம் பண்ணப்ப இப்படியெல்லாம் ஒரு நாள் நடக்கும்னு யாராவது நினைத்துப் பார்த்திருப்போமோ? லட்சக்கணக்கான பெண்கள் சாதாரணமா வாழ்க்கை நடத்தலையா? என் பெண்ணுக்கு யாரும் நிகரேயில்லைன்னு நான் நினைச்சதுண்டு. அதுக்குத்தான் எனக்குக் கொடுக்க வேண்டிய தண்டனையை ஆண்டவன் உனக்குக் கொடுத்துட்டான் போலிருக்கு. சில பேருக்கு முடிச்சு நன்னா அமையறது சில பேருக்குப் போடும் போதே கோளாறானதா, நைந்து போனதா இருக்கு. அதிர்ஷ்டம் இருந்தா

கோளாறை மாத்தலாம். சரி பண்ணலாம். பலமே இல்லாமே நைந்து போச்சுன்னா வேண்டாம்னு விட வேண்டியதுதான். எதையும் தாங்கற மனசை ஆண்டவன்தான் கொடுக்கணும் உனக்கு..."

ஆனந்தி மனத்தில் பொங்கிய துக்கத்தையெல்லாம் விழுங்கிக் கொண்டாள். சிரிக்க முயன்றாள்.

"அந்த மனசை உங்களுக்குத்தான் முதல்லே கொடுக்கணும். என்னைப் பார்க்க உங்களுக்குத்தான் பொறுக்கறதில்லைன்னு நினைக்கிறேன். நான்கூட மறந்து விடுவேன் போலிருக்கு. நீங்கள்தான் உடைந்துபோன மாதிரி இருக்கிறீர்கள்."

"பின்னே இருக்காதாம்மா? எங்களுக்கு ஒரே பொண்ணு நீ. வாழ்க்கை ஆரம்பமாகும் போதே அது கருகிப் போச்சுன்னா எங்கள் மனது எப்படித் துடிக்கும்னு உனக்குத் தெரியுமா? ஒரு அண்ணா தம்பிகூட உனக்கில்லையே அம்மா, எங்களுக்கப்புறம் உன்னைக் கவனிச்சுப்பான்னு சமாதானப்படுத்திக்கிறதுக்கு!"

ஆனந்தி மென்மையாகச் சிரித்தாள்.

"என்னை நானே கவனிச்சுப்பேன் அப்பா. சமயம்னு வரும்போது, வேறு வழியேயில்லை என்கிறபோது மனோபலம் தானாகவே வந்துவிடும். இல்லாவிட்டால் நான் அந்த நரகத்திலேந்து தப்பித்துக் கொண்டு வர முடிந்திருக்குமா?"

"ஆமாம்மா. அதை நினைச்சாத்தான் எனக்கு ஆச்சரியமாய் இருக்கு. ஏதோ சினிமாக் கதை பார்க்கிற மாதிரி. இதற்கெல்லாம் ஒரு தாத்பர்யம் இருக்குன்னு தோண்றது..."

"எனக்கு ஆயிசு கெட்டி என்பதைத் தவிர எனக்கு அதன் தாத்பர்யம் ஒண்ணும் தெரியவில்லை. ஏதாவது எதிர்காலம்னு ஒண்ணு இருந்தாத் தானேப்பா அதன் தாத்பர்யம் என்னன்னு பார்க்கணும்."

"ஆனந்தி மனசைக் குழப்பிக்காதே. இந்த மாதிரியெல்லாம் நீ பேசினால் எனக்குத்தான் ரொம்ப சங்கடமாக இருக்கு. டுமாரோ இஸ் அனதர் டே. இப்பொழுது தூங்கம்மா..."

அவள் வெகு நேரம் தூக்கம் வராமல் புரண்டபடி இருந்தாள். 'டுமாரோ இஸ் அனதர் டே...'

நாளை என்பதே ஒரு பிரச்னையாக இருக்கும்போது அது தன்னுள் என்ன நம்பிக்கைகளை அவளுக்காக வைத்திருக்கும்?

❖ ❖ ❖

7

அத்தியாயம்

“ஏன்டா நீ என்ன ஏகலைவனா, துருவனா?” பாட்டியின் குரல் பலக்கக் கேட்டது. ஸ்ரீதர் திடுக்கிட்டுப் போனாலும், சரளமாகப் பதில் சொன்னான்.

“யாருமில்லை, சாட்சாத் உன் பேரன் ஸ்ரீதர்தான். நன்னா கண்ணை முழிச்சுப் பாரு. கதாகாலட்சேபத்துக்குப் போக ஆரம்பிச்சாலும் ஆரம்பிச்சே, பகல்லேயே தூங்க ஆரம்பிச்சுட்டே.”

பாட்டி கலகலவென்று சிரித்தாள்.

“இந்த நையாண்டிக்கெல்லாம் ஒண்ணும் குறைச்சல் இல்லை. நானும் அரை மணியாக் கூப்பிட்டுண்டிருக்கேன். கையிலே புஸ்தகத்தை எடுத்துட்டா ஏதோ தியானத்திலே ஆழ்ந்த மாதிரி சுற்றுப்புறத்தையே மறந்துடறயே?”

“பேரன் ஐ.ஏ.எஸ். ஆபீசரா வரணும்னு ஆசைப்படறே? அதுக்குத் தகுந்த மாதிரி நான் படிக்க வேண்டாமா? ஏகலைவன் மாதிரி கவனம் செலுத்தினாத்தானே ஏதாவது மண்டையிலே ஏறும்?”

"ஏகலைவன் மாதிரி புத்தி இருக்கட்டும். தலையெழுத்து வேண்டாம்" என்று பாட்டி, தான் சொல்ல வந்ததைச் சொல்லாமல் மறந்து சென்றதை நினைத்து ஸ்ரீதர் சிரித்துக் கொண்டான்.

பாட்டி சொன்னது வாஸ்தவம் தான். ஏகலைவனைவிடப் பரிதாபமான பாத்திரம் இருக்க முடியாது என்று தோன்றிற்று. துரோணரே பயப்படும்படியாக அவனது திறமை சுயமாக வளர்ந்திருக்குமானால், அவன் எத்தனை கெட்டிக்காரனாக இருந்திருக்க வேண்டும்? அவனது திறமையைக் கண்டு ஆனந்தப்படாமல், அவனது கட்டை விரலை தான் ஏதும் போதிக்காமலே குருதட்சணையாகக் கேட்டாரே துரோணர், அவரது குரூரத்தைச் சொல்வதா, சுயநலத்தைச் சொல்வதா? துரோணாச்சாரியாரின் செய்கைகளுக்கு எத்தனை சமாதானங்கள், சால்ஜாப்புகள், காரணங்கள் சொன்னாலும் அவர் செய்தது அநியாயம் என்றே பட்டது. அவரது பாத்திரப் படைப்புக்கே அது ஒரு மாசு கற்பிப்பதாக இருந்தது. மனித பலவீனங்களுக்கு எப்பேர்ப்பட்ட ஞானிகள்கூட விலக்கில்லை என்றல்லவா ஆகிறது? தனது வஞ்சத்தை ஒரு க்ஷத்திரிய அரச குமாரன் மூலம்தான் தீர்த்துக்கொள்ள வேண்டும் என்கிற பிரதிக்ஞைக்கு அவன் குறுக்கே வரக் கூடாது என்று ஓர் உறுதி மொழி கேட்டிருந்தால்கூடப் போதுமே. ஏகலைவன் தன் வார்த்தையை மீறியிருக்க மாட்டானே... வாஸ்தவத்தில் துரோணரின் கதாபாத்திரத்தைவிட ஏகலைவனின் பாத்திரம்தான் மனதைக் கவர்ந்தது.

அரசியலில் புகுந்து விட்டால், ஞானிகளுக்குக்கூட வந்துவிடும் குரூரத் தன்மையைத்தான் அந்தக் கதை காட்டுவதாகத் தோன்றிற்று. ஆனால், அதற்கு சமாதானங்கள் வேண்டாமே? யதார்த்தமாக இருந்திருக்கலாமே? அசுவத்தாமனின் கதையும் அதேபோல்தான். கலியுகத்தின் அரசியல் சூழ்ச்சிகளெல்லாம் மகாபாரதத்திலேயே ஆரம்பித்துவிட்டது.

பாட்டி மறுபடி அந்தப் பக்கம் வந்தாள்.

ஸ்ரீதர் அவளைப் பார்த்துச் சிரித்தான்.

"உன் கண்பட்டு விட்டது பாட்டி. நீ பேசிவிட்டுப் போனாயா? இப்ப என் மனசு ஏகலைவனையும் அசுவத்தாமனையும் சுத்திண்டிருக்கு."

"அப்ப ரொம்ப சரி. எழுந்திரு. எனக்கும் ஒரு விஷயம் சுத்திண்டிருக்கு. கயத்திலேந்து நழுவிக் குடம் கிணற்றுக்குள்ளே சுத்திண்டிருக்கு. வந்து எடுத்துத்தறியா?"

"தரேன். இந்த கிணத்துக்கும் உனக்கும் ஏதோ ஒத்துக்கலைன்னு நினைக்கிறேன்" என்று சிரித்தபடி எழுந்தான்.

மழைக் காலமாதலால் தண்ணீர் சுமாராக மேலே இருந்தது.

"உள்ளே இறங்கி எடுத்துடட்டுமா?" என்று அவன் கேட்கையில் பாட்டி பதறிப் போனாள்.

"டில்லியில் வளர்ந்த மூளையைப் பார்" என்றாள். "கயிற்றை ஒரு சுறுக்குப் போட்டு குடத்தோட கழுத்துக்கு விழும்படியா வீசு. அப்புறமா அதை இறுக்கி மேலே இழு."

"ஏன் பாட்டி நான் விழுந்தாலும் என் கழுத்திலே சுறுக்கு மாட்டுவியா?"

"பேசற அழகைப் பாரு. காரியத்தைப் பாருடா, குடத்துலே தண்ணி போச்சுன்னா குடம் போயிடும். முன்னையானா நானே செய்வேன். இப்ப குனிஞ்சு பார்த்தா தலையைச் சுத்தறது."

குடம் கைக்கு அகப்படாமல், சுருக்கு விழாமல் நழுவி நழுவிப் போயிற்று. கடைசியில் தண்ணீரைக் குடித்துவிட்டு அடியில் போய்ச் சேர்ந்தது.

"நான் இப்ப குடத்துக்கு என்ன பண்ணுவேன்..." பாட்டி புலம்பினாள். "படிப்பை விட்டா வேறெதிலேயும் புத்தியில்லை இந்தப் பிள்ளைக்கு."

"கவலைப்படாதே பாட்டி! உன்னை மாதிரி கிணத்துலே சாமானைப் போடறவா நிறையப் பேர் இருக்கா. அதை

எடுக்கறதுக்குன்னே ஒரு ஆள் இங்கே அலைஞ்சுண்டிருக்கான். அவனை ஒரு நாள் கூப்பிட்டாப் போச்சு. ஆனால், அதுக்குள்ளே உன் குடத்தை யாராவது திருடிண்டு போயிட்டா என்ன பண்றது?"

"உன் மண்டையை ஒடைக்கிறது!" வார்த்தைகளில் இருந்த சிரிப்பு முகத்தில் இருக்கவில்லை.

"ஏன் பாட்டி உடம்பு சரியில்லையா?"

"நன்னாத்தான் இருக்கேன். லேசாத் தலையைச் சுத்தறது."

ஸ்ரீதருக்குக் கவலையாயிருந்தது.

"சாயங்காலம் டாக்டர்கிட்டே போகலாமா?"

"வேண்டாம்டா. சரியாகப் போயிடும். பித்தமோ என்னவோ?"

அவனுக்கு சமாதானமாகவில்லை. மாலையில் கண்டிப்பாய் அழைத்துக் கொண்டு போக வேண்டும் என்று தீர்மானித்துக் கொண்டான். தன்னால் பாவம் பாட்டிக்கு வேலை அதிகமாகப் போய்விட்டது என்று அவனுக்குத் தோன்றிற்று. ஆனால், அவனுக்கு இல்லாவிட்டாலும், வேறு யாருக்காவாவது அந்த உடம்பு அலுக்காமல், சலிக்காமல் உழைத்துக் கொண்டிருக்கும் என்று அவனுக்குத் தோன்றிற்று. ஆனால், தினுசு தினுசாக அவனுக்கு ருசியாக சமைத்துப் போடுவதும் புதுப்புது ஊறுகாய்களும், பட்சணங்களும் செய்வதிலும் துளியும் அலுப்பிருக்காதா அறுபத்தைந்து வயது உடம்புக்கு? வயதை நினைத்துப் பார்த்தால், அவனுக்கு ஆச்சரியமாக இருந்தது. அந்த மனத்தின் இளமை மாறவேயில்லை என்று தோன்றிற்று. என்ன அபூர்வமான ஹாஸ்ய ரசனை அந்த வயதிலும்! பாட்டிக்கு கோபம் வந்து அவன் பார்த்ததே இல்லை. இன்று தலை சுற்றல் என்கிறாள். எத்தனை நாட்களாக இருக்கிறதோ? தன்னிடம் சொல்லாமல் வைத்திருக்கிறாளோ? அவனுடைய கற்பனையில் பாட்டியின் தலை சுற்றல் மிகப் பயங்கரமான வியாதியாக உருவெடுத்தது. அவனுக்கு மேலே படிப்பே ஓடவில்லை. அவன் புத்தகத்தை மூடி வைத்துவிட்டு உள்ளே எட்டிப் பார்த்தான்.

பாட்டி பாகற்காயை நறுக்க உட்கார்ந்தாள். அவன் சடக்கென்று அருகில் போய் உட்கார்ந்து கொண்டு, காயை எடுத்து பழையபடி கூடையில் போட்டான்.

"என்னடா விளையாட்டு?" என்று அதட்டினாள் பாட்டி.

"வேண்டாம் பாட்டி! நீ ரெஸ்ட் எடுத்துக்கோ. இன்னிக்கு எனக்கு மோருஞ் சாதம் போதும்..."

"அட பிள்ளையே! எனக்கு இப்ப ஒண்ணும் இல்லைடா, வயசாகவில்லையா? சில சமயம் உடம்பு மக்கர் பண்ணத்தான் செய்யும் இதைப் போய் பெரிசு பண்ணிண்டு!"

"எனக்குப் பெரிசுதான். நீ இன்னிக்கு சமைச்சா நான் சாப்பிட மாட்டேன்."

பாட்டி சிறிது நேரம் மௌனமாகப் புன்னகைத்தபடி அவனைப் பார்த்தாள். "சரி, உன் இஷ்டம், இத்தனை பிரியமா நீ சொல்லும்போது நான் என் மதிப்பைக் காப்பாத்திக்க வேண்டாமா? அப்பளத்தைச் சுட்டுடறேன், சாத்தமதும் வத்தல் குழம்பும் இருக்கு..."

பாட்டிக்கு நிஜமாகவே உடம்பு முடியாததால்தான் அப்படிப் பணிந்து போனாள் என்று அவனுக்குத் தோன்றிற்று. இன்றைக்குக் கண்டிப்பாக டாக்டரிடம் போக வேண்டும் என்று தோன்றிற்று.

அவன் சாப்பிட்டுவிட்டுக் கல்லூரிக்குக் கிளம்புகையில் பத்து தடவை சொல்லி விட்டான்.

"இன்னிக்கு முழுக்க ரெஸ்ட் எடுத்துக்கோ."

சேகரைப் பார்த்ததுமே சொன்னான். "பாட்டிக்கு தலை சுத்தறதாம். இங்கே பக்கத்தில் யார் நல்ல டாக்டர்?"

"பக்கத்து தெருவிலே ராமதுரைன்னு ஒருத்தர் இருக்கார். அழைத்துக் கொண்டு போகலாம்" என்று சேகர் மேற்கொண்டு வேறு ஏதோ விஷயம் பேச ஆரம்பித்தபோது ஸ்ரீதருக்கு ரசிக்கவேயில்லை. உடனேயே சேகருக்கு எதிலும் ஆழ்ந்த

ஈடுபாடு இல்லை என்று தோன்றிற்று. மனித உறவிலோ மற்ற லட்சியங்களிலோ லயிப்பில்லை. தன்னைப் பற்றியும் தன்னைப் பாதிக்கும் விஷயத்திலும் மட்டும்தான் அக்கறை என்று தோன்றி, கொஞ்ச நேரத்துக்கு ஸ்ரீதருக்கு அவன் பேச்சைக் கேட்கும் ஆர்வமே இல்லாமல் போயிற்று.

இருவரும் கல்லூரி அடைந்ததுமே ஸ்ரீதருக்கு வீட்டு ஞாபகமும், பாட்டியின் உடம்பைப் பற்றின கவலையும் மறந்து போயிற்று.

எம்.ஏ. கிளாஸில் நுழைந்துவுடன் கண்கள் இயல்பாக ஆனந்தியைத் தேடின. அவள் தென்படாதது அவனுக்கு ஆச்சரியமாக இருந்தது. ஏன் வரவில்லை, என்ன உடம்பு என்று மனசு பரபரத்தது. இன்று விழித்த வேளையே நல்ல வேளை இல்லை என்று தோன்றிற்று.

அவனுக்குப் பாடம் நடத்தவே மனசில்லாமல் போய்விட்டது. எழுதுவதற்கு ஒரு கட்டுரையைக் கொடுத்துவிட்டு அவன் ஒரு புத்தகத்தை எடுத்து வைத்துக் கொண்டான். வரிகள் நெளி நெளியாய் ஓடிக் கொண்டிருந்தனவே தவிர மனத்தில் ஏதும் பதியவில்லை. ஏன் வரவில்லை? ஏதாவது உடம்பு சரியாக இல்லையா? நேற்று நன்றாகத் தானே இருந்தாள்? தன்னிடம் அவளுடைய அப்பா விஷயத்தைச் சொல்லி விட்டார் என்ற உணர்வினால் கலங்கியிருப்பாளோ? அவர் அப்படி அவனிடம் சொல்லி விடுவார் என்று அவனும் எதிர்பார்க்கவில்லை. சாண் போனால் என்ன முழம் போனால் என்ன என்ற தீர்மானத்துக்கு வந்த மாதிரி அவர் பேசியது அவனுக்கு கலக்கமாக இருந்தது.

'கல்யாணமாகியும் கன்னியாக எங்களுடன் கழிக்கும் நிர்ப்பந்தம்' என்றாரே, அது என்னவாக இருக்கும்? எப்படிப்பட்டவனாக இருந்தாலும் ஒத்துப்போகக் கூடிய நளினமானவளாகவல்லவா ஆனந்தியை பார்த்தால் தோன்றுகிறது. அவள் விலகி வருமளவுக்கு என்னவாக இருக்கும்? ஒருவேளை அவனுக்குச் சித்தபிரமையாக இருக்குமோ?

மணியோசை கேட்டதும் அவன் திடுக்கிட்டான். இவ்வளவு நேரம் ஒரு வரிகூடப் படிக்காமல் இது என்ன யோசனை? ஆனந்தியை பற்றி, ஒரு மணமான பெண்ணை பற்றி, இது என்ன யோசனை? அவன் மாணவர்கள் எழுதிய கட்டுரையை வாங்கிக் கொண்டு ஸ்டாஃப் ரூமுக்குக் கிளம்பினான். அடுத்த பீரியட் அவனுக்கு ஓய்வாக இருந்தது. வேறு எந்த லெக்சரரும் இல்லை. இப்பொழுதாவது படிக்க வேண்டும் என்கிற தீர்மானத்தோடு அவன் புத்தகத்தைப் பிரித்தான்.

"எக்ஸ்யூஸ் மீ சார்."

அவன் குரல் கேட்டு திரும்பினான்.

முதல் வருட எம்.ஏ. மாணவர்கள் நான்கு பேர் நின்றிருந்தார்கள். நவநாகரிக உதட்டில் புன்னகையுடன் கண்களில் எதிர்பார்ப்புடன்,

அவன் புருவத்தை உயர்த்தினான்.

"யெஸ்?"

"உங்களைக் கொஞ்சம் தொந்தரவு செய்யலாமா?"

அவன் சிரித்தபடியே பதில் கூறினான்.

"பாட விஷயமாக இருந்தால் தொந்தரவு செய்யலாம்."

ஒரு பெண் அகலமாகக் கண்களைத் திறந்தாள். புருவங்கள் வில்போல் உயர்ந்து வளைந்தன.

"என்ன அப்படிச் சொல்லிவிட்டீர்கள்? பாடத்தைத் தவிர வேறு எதற்கு வந்து தொந்தரவு கொடுப்போம் நாங்கள்?"

அவன் தோளைக் குலுக்கினான்.

"வகுப்பில் கேட்க மறந்து விட்டீர்களே என்று கேட்டேன்."

அவர்கள் ஒருவருக்கொருவர் பார்த்துக் கொண்டார்கள். நகத்தைக் கடித்தார்கள், சிரித்தார்கள்.

"ஓ! அந்த பாய்ஸ் எதிரில் கேட்டால் அப்புறம் கிண்டல் செய்து பிய்த்து விடுவார்கள் சார். அதனால்தான்."

அவன் நம்பவில்லை. அவர்கள் ஆண் பிள்ளைகளைக் கண்டு பயப்படுபவர்கள் மாதிரி இல்லை.

"ஓ.கே. சொல்லுங்கள். என்ன உங்களுடைய சந்தேகம் என்று."

அவர்கள் முன்பே அதைப் பற்றித் தீர்மானம் செய்தவர்களைப் போல் பேச ஆரம்பித்தார்கள்.

'டான்'னின் ஏதோ ஒரு கவிதையைச் சொன்னார்கள். அவன் சற்று நேரம் அதை விளக்கிவிட்டு அவர்களை ஆழம் பார்க்கிற மாதிரி எதிர் கேள்வி கேட்டான். அவனையே வைத்த கண் வாங்காமல் பார்த்துக் கொண்டிருந்தார்களே தவிர அவர்கள் மண்டையில் ஏதும் பதிந்ததாக தெரியவில்லை. டான்னின் கவிதைகளையே அவர்கள் படித்திராதது மாதிரி இருந்தது. அவர்கள் வந்த காரணம் அவனுக்குத் திடீரென்று புரிந்தபோது மனத்துக்குள் வேடிக்கையாக இருந்தாலும் ஆயாசமாகவும் இருந்தது.

அவன் புத்தகத்தை மூடி வைத்துவிட்டுச் சிரித்தபடியே சொன்னான்.

"அடுத்த தடவை உங்களுக்குச் சந்தேகம் தோன்றினால் அது உங்களுக்கு நிஜமான சந்தேகமாக இருக்கட்டும். கற்பனை சந்தேகங்களோடு வராதீர்கள். அதற்கு சிரத்தையாகப் படித்தால்தான் சந்தேகம் வரும்."

அவர்கள் திகைக்கவில்லை. ஒரு நமுட்டுச் சிரிப்புச் சிரித்துக் கொண்டார்கள்.

"தாங்க்யூ சார்" என்றாள் ஒருத்தி.

"இனிமேல் சிரத்தையாகப் படிக்கிறோம்" என்று சிரித்தாள் மற்றொருத்தி.

பொங்கி வந்த சிரிப்பை அடக்கிக் கொண்ட மாதிரி மற்ற இருவரும் நின்றார்கள்.

சிறகுகளை படபடத்துக் கொண்டு கிளம்பும் பறவைகள் மாதிரி, கஞ்சி போட்ட காட்டன் புடவை முடமுடக்க அவர்கள் ஒயிலாக வெளியே செல்கையில் ஸ்ரீதர் சிரித்துக் கொண்டான். என்ன தைரியம் இந்தப் பெண்களுக்கு! உண்மையில் படிப்பில் ஏதும் சிரத்தையில்லை இவர்களுக்கு; அவனைப் பார்க்கத்தான் வந்திருக்கிறார்கள்.

பெண்கள் இப்படி வலிய வந்து அவனுடன் சினேகிதம் செய்துகொள்ளப் பார்ப்பது அவனுக்குப் புதிய அனுபவம் இல்லை. டில்லிப் பெண்களுக்கு இல்லாத தைரியமா? ஒருத்தருக்கொருத்தர் பேசும் பொழுது ஆணாயிருந்தாலும் தொட்டுத் தொட்டுப் பேசுவதும் கையைப் பிடித்துக் கொண்டு தொங்குவதும் சகஜம்!

அந்த கர்னல் சோப்ராவின் பெண் ஆஷா அவனை எப்படியாவது வளைத்துக்கொள்ள எத்தனையோ முயன்றாள். அவளது ஆட்டத்துக்கும் பாட்டத்துக்கும் எப்படித் தப்பினோம் என்று இப்பொழுது நினைத்தால் ஆச்சரியமாக இருக்கிறது. உண்மையில் எல்லோருடனும் சகஜமாகப் பேசினாலும் யாரிடத்திலும் லயிப்பு வரவில்லை; எந்த முகமும் நினைவில் பதியவில்லை...

இப்பொழுதுதான் முதல் முறையாக - அவன் திடுக்கிட்டான்.

அவன் என்ன நினைக்கிறான்? இந்த மாதிரி சிந்தனைகளே அதர்மமான, நியாயத்துக்குப் புறம்பான சிந்தனைகளல்லவா? திருமணமாகி... ஏதோ துக்கத்தில் இருக்கும் ஒரு பெண்ணை நினைத்துக் கொண்டு உட்காரலாமா? பாட்டிக்குத் தெரிந்தால் என்ன நினைப்பாள்? விளையாட்டுப் பிள்ளையின் மனத்தில் கள்ளத்தனம் புகுந்து விட்டது என்று அறிந்தால் நம்புவாளா?

என்னதான் அறிவு தர்க்க நியாயங்களை ஆராய்ந்தாலும் மனசு ஆனந்தியைச் சுற்றி சுற்றி வந்தது. ஆஷாவிடம் இல்லாத ஒரு கம்பீரம் ஆனந்தியிடம் இருந்தது. குத்துவிளக்கின் அடக்கமான அழகு இருந்தது. அந்த அறிவின் தீட்சண்யம் கண்களில் எப்படி பளபளத்தது! நினைவில் நிற்காமல் போகுமா

அந்த முகம்? அவளை இன்று காணாததால் அவளுடைய நினைவு அதிகமாக வந்தது.

வீடு திரும்புகையில் சேகர் வழக்கம் போல் சளசளவென்று பேசிக் கொண்டு வந்தான். அவனிடம் ஸ்ரீதர் டாக்டரைப் பற்றி மறுபடி விசாரித்துக் கொண்டான்.

டிபன் காப்பி சாப்பிட்டதும், "பாட்டி சீக்கிரம் டிரஸ் பண்ணிக்கோ" என்றான்.

"எதுக்குடா? போட்டோ எடுக்கப் போறியா?"

"காமிராவே இல்லை. போட்டோவுக்கு எங்கே போறது? கிளம்பு டாக்டர்கிட்டே போகணும்."

"அய்யய்யோ! வேண்டாம்டா எனக்கொண்ணும் இல்லை..."

"பரவாயில்லை! அதை அந்த டாக்டரே சொல்லட்டும். நீ கிளம்பப் போறியா இல்லையா?"

பாட்டி முணுமுணுத்துக் கொண்டே கிளம்பினாள்.

வழி நெடுக, "இது அவசியமேயில்லை. நீ என்னவோ கூத்தடிக்கிறே" என்றாள்.

"சரி போயிட்டுப் போறது பாட்டி! எங்கேயோ வாக்கிங் வர்ற மாதிரி என்னோடு வா. சும்மா அந்த டாக்டர் சௌக்கியமான்னு கேட்டுட்டு வருவோம்" என்று சிரித்தான் ஸ்ரீதர்.

டாக்டர் பரிசோதனைகளில் இறங்கினார். இரத்த அழுத்தம் கொஞ்சம் அதிகமாக இருக்கிறது என்றார். ஏதோ மருந்தை எழுதிக் கொடுத்துவிட்டு, "உப்பு குறைத்துச் சாப்பிடுங்கள். முடிந்த அளவு ஓய்வெடுத்துக் கொள்ளுங்கள்" என்றார்.

"பாட்டிக்கு நாக்கை அடக்கத் தெரியாது. உடம்பையும் அடக்கத் தெரியாது."

"ஆமாம், நீதான் கண்டாய்" என்றாள் பாட்டி.

வீட்டுக்குத் திரும்புகையில் அவன் நீள உபதேசம் செய்தபடி நடந்தான்.

கிணற்றில் நீர் இழுக்கக் கூடாது. சமையல் தினுசு தினுசாகச் செய்ய வேண்டியதில்லை. தினமும் ஒரு மோர் சாதம் போறும்.

பாட்டி சிரித்துக் கொண்டே நடந்தாள். "இத்தனை வாய் கிழியறதே! 'நான் கல்யாணம் பண்ணிண்டு உனக்கு முழுக்க ஓய்வு கொடுக்கறேன்'னு சொல்லேண்டா?"

"அத்தனை சுலபத்தில் முடியற காரியமா அது?"

"நீ சரின்னு சொல்லு. வரிசையாப் பெண்களை நிறுத்தறேனா இல்லையா?"

"ஐயோ பாட்டி! வேண்டாம்... இப்ப என்னாலே முடியாது."

"ஏன் முடியாது?"

"பரிட்சை முடியட்டும் பார்க்கலாம்."

பாட்டி மௌனமாகிப் போனவள் போல் நடந்தாள்.

இந்திரா நகரில் மருந்துக் கடையில் பாட்டியின் மருந்து கிடைக்காததால் அடையாறுக்குப் போய் வாங்கி வரலாம் என்று பாட்டியை வீட்டில் கொண்டு போய் விட்டுவிட்டு அவன் பஸ் ஸ்டாண்டில் நின்றான்.

பஸ் ஸ்டாப்பில் இரண்டு மூன்று பேர் நின்று கொண்டிருந்தார்கள். ஏதோ சுவாரஸ்யமான பேச்சு.

"பூதலிங்கத்தின் பெண்ணுக்குக் கல்யாணம் நிச்சயமாயிருக்கு தெரியுமா?"

"அப்படியா, யார் பையன்?"

"யாரோ ஐ.ஏ.எஸ். கையில் பத்தாயிரம் கேக்கறாளாம். என்ன வரதட்சணை ஒழிப்புச் சட்டம் போங்கோ! இந்த மாதிரி கூசாமே கேட்டு வாங்கிக்கிறாளே, என்ன செய்யறது? நம்ம நாட்டிலே அதெல்லாம் ஒழியாது பொண்ணைப் பெத்தவா இருக்கிறவரை!"

"இத்தனை கையிலேயும் கொடுத்துட்டு அந்தப் பொண் சந்தோஷமா இருக்குமான்னு சந்தேகம்?"

"அட ஏன் ஓய் உம்ம வாயாலே அஸ்துங்கறீர்?"

"நான் பொதுவாகச் சொல்றேன். இன்னிக்கு ஒரு 'டைவோர்ஸ்' வழக்கு வந்தது பாருங்கோ கோர்ட்டிலே, மகா கண்ராவி. பொண்ணு என்னமா இருக்காள் தெரியுமா? மகாலட்சுமி மாதிரி. பெரிய இடத்துப் பெண். கையிலே ஏகமாகக் கொடுத்துத் தடபுடலாகக் கல்யாணம். இப்ப அது டைவோர்சுக்கு வந்திருக்கு!"

"அப்படியா யாராத்துப் பொண்ணு? என்ன காரணம்?"

அவர் அக்கம் பக்கம் பார்த்துவிட்டு மெல்லிய குரலில் ஏதோ சொல்லிக் கொண்டிருந்தார் வெகு நேரம்.

"அடப் பாவமே! இப்படிக்கூட மனுஷா இருப்பாளா?"

"மகா கண்றாவி சார். அந்தப் பொண்ணு வாய் திறந்து சொல்றதுக்குள்ளே திணறிப் போயிடுத்து பாவம்!"

இதையெல்லாம் கவனித்தும் கவனியாத மாதிரி நின்றிருந்த ஸ்ரீதருக்கு மார்பு படபடவென்று அடித்துக் கொண்டது, இனம் புரியாத கலக்கத்தில்.

❖❖❖

8

அத்தியாயம்

பக்கத்து வீட்டில் வைத்திருந்த ரேடியோ சிலோன் அந்தப் பெரிய காம்பவுண்டையும் தாண்டி வந்து துல்லியமாகக் கேட்டது. ஏதோ ஒரு டூயட் காதல் பாட்டு. எந்த சினிமாவில் எந்த நடிகனும் எந்த நடிகையும் மரத்தைச் சுற்றிச் சுற்றி ஓட்டம் பிடிக்கிறார்களோ என்று படுக்கையில் படுத்தபடி மோட்டு வளையத்தைப் பார்த்துக் கொண்டிருந்த ஆனந்தி நினைத்துக் கொண்டாள். சினிமாவைப் பொறுத்த வரையில், காதல் இன்னும் பல யுகங்களுக்கு மரத்தைச் சுற்றிக்கொண்டுதான் இருக்கும் என்று தோன்றிற்று. இந்த இயக்குநர்களுக்கு ஏன் இப்படிக் கற்பனை வளமே இல்லாமற் போய் விட்டது? இந்த விஷயத்தில் காதல் என்பதே இயற்கையான உணர்வு இல்லை, செயற்கையானதுதான் என்று நினைத்துக் கொண்டு இப்படிச் செயற்கையாகக் காட்சி எடுக்கிறார்களா? அவர்கள் உண்மையில் அந்த உணர்வை அநுபவிக்காததால் இப்படி வக்ரமாக எடுக்கத் தோன்றுகிறதா?

உண்மையில் காதல் என்பது என்ன? எல்லோர் வாழ்விலும் எல்லோருக்கும் கிடைக்கக் கூடிய ஒரு உணர்வா?

அது அப்படி மலிவானதில்லை என்று தோன்றிற்று. அது வெறும் அன்பு என்னும் பதத்தின் அர்த்தத்தைவிட ஒரு படி மேலானது. ஒரு ஆணுக்கும் பெண்ணுக்குமிடையே வெறும் உடற்கவர்ச்சிக்கும் அப்பாற்பட்டு சங்கமிக்கும் ஒரு அபூர்வமான அன்பு. இது எல்லோருக்கும் கிட்டாது... கல்ப கோடி காலம் தவம் கிடக்க வேண்டும், அத்தகைய அன்புக்கு.

கீதாஞ்சலிகூடக் காதல் கவிதைகள் தாம். ஆண்டவனுக்குச் செலுத்தும் அஞ்சலியாக இருந்தால் என்ன, காதலனுக்குச் செலுத்துவதாக இருந்தால் என்ன? தத்துவம் பாடும் ஓமர்கய்யாமின் கவிதைகளும் காதல் கவிதைகள்தான். கம்பன் பாடியதும் காதல் காவியம்தான். இந்த உணர்வுகளுக்கெல்லாம் அடிப்படை ஒன்றுதான்... தூய்மையான அன்பு... அது எத்தனை மனங்களில் மலரும்? அல்லது மலர வாய்ப்புக் கிட்டும்?

"ஆனந்தி!"

அம்மாவின் குரலைக் கேட்டு ஆனந்தி திடுக்கிட்டு எழுந்தாள். ஐந்தரை மணி ஆகிவிட்டது. எழுந்திருந்து முகத்தை அலம்பிக்கொள்ள வேண்டும். இன்று கோர்ட்டுக்குப் போய்விட்டு வந்தது எத்தனை அசதியாக இருக்கிறது என்று அவளுக்கு ஆச்சரியமாக இருந்தது. மனத்தின் உளைச்சல் உடம்பை எத்தனை பாதிக்கிறது என்று அவள் நினைத்துக் கொண்டாள்.

"ஆனந்தி!"

அம்மாவின் குரல் அறை வாயிலுக்கே வந்து விட்டது.

"என்னம்மா?"

"என்ன சாயரட்சை வேளையிலே படுக்கை? முகத்தை அலம்பி நெத்திக்கிட்டுண்டு வா. கலா வந்திருக்கா. நீ ஏன் இன்னிக்குக் காலேஜுக்கு வரலைன்னு..." என்றுவிட்டு, "உனக்கு உடம்பு சரியில்லை. தலை வலின்னேன்" என்றாள் மெல்லிய குரலில்.

ஆனந்தி ஒன்றும் பதில் சொல்லாமல் குளியலறைக்குச் சென்றாள். இன்னும் எத்தனை நாளைக்கு மூடி வைக்க முடியும்

என்று தெரியவில்லை. ஒரு நாளைக்கு எல்லோருக்கும் தெரிந்து விடாதா? அப்பொழுது அவளைக் கண்டு அனுதாபப்படுவார்களா? என்ன நடந்தது என்ன காரணம் என்று தைரியமாக யாராவது கேட்பார்களா? அவள் சொல்வதை நம்புவார்களா?

முகத்தில் பச்சைத் தண்ணீரை வாரித் தெளித்துக் கொள்கையில் மனச்சோர்வு கொஞ்சம் குறைகிற மாதிரி இருந்தது. முகத்தில் லேசாகப் பவுடரைத் தடவிப் பொட்டு வைத்துக் கொண்டதும், அந்த முகத்துக்குப் பின்னால் மனம் என்று ஒன்று உண்டு. அதில் பலவித பிரச்சினைகள் உண்டு என்று யாரும் அனுமானிக்க முடியாது என்று தோன்றிற்று. வேறு புடவையை மாற்றிக்கொண்டு முகத்தில் ஒரு புன்னகையைக்கூட வரவழைத்துக் கொண்டாள்.

கலா கூடத்தில் ஃபெமினாவை புரட்டியபடி உட்கார்ந்திருந்தாள்.

"ஹல்லோ!" என்றாள் ஆனந்தி.

"ஹல்லோ!" என்று சிரித்த கலா, "ஏய்! உன் அம்மா புலம்பினதைப் பார்த்தால் நீ படுத்த படுக்கையாயக் கிடக்கிறாய்னு நினைச்சேன். பார்த்தா நன்னாத்தானே இருக்கே" என்றாள்.

"அதுதான் என்கிட்டே விசேஷம். நூத்திரெண்டு டிகிரி ஜூரத்திலேகூட நான் இப்படித்தான் இருப்பேன்."

"டெபிலைஸ்ட் ஸான்ஃப்ரைஸ்ட் துணி மாதிரி ஷ்ரிங்க் ரெஸிஸ்டென்ட்டா நீ?"

ஆனந்தி கலகலவென்று சிரித்தாள்.

"நல்ல வேளை நீ வந்தே கலா, எனக்குப் போரடிச்சுப் போச்சு. படுத்துண்டு இன்னிக்கு."

"நீ வராமெ எங்களுக்கும் போரடிச்சுப் போச்சு. எங்களைவிட அந்த ஜேம்ஸ்பாண்டுக்கு மூடே போயிடுத்து, நீ வரலைன்னு!"

"டோன்ட் பி ஸில்லி" என்று சிரித்தாள் ஆனந்தி.

"நெஜமாத்தான், நீ வேறே எங்கேயாவது உட்கார்ந்திருக்கியான்னு துழாவிப் பார்த்தார்."

"ஏன் இருட்டாயிருந்ததா?"

"ஆமாம். வெளிச்சத்தைக் கொடுக்க நீ இல்லையே."

மறுபடியும் சிரித்தார்கள். பிறகு ரேகாவும், அவளது தோழிகளும் ஸ்ரீதரிடம் சந்தேகம் கேட்கப் போனதை கலா சொன்னதும் இருவரும் விழுந்து விழுந்து சிரித்தார்கள்.

"ஏன் நீ போகல்லையா அவர்களோடு?" என்று கேட்டாள் ஆனந்தி.

"தூ! அவர்களோடு போனால் என் பெயர்தான் கெட்டுப் போகும். ஆண் என்றால் ஆளாய்ப் பறக்கும் ஜென்மங்கள். அதுகளோட யாராவது சேருவார்களா?"

அவளுடைய ஆத்திரம் ஆனந்திக்கு வேடிக்கையாக இருந்தது.

"ஏதோ வேடிக்கை அவர்களுக்கு. இதெல்லாம் ஒரு ஸீரியஸ் விஷயமாக எடுத்துக்கொள்ளக் கூடாது."

"ஸீரியஸ்ஸா? இதைத் தவிர ஒரு விஷயம் பேச மாட்டார்கள். அவன் இப்படி, இவன் அப்படி, ஸெக்ஸ், இதுதான் பேச்சு. தப்பித் தவறிக்கூடப் படிப்பைப் பத்திப் பேச மாட்டார்கள். எல்லாத்துக்கும் பணத் திமிர் வேறே."

"போயிட்டுப் போறது விடு. நம்மை அவர்களோட நடத்தை எப்படியும் பாதிக்காது."

"ஏன் பாதிக்காது? இந்த மாதிரி நாலு பெண்கள் இருந்தால் பொதுவாகவே இந்தக் காலத்துப் பெண்களுக்குக் கெட்ட பெயர் வந்து விடுகிறது. 'ஓ அந்தக் காலேஜில் படிக்கிறாயா? அந்தக் காலேஜ் பெண்களே பேர் போனவர்கள்' என்று ஒரு பொதுவான அபிப்பிராயம் உருவாயிடுறது."

“சொன்னால் சொல்லட்டுமே... தெரியாதவர்கள்தான் அப்படிச் சொல்லுவார்கள். கொஞ்சம் பழகினவுடன் உண்மைக் குணம் தெரியாதா?”

“என்னவோ தெரிந்தால் சரி...” என்றாள் கலா.

அவள் மண்டைக்குள் ஏதோ விஷயம் இன்று குடைகிறது என்று நினைத்துக் கொண்டாள் ஆனந்தி.

அம்மா அதற்குள் காபியும் டிபனும் கொண்டு வந்துவிட்டாள்.

டிபன் சாப்பிட்டு முடிந்ததும், “கொஞ்சம் நடந்துவிட்டு வரலாம் வாயேன், முடியுமா உன்னால?” என்று கலா கேட்டதும்,

“ஓ எஸ். முடியாம என்ன? இப்போ தலைவலி தேவலே” என்றபடி ஆனந்தி டிபன் பாத்திரங்களை உள்ளே கொண்டு வைத்துவிட்டு அம்மாவிடமும் சொல்லிக் கொண்டு கிளம்பினாள்.

வீட்டுக்குள் இருந்த புழுக்கத்துக்கு நேர் எதிரிடையாக இருந்தது வெளியில். சிலுசிலுவென்று காற்றடித்தது. பட்சிகளின் ஆரவாரம் ரம்யமாக இருந்தது.

“இந்த மெட்ராசுக்கு இணை மெட்ராஸ்தான். வேறு எங்கேயாவது போய் இருக்கணும்னு நினைச்சாலே மனசுக்குப் பிடிக்கலை” என்றாள் கலா.

“அது என்ன அப்படிச் சொல்கிற? இங்கேயிருக்கிற வம்பு எங்கேயும் இருக்காதுன்னு எனக்குத் தோண்றது. இந்த உஷ்ணத்தையும் வியர்வையையும் நினைச்சால் வேறே எங்கேயாவது மலைப் பிரதேசத்திலே நிரந்தரமா இருக்கமாட்டமான்னு இருக்கு.”

“வம்பு எங்கேதான் இல்லை? மனுஷா இருக்கிற இடத்திலேயெல்லாம் பேச்சு இருக்கத்தான் இருக்கும். எனக்கு வேர் இங்கேதான் இருக்குன்னு தோணறது.”

“இன்னிக்கு என்னமோ விஷயம் உன் மனசைக் குடையற மாதிரி இருக்கு. என்ன சமாசாரம்?” என்றாள் ஆனந்தி.

"எனக்குக் கல்யாணம் நிச்சயம் ஆகும்போல இருக்கு ஆனந்தி."

"வெரிகுட்" என்றாள் ஆனந்தி. "இந்த குட் நியூஸை நீ ஏன் இவ்வளவு தயங்கிண்டு சொல்றே?"

"ஏன்னா நான் இன்னும் ஒரு முடிவுக்கும் வரவில்லை" என்ற கலா சற்றுப் பொறுத்து,

"கல்யாணம்கிறது ஒரு சுபகாரியம் என்று நாம் நினைக்கிறோம். அந்தப் பொண்ணைப் பொறுத்தவரை அது நல்லதா இருக்குமா கெடுதலா இருக்குமான்னு எப்படிச் சொல்ல முடியும்?" என்றாள்.

ஆனந்திக்கு 'சுருக்'கென்றது. தன்னை மனத்தில் வைத்துத்தான் இப்படிப் பேசுகிறாளா?

"நல்லதாயிருக்கும்னு நினைச்சுச் செயல்பட வேண்டியதுதான் அதற்குமேல் அவரவர்களுடைய அதிர்ஷ்டம்."

சொல்லும்போதே நெஞ்சை வலித்தது. காலையிலிருந்து அதற்கு ரண வலி. இன்னும் எவ்வளவு நேரத்திற்கு? அது ஆற முடியாதது. பச்சை ரணமாகவே இருக்க வேண்டியது.

"எதுக்கு அவசரப்பட்டு அவ்வளவு பெரிய ரிஸ்க் எடுக்கணும்னு தோணறது ஆனந்தி."

"ஏன் உனக்கு இந்த சம்பந்தத்திலே பூரண சம்மதம் இல்லையா?"

"என்ன சொல்றதுன்னு எனக்கே புரியவில்லை ஆனந்தி. பிள்ளை நன்னாயிருக்கான். நல்ல வேலையிலே இருக்கான். இதைவிட நல்ல வரன் கிடைக்காதுன்னு அம்மா அப்பாவுடைய அபிப்பிராயம். இருந்தும் எனக்கு என்னவோ மனசிலே ஒரு நெருடல். ஏன்னு தெரியவில்லை. நான்தான் குடும்பத்துக்கு மூத்தவள். கையிலே ஒண்ணும் வேண்டாம், கல்யாணத்தை நன்றாகச் செய்யுங்கோன்னு பிள்ளை வீட்டுக்காரா சொன்னாலும் அதை நன்றாய் செய்யணும் என்பதற்கு என்ன அர்த்தம் தெரியுமா குறைஞ்சது பதினைஞ்சாயிரத்தைக் கழட்டணும்.

நகைக்கு லிஸ்ட், புடவைக்கு லிஸ்ட், பாத்திரங்களுக்கு லிஸ்ட், எனக்கப்புறம் மூணு தங்கைகள். அவா கதி என்ன? தம்பிகள் எல்லாம் இன்னும் ஸ்கூல்லே படிக்கறவா. இதெல்லாம் நினைச்சா படிப்பைப் பாதியிலே நிறுத்தி வருங்காலம் எப்படியிருக்கும்னு நிச்சயமாகத் தெரியாத ஒரு விஷயத்துக்கு இத்தனை பணம் விரயம் செஞ்சு ரிஸ்க் எடுத்துக்கணுமான்னு ஒரே யோசனையாக இருக்கு."

"நீ எப்பப் பண்ணிண்டாலும் அந்த ரிஸ்க் இருக்கும் கலா. கல்யாணங்கறது ஒரு லாட்டரி மாதிரி. உன் அதிர்ஷ்டப்படிதான் கிடைக்கும்."

"நீயும் பத்தாம் பசலி மாதிரி பேசாதே ஆனந்தி. நம்ம சமூகத்திலே இருக்கிற பழக்க வழக்கங்கள் மாறணும். இது என்ன வியாபார சமாச்சாரமாப் போய்விட்டது. அம்மாக்காரி லிஸ்ட் கொடுக்கிறாளே அதை எதிர்க்க அந்தப் பிள்ளைக்குப் புத்தி வேண்டாம்? கண்ணியம் வேண்டாம்? இவர்களெல்லாம் ஆண் பிள்ளைகளான்னு எனக்கு ஆத்திரம் வரது. மனிதாபிமான உணர்வுன்னு ஒண்ணு இருந்தா நம்ப கல்யாணங்கள் வேறுவிதமா இருக்கும்."

"இந்தக் காலேஜிலே என் பெண் படிக்கிறாள்னு எங்கப்பா சொன்னவுடனே 'ஓ அந்தக் காலேஜிலா, அங்கே படிக்கிற பெண்களே ரொம்பப் போல்ட் டைப்புன்னு பேரு' என்கிறான். அந்தப் பிள்ளை. எனக்கு என்ன ஆத்திரம் வந்தது தெரியுமா? இந்த மாதிரி ஒரு குறுகிய பார்வையோட இருக்கிறவனோட நான் வாழ்நாளைக் கழிக்கணும்னாலே பயங்கரமாக இருக்கு."

"அவர் ஏதோ வேடிக்கை பண்றதா நினைச்சுண்டு அப்படிப் பேசியிருக்கலாம்" என்றாள் ஆனந்தி.

"இதெல்லாம் ஒரு வேடிக்கையா?" என அலுத்துக் கொண்டாள் கலா. "எனக்கென்னவோ அத்தனை சம்மதமாப் படல்லை இந்த இடம்."

"பின்னே உன் எண்ணத்தை அப்பா அம்மாகிட்டே சொல்லிடேன்!"

"அது அவ்வளவு சுலபமில்லை ஆனந்தி. சமயம்னு வரும்போது எல்லோரும் யதார்த்தவாதிகள். வெளிப் பார்வைக்குத் தெரியற விஷயங்கள் மட்டும் திருப்திகரமா இருந்தால் போறும்னு நினைக்கிறவா. இதைவிட உசத்தியா உனக்குக் கிடைத்து விடுமோன்னு கேட்கிறவா. மனத்தின் நெருடல்களையெல்லாம், உறுத்தல்களையெல்லாம், சம்சயங்களையெல்லாம் புரிந்துகொள்ள முடியாதவா. ஏதாவது சொன்னியோ படிக்க வெச்ச கோளாறுன்னு முடிவு கட்டிடறவா."

அவளது ஆத்திரம் ஆனந்திக்கு ஆச்சரியமாக இருந்தது. அவள் எவ்வளவு தீவிரமாக அதனால் பாதிக்கப்பட்டிருக்கிறாள் என்று தெரிந்தது.

"கலா, உனக்கு சம்மதமில்லையானால் இந்தக் கல்யாணத்துக்கு ஒப்புத்துக்கொள்ளாதே. ஆஃப்டர் ஆல் இது உன் வாழ்க்கை சம்பந்தப்பட்ட விஷயம். உன் மனசிலிருப்பதை சொல்லேன். யாரும் புரிந்துகொள்ளாமல் இருக்க மாட்டார்கள்."

"எனக்கு இந்த நிச்சயம் பண்ற கல்யாணத்திலே விருப்பமில்லை ஆனந்தி. என்னை எனக்காகக் கல்யாணம் பண்ணிக்கிறவனா வரணும். எனக்கு வருபவன் என்னைப் புரிஞ்சுண்டு தோழமை கொடுக்கிறவன்."

"அதெல்லாம் கதைகள்ளே தான் வரும் கலா."

"வாழ்க்கையிலேயே ஏன் முடியாது ஆனந்தி?"

ஆனந்திக்குப் பதில் சொல்ல முடியவில்லை. துக்கம் அடி வயிற்றிலிருந்து சுருட்டிக்கொண்டு வந்தது. கண்களில் நீர் தளும்பிற்று.

கலா அவளுடைய கையைப் பிடித்துக் கொண்டாள்.

"ஸாரி ஆனந்தி! உன்னுடைய நிலைமை தெரிந்தும் நான் இந்த 'டாபிக்' எடுத்தது முட்டாள் தனம். ஸாரி."

ஆனந்தி சிரிக்க முயன்றாள்.

"என்னுடைய நிலைமை என்ன என்று தெரியுமா?"

கலா தயங்கினாள். "உன் மணவாழ்க்கை சந்தோஷமாயில்லை என்று தெரியும். நீ கணவரிடமிருந்து டைவோர்ஸ் கேட்டிருக்கிறாய் என்று தெரியும்."

"எதனால் இந்த முடிவுக்கு வர வேண்டியிருந்தது என்று எப்படிச் சொல்வேன் கலா. நினைச்சே பார்க்க முடியாத ஒரு பயங்கர வாழ்க்கையை நான் மூன்று வருஷங்கள் வாழ்ந்திருக்கிறேன். நான் திறந்த மனத்துடன் கல்யாணத்திற்குச் சம்மதிச்சேன் கலா. எந்த வகையான வாழ்க்கைக்கும் நான் சித்தமாயிருந்தேன். ஆனால், நான் அனுபவித்தது அதற்கு முன் கேட்டறியாத பயங்கரங்கள். என்னைக் கடைசியில் பிறந்த வீட்டுக்குத் துரத்தி விட்டது. இதெல்லாம் நினைத்து எனக்கு எதிலுமே இப்பொழுது நம்பிக்கை போய் விட்டது. எப்படியும் நடப்பது நடந்தே தீரும் என்றால் தெய்வத்தின் துணை எதற்கு என்றுகூடத் தோன்றுகிறது. அந்தத் தெய்வம் என்னைக் குரூரமாய் வஞ்சித்துவிட்ட மாதிரி இருக்கு. இதற்கெல்லாம் என்ன அர்த்தம்னு எனக்குப் புரியல்லே..."

தெருவில் நடக்கிறோம் என்கிற உணர்வோடு அவள் கஷ்டப்பட்டுக் கண்ணீரை அடக்கிக் கொண்டாள்.

கலா பேசாமல் அவள் கையைப் பிடித்தபடி நடந்தாள்.

"நான் என்னுடைய அனுபவங்களைச் சொன்னால் நீ இப்போதிருக்கும் உன் மனநிலையில் பயந்து விடுவாய். என்னுடையது மாதிரி லட்சத்தில் ஒரு கேஸ்தான் இருக்கும். பயப்படாதே, ஆனால், உனக்குப் பரிபூர்ணமாய் சம்மதமில்லாமல் ஒரு கல்யாணத்துக்கு சம்மதிக்காதே!"

"நானும் அப்படித்தான் நினைக்கிறேன் ஆனந்தி. எம்.ஏ.வை முடித்துக் கொஞ்ச நாள் உத்தியோகம் பார்ப்பேன். அதற்கு

அப்புறமா மனசுக்குப் பிடிச்சவனாக் கிடைச்சா கல்யாணம் பண்ணிப்பேன்."

"கிடைக்கல்லேன்னா"

"காத்திருப்பேன்."

இருட்ட ஆரம்பித்ததை உணர்ந்து கலா, "நான் வரேன் ஆனந்தி. நாளைக்கு வருவாயில்லையா காலேஜுக்கு?" என்றாள்.

"ஓ எஸ். கண்டிப்பாக." என்றாள் ஆனந்தி.

"பஸ்ஸிலே போறியா?"

"இல்லை. நடந்தே போயிடறேன். வெளிச்சம் இருக்கே?" என்றபடி கலா திரும்பினாள்.

வீட்டுக்குத் திரும்புகையில் இன்று முழுவதும் எதைப் பற்றி நினைக்கக் கூடாது என்று நினைத்தாளோ அதே நினைவாகப் போய்விட்டது என்று ஆனந்தி நினைத்துக் கொண்டாள்.

வீட்டுக்குப் போய்ச் சேர்ந்தபோது வாசலில் சித்தியின் கார் நிற்பது தெரிந்தது. கோர்ட்டில் என்ன ஆயிற்று என்று விசாரிக்க வந்திருப்பாள் என்று நினைத்துக் கொண்டு ஒரு பெருமூச்சு விட்டுக்கொண்டாள் ஆனந்தி. இன்று படுக்கப் போகும் வரை இதே பேச்சாகத்தான் இருக்கப் போகிறது... இதிலிருந்து தப்பிக்கப் போவது எப்போது?

அவள் உள்ளே நுழைந்தபோது அம்மா கண்ணைக் கசக்கிக் கொண்டிருந்தாள்.

"என்னவோ அந்தப் பொண்ணு தலையிலே இப்படி எழுதி வைச்சுட்டானே ஆண்டவன். இது ஆறற துக்கமாயில்லேடி எனக்கு."

அவள் நுழைவதைக் கண்டதும் அம்மா டக்கென்று பேச்சை நிறுத்தினாள். அவளைக் கண்டதுமே ஏன் அம்மா இப்படித் தன் உணர்ச்சிகளைக் காட்டவே பயப்படுகிறாள் என்று அவளுக்குப்

புரியவில்லை. அம்மாவைக் கண்டு அவளுக்குப் பரிதாபமாக இருந்தது.

"சித்தி உங்க உடம்பு இப்ப தேவலையா?" என்றாள் ஆனந்தி.

"தேவலைம்மா, வா இப்படி உக்கார்." சித்திக்கு அம்மாவின் தயக்கம் ஏதும் இல்லை. அம்மா கேட்கத் தயங்கின கேள்வியை டக்கென்று கேட்டாள்.

"ஏம்மா, இன்னிக்குக் கோர்ட் கேஸாமே? எப்படியிருந்தது?" என்றாள்.

ஆனந்தி சிரிக்க முயன்றாள். அம்மா முகத்தைக் குனிந்து கொண்டாள். அப்பா பேப்பரை எடுத்து வைத்துக் கொண்டார்.

"எப்படியிருக்கும் சித்தி? அவர்கள் கேட்க வேண்டிய கேள்விகளைக் கேட்டார்கள். நான் சொல்ல வேண்டிய பதிலைச் சொன்னேன்."

சித்தி அவளைத் தீர்க்கமாகப் பார்த்தாள்.

"அவா என்ன கேட்டாலும் நீ உண்மையைத் தெளிவா தைரியமாச் சொல்லு. இந்தக் கேஸ் ஜெயிக்கிறதிலேதான் உன் எதிர்காலமே இருக்கு."

ஆனந்தி மறுபடி சிரித்தாள்.

"எதிர்காலம்னு வேறே ஒண்ணு இருக்கா சித்தி?"

அம்மா தலைப்பால் வாயை மூடிக்கொண்டு விசும்பினாள். சித்திக்குக் கண்களில் நீர் துளிர்த்தது.

"அப்படிச் சொல்லாதேம்மா. டைவோர்ஸ்னு ஆயிடுத்தானா ஒரு பாரம் குறைஞ்ச மாதிரி. தைரியமா வளைய வரலாமோல்லியோ?"

"புதிசா ஒரு தைரியமும் வராது. நான் எப்படி நின்னாலும் நம்ம சமூகத்திலே கோணலாத்தான் தெரிவேன். பந்தம் போச்சுன்னு வேணா ஒரு நிம்மதி இருக்கும். இனிமே அவா என்ன செய்ய முடியும்னு ஒரு சமாதானம் இருக்கும்."

“அதைத்தான் நான் சொல்ல வரேன். அந்த நிம்மதிகூட உனக்கிருக்கக் கூடாதுன்னு அவா பார்க்கிறா. அவனோட தங்கை எங்காத்துத் தெருவிலே குடி வந்திருக்கா. அண்ணன்கிட்டே ஒரு குறையும் இல்லை. ‘அது என்னமா நாங்க டைவோர்சுக்கு ஒப்புத்துப்போம்’னு வீடு வீடாப் போய் சொல்ல ஆரம்பிச்சிருக்கா.”

“அவ சொன்னா சொல்லட்டும்” என்றார் அப்பா கோபமாக. “அவ சொன்னா ஆயிடுமா? கோர்ட்டுலே அவ பேச்சைத்தான் கேக்கப் போறாளோ? நீங்கள் எல்லாம் ஏன் இப்படிக் குழம்பிண்டு ஆனந்தியையும் குழப்பறேள்?”

“என்னவோ அவா அப்படிப் பேசறதைப் பார்த்தா பயமாயிருக்கு அத்திம்பேர்... வக்கீல்கிட்ட நன்னா கன்ஸல்ட் பண்ணி எப்படி எப்படி வாக்குக் கொடுத்தா சாதகமா இருக்கும்னு பாருங்கோ.”

“உண்மையை மறைக்காம உள்ளது உள்ளபடி சொன்னாலே நமக்கு போறும்னு சொல்றார் வக்கீல்.”

“இன்னும் என்னென்ன சோதனைகள் செய்யப் போறாளோ அம்பாள்” அம்மா மறுபடி கண்களைக் கசக்கினாள்.

“நீ உள்ளே போம்மா ஆனந்தி” என்றார் அப்பா.

ஆனந்தி நல்லதாகப் போயிற்று என்று தன்னறைக்குக் கிளம்பினாள்.

“ஏற்கனவே இன்னிக்கு அவளுக்கு ஏகமாக ஸ்ட்ரெயின் ஆகியிருக்கு. நீங்க ரெண்டு பேரும் வேறே என்ன இரட்டை நாயனம் வாசிக்கறேள்?” என்று அப்பா அவர்களைக் கோபிப்பது அவளுக்குக் கேட்டது.

அவளுக்கு உண்மையில் மிக மிக ஆயாசமாக இருந்தது. இன்றைக்குச் சாப்பாடே வேண்டாம் போல் இருந்தது. விளக்கை அணைத்துவிட்டுப் படுத்துக் கொண்டாள்.

சற்று நேரத்தில் சித்தி புறப்படுவது கார் ஓசையிலிருந்து தெரிந்தது.

❖❖❖

9

அத்தியாயம்

இரவு முழுவதும் பெய்த மழையில் வானம் விடிந்தும் விடியாத மாதிரி இருந்தது. லேசாகத் தூறிக்கொண்டு இருந்தது. இரவு முழுவதும் சரியாகத் தூங்காத காரணத்தால் ஆனந்திக்கு இன்னும் தூக்கமும் விழிப்புமாக இருந்தது. அப்பாவின் விஷ்ணு சஹஸ்ரநாமமோ, அம்மாவின் சமையலறைச் சத்தமோ எதுவும் கேட்கவில்லை.

இந்தப் பெண்ணுக்கு எப்பொழுதுதான் விடியுமோ என்று அம்மா அழுகிற மாதிரி இருந்தது. எனக்கு விடிவே இல்லை. ஆரம்பத்திலேயே அஸ்தமனம்தான் என்று சொல்ல வேண்டும்போல் இருந்தது. குரலே எழும்பவில்லை.

"விடிஞ்சு ரொம்ப நேரமாச்சே. இன்னிக்கும் காலேஜுக்குப் போக வேண்டாமா?"

"போகணும்"

"நீ வராவிட்டால் ஜேம்ஸ்பாண்டுக்கு மூடு போயிடுமே?"

"டோன்ட் பி ஸில்லி!"

"ஆனந்தி!"

ஆனந்தி வாரிச் சுருட்டிக் கொண்டு எழுந்தாள். கடிகாரம் ஏழு மணியைக் காட்டிற்று. ஓகோ எவ்வளவு நேரமாகி விட்டது?

"ஏம்மா எழுப்பக் கூடாதா?"

"நன்னாயிருக்கு! எத்தனை நேரமா எழுப்பறேன். வரேன் வரேன்னு தூங்கிண்டேயிருக்கே. சரிதான் அசதியாயிருக்கு போலருக்குன்னு நான் பேசாமே இருந்தேன்."

அவள் பதில் பேசாமல் பல் துலக்கச் சென்றாள். தாமதமாக எழுந்தது ஏதோ பெரிய குற்றம் செய்த மாதிரி இருந்தது. கொல்லையில் அம்புஜம் தனக்குப் பதிலாக வைத்துவிட்டுப் போன செல்லம்மா பாத்திரம் தேய்த்துக் கொண்டிருந்தாள். கீரைக்காரி சில்லறைக்காகக் காத்திருந்தாள். இடைக்கதவு வழியாகக் கான்வென்ட் செல்லும் பெண்கள் சீருடையில் கிண்கிணிச் சிரிப்புடன் செல்வது தெரிந்தது.

எத்தனை நேரமாகி விட்டது!

பாத்ரூமில் பல் துலக்கிவிட்டு முகத்தைக் கழுவிக் கண்ணாடியில் பார்த்துக்கொள்ளும் போது துடைத்துவிட்ட மாதிரி இருந்த சிவந்த முகத்தில் கண்களின் கீழே புதிதாக ஒரு கருவட்டம் தோன்றியிருந்தது. ஒரே நாளில் நான்கு வயது கூடிவிட்ட மாதிரி ஒரு பிரமை ஏற்பட்டது. இந்த முகத்தை வைத்துக் கொண்டு காலேஜுக்குப் போனால் ஸ்ரீதர் என்ன நினைத்துக் கொள்வார்? அவருடைய பரிதாபம் தெறிக்கும் பார்வையில் இன்னும் ஆழமாகிப் போகுமோ? அதைத் தாங்கத் தனக்குச் சக்தி இருக்குமோ? ஸ்ரீதர் தன்னைப் பற்றி என்ன நினைத்தால் தனக்கென்ன என்று அடுத்த நிமிஷம் தோன்றிற்று. கலா நேற்று சொன்னது நினைவுக்கு வந்ததும் அவளையறியாமல் அவள் இதழ்களில் ஒரு புன்னகை அரும்பிற்று.

"நீ வராமல் ஜேம்ஸ்பாண்டின் மூடே போய் விட்டது" என்றாளே அந்தக் குறும்புக்காரி. தன்னுடைய நிலையில்

அத்தகைய பரிகாசம் ஏன் கோபத்தை உண்டு பண்ணவில்லை? இந்த மாதிரியெல்லாம் கேலிப் பேச்சுக்கு இனிமேல் அவளது வாழ்க்கையில் எங்கே இடம்?

அவளுக்காக டைனிங் டேபிள் மேல் காஃபி தயாராக இருந்தது. அவசரமாக அதை ஒரு மடக்கு விழுங்கிவிட்டுக் குளிப்பதற்கு ஓடினாள். ஷவரைத் திருப்பி மேலே குளிர்ந்த நீர் விழுகையில் அசம்பாவிதமான கலாவின் வார்த்தைகளே மனத்தில் ரீங்காரமிட்டன. நேற்றிருந்த மனச் சோர்வு இன்று இல்லை. தண்ணீர்த் திவலைகள் நின்றன. அந்த நிசப்தத்தில் அப்பாவின் விஷ்ணு ஸஹஸ்ரநாமம் கீதையின் சுலோகத்துடன் முடிவது கணீரென்று ஒலித்தது.

"அனன்யாஸ் சிந்தயந்தோமாம்
தேஜனாபர் யுபாஸதே
தேஷாம் நித்தியாபியுக்தானாம்
யோகக்ஷேமம் வஹாம்யஹம்."

ஆனந்தி உடையை மாட்டிக்கொண்டே யோசித்தாள். எந்தச் சிந்தையையும் மனத்தில் வைத்துக் கொள்ளாமல் அவன் மேல் எல்லாப் பாரத்தையும் போட்டு சரணடைந்து விட்டால் க்ஷேமம் தன்னைப்போல் வந்து விடுமா? இது ஃபெய்த் ஹீலிங்கா, இல்லை ஸைக்கோ தெரபியா? நம்ம தத்துவப் புத்தகங்களை, சுலோகங்களை எழுதியவர்கள், மனோதத்துவ நிபுணர்களாக இருந்திருக்க வேண்டும். என்னையே நம்பு, என்னையே சரணடை என்பதெல்லாம் ஒரு ஸெல்ஃப் ஹிப்னாடிஸம் மாதிரி அவளுக்குப்பட்டது. அது மூட பக்தியானாலும், ஆன்மீக சிந்தனையால் ஏற்பட்ட ஒன்றானாலும் முடிவு ஒன்றுதான் என்று தோன்றிற்று. மனம் தனக்குத்தானே ஒரு சமாதானத்தை ஏற்படுத்திக் கொள்கிறது. விரக்தியினாலோ அல்லது நிஜமான மனப்பக்குவத்தாலோ அல்லது கண்மூடித்தனமான நம்பிக்கையினாலோ ஒரு சமாதானம்.

சமாதானம்... அதுவே சிந்தையின் தேக்கமல்லவா? அல்லது தேக்கத்தின் அறிகுறி அல்லவா? ஆனால், சிந்தனையைக் கூர்மையாக்கிச் சாதிக்கப் போவதும்தான் என்ன? அதற்கு, 'எல்லாம் அவன் செயல்' என்று சமாதானமாகிப் போவது மேலல்லவா? நேற்று இரவு முழுவதும் சிந்தித்ததால் என்ன சாதிக்க முடிந்தது? தூக்கம் கெட்டது. காலையில் வழக்கமில்லாத வழக்கமாக ஏழு மணிக்கு எழுந்திருக்க வைத்தது... அவள் அவசரமாக உடை உடுத்திக் கொண்டு வந்தாள். அவசரம் அவசரமாக இரண்டு கவளம் சாப்பிடுவதைப் பார்த்து அப்பா சொன்னார்.

"ஏன் அம்மா இப்படி அவசரப்படுகிறாய்? லேட்டாச்சுன்னா என்ன? காரிலே போயேன். அப்படியென்ன பஸ்ஸில்தான் போகணும்னு ஒரு பிடிவாதம்?"

"பிடிவாதமில்லையப்பா. அவசியமில்லை என்கிறதுதான்" என்றபோது, 'இன்று தான் காரில் போனால் என்ன' என்று தோன்றிற்று.

"டிரைவர் வந்தாச்சா?"

"டிரைவர் வராவிட்டால் என்ன? நான் அழைச்சிண்டு போறேன். நிதானமாச் சாப்பிடும்மா."

அதற்குப் பிறகு அவள் தன்னைச் சற்று ஆசுவாசப்படுத்திக் கொண்டாள்.

டிரைவர் இன்னும் வராததால் அப்பாவே கிளம்பினார் அவளைக் கொண்டுவிட. காரில் ஏறி உட்கார்ந்ததும் ஒரு மௌனம் ஏற்பட்டது. உடனேயே முதல் நாள் நிகழ்ச்சிகளும் மனத்தின் புண்களும் ஞாபகத்திற்கு வந்தன. அவளைக் கோர்ட்டில் கேள்விகள் கேட்கும்போது அவள் நடுவில் அப்பாவின் முகத்தைப் பார்த்தாள். அதில் தெரிந்த வேதனை அவளைத் திடுக்கிட வைத்தது. அவளைவிட அவர்தான் அதிகமாகப் பாதிக்கப்பட்டவர் போல் இருந்தது. அவர் துடிக்கும்

துடிப்பு முகத்தில் அப்பட்டமாகத் தெரிந்தது. ஒரு விநாடி அவளுக்கு மிகமிக துக்கமாக இருந்தது அவரை நினைத்து. அவளைக் கேள்வி கேட்ட அந்த நான்கு முகங்களும்கூட அவரது வேதனையைப் புரிந்து கொண்ட மாதிரி இருந்தது.

"உங்கள் திருமணம் பெற்றோரால் நிச்சயமான திருமணமா?"

"ஆமாம்."

அவளுக்கு நினைவுக்கு வந்தது. அப்பா அம்மா இந்தக் கல்யாணப் பேச்சை எடுத்தபோது அவளுக்குக் கல்யாணத்தில் இஷ்டமில்லை. மேலே படிக்க வேண்டும் என்று ஆசை இருந்தது. ஆனால், அவர்கள் நல்ல வரன் வரும் போது சம்மதிக்கவில்லையானால் பிறகு திகைவது கஷ்டம் என்று பலமுறை எடுத்துரைத்தபோது அவள் சம்மதிக்க நேர்ந்தது. அப்பொழுது ஏன் ஒரேயடியாக மறுக்கத் தோன்றவில்லை?

"இந்தத் திருமணத்தில் உங்களுக்கு பரிபூரண சம்மதம் இருந்ததா?"

இல்லையென்று சொல்வது அவளுக்குப் பாதகமாகப் போகும் என்று அவளது அறிவு எச்சரித்தது. அப்பாவும் வேறு உபதேசம் செய்திருந்தார்.

"ஆமாம்."

"முன்பின் தெரியாதவரை எப்படிப் பரிபூரண சம்மதத்துடன் கல்யாணம் செய்துகொள்ள சம்மதிக்க முடிந்தது?"

இது அநாவசியமான கேள்வியாகப்பட்டது. "சாதாரணமாக 'அரேஞ்ச்ட் மேரேஜஸ்' எல்லாமே இந்த மாதிரி நேருவதுதான். ஓரளவுக்கு´ சம்மதத்துடன்தான் இந்தக் கல்யாணங்கள் நடைபெறும்."

"ரிஸ்க் இல்லையா?"

"ரிஸ்க்தான். பட் ஒன் ஹேஸ் டு ஃபேஸ் இட்."

"பட் யூ குட் நாட்?"

அவள் விழித்துக் கொண்டாள். இவர்கள் அவளைவிடக் கெட்டிக்காரர்கள். கேள்வி கேட்பதே, மடக்குவதே, இவர்களது தொழில்.

"யாருமே அந்த மாதிரி ஒரு வாழ்வை வாழ்ந்திருக்க முடியாது."

"எந்த மாதிரி வாழ்வு?"

அவளுக்கு பதில் சொல்ல சில விநாடிகள் பிடித்தன.

"அது ஒரு வார்த்தையில் சொல்லக் கூடியது இல்லை. அதை ஆரம்பத்திலிருந்து சொல்ல வேண்டும்."

"சொல்லுங்கள்."

அவள் சொல்ல ஆரம்பித்தாள். நடுநடுவில் துக்கம் தொண்டையை அடைத்துக் கொண்டது. அவமானம் நெஞ்சை அள்ளிற்று. கண்களில் நீர் வழிந்த வண்ணம் இருந்தது. அப்பா கைகளால் தலையைப் பிடித்தபடி குனிந்து கொண்டு உட்கார்ந்திருந்தார். விழியோரத்தில் நீர் பளபளத்த வண்ணம் இருந்தது. அவள் அதையெல்லாம் லட்சியம் செய்யாமல் அவளுக்கு அநீதியளித்த தெய்வத்தின் முன் நீதி கோருகிற ஆவேசத்துடன் தன் தாபங்களைக் கொட்ட ஆரம்பித்தாள்... அவர்கள் அவளை நம்பினார்களா? நியாயமான தீர்ப்பு வழங்குவார்களா?

மௌனமாகவே கார் ஓட்டிக் கொண்டிருந்த அப்பாவைப் பார்த்து அவள் திடீரென்று கேட்டாள்.

"அடுத்த ஹியரிங் எப்பப்பா என்னுடைய கேஸுக்கு?"

அவர் திடுக்கிட்டுப் போனவர் போல தன் யோசனைகளிலிருந்து விழித்துக் கொண்டார்.

"தெரியாதம்மா. கோர்ட் தெரிவிப்பார்கள். மாப்பிள்ளை தரப்பு வக்கீலும் கேஸை ஜோடனை செய்து கொண்டு வரணும்."

அவர் மாப்பிள்ளை என்கிற வார்த்தையைக் கஷ்டப்பட்டுக் கொண்டு சொல்வது அவளுக்குத் தெரிந்தது.

“டைவோர்ஸ் கிடைப்பது கஷ்டமாக இருக்குமாப்பா?”

“அதெல்லாம் ஒண்ணுமில்லைம்மா. இரு தரப்பிலேயும் அதற்கு ஒத்துக்கொண்டா கஷ்டமேயில்லை. அந்த அயோக்ய ராஸ்கல் அவ்வளவு சுலபமா நமக்குக் காரியம் ஆயிடக் கூடாதுன்னு பார்க்கிறான். எந்த விசாரணைக்கும் ஒப்புத்துக்கொள்ள மாட்டேன்கிறான். பணத்தைக் கறக்கப் பார்க்கிறானோ என்னவோ?”

“பணத்துக்காக இல்லைப்பா. ஹி இஸ் எ ஸாடிஸ்ட் (**Sadist**) சில பேருக்குத் தங்களுடைய ஏமாற்றத்தை மற்றவர்களைச் சித்திரவதை செய்துதான் தீர்த்துக்கொள்ள முடியும். தெய்வம்கூட வம்பு வேண்டாம் நமக்குன்னு ஒதுங்கி நிற்கிற மாதிரி இருக்கு.”

“அவனுடைய சாது முகத்தைப் பார்த்து நாம்தான் ஏமாந்து போனோம்.”

“சாதாரணமாகவா ஏமாந்து போனோம்?” அவள் விரக்தியுடன் சிரித்தாள்.

“விடுங்களப்பா. அது ஒரு கெட்ட கனவு என்று மறக்கப் பார்க்கணும்...”

“யூ ஆர் ரைட். ஆனால், அது அவ்வளவு சுலபமில்லைங்கிற போதுதான் கஷ்டமாயிருக்கு.”

கல்லூரி வந்துவிட்டது. அவள் இறங்குகையில் சிரித்துக் கொண்டே சொன்னாள்.

“இதுக்குள்ளே நான் நுழைந்து விட்டால் எனக்கு எதையும் மறக்கறது சுலபம்பா!”

தம் கண்களில் நிறைந்த நீரை அவள் பார்க்காத வண்ணம் அவர் முகத்தை திருப்பிக் கொண்டு காரைத் திருப்பினார்.

✲✲✲

ஆனந்தி மணியோசை கேட்டுப் பரபரப்புடன் நடந்தாள். கலாவும் மற்ற தோழிகளும் எங்கிருந்தோ வந்து சூழ்ந்து கொண்டார்கள்.

"ஏய் என்ன ஆச்சு? ஏன் வரவில்லை?"

"அவளுக்குத் தலைவலி."

"நீ என்ன அவளுக்கு செகரட்டிரியா?"

"பெல் அடிச்சாச்சு. க்ளாஸுக்குப் போக வேணாம்?"

"ஆனந்தி இப்போது தேவலையா?"

"தேவலை தேவலை, சீக்கிரம் வாங்க. லெக்சரர் போயாச்சு."

"அந்த ஜே.பிக்கு அவசரம். ஆனந்தி வந்திருக்காளான்னு பார்க்க..."

கிசு கிசுவென்று சிரிப்பு.

"டோன்ட் பி ஸில்லி."

ஸ்ரீதர் வந்து உட்கார்ந்து விட்டிருந்தான்.

ஒவ்வொருத்தியும் ஒரு அரைப் புன்னகையுடன் ஆண் பிள்ளைகளுக்கு எதிரில் மன்னிப்புக் கேட்க வேண்டியிருக்கிறதே என்று கூச்சத்தோடு, "எக்ஸ்க்யூஸ் மீ ஸார்" என்று உள்ளே நுழைகையில், ஆனந்தியும் கூச்சத்துடன் மன்னிப்புக் கேட்டு உள்ளே நுழைந்தாள். ஒரு விநாடி ஸ்ரீதரின் கண்கள் பிரகாசமானாற்போல அவளுக்குப் பிரமையாக இருந்தது. அவளையறியாமல் அவளது முகம் சிவந்தது.

"யூ ஆர் நாட் வெல்?" அவன் கேட்பது தெரிந்தது.

"ஐயாம் ஆல்ரைட் டுடே ஸார்" வார்த்தைகள் தாமாக வெளியில் உருண்டன.

கடைசி வரிசையிலிருந்து,

"ஓ டியர் வாட் கேன் த மேட்டர் பீ" என்ற பாட்டு தாளத்தோடு கேட்டது.

"ஓ டியர்..."

"ஸைலன்ஸ்" என்று அதட்டினான் ஸ்ரீதர்.

"நீங்கள் எல்லாம் மெச்சூர்ட் மாணவர்கள்."

"இல்லை வீ ஆர் அமெச்சூர்ஸ்."

ஸ்ரீதர் தன்னை மறந்து சிரித்தான்.

"ஐ கிவ் அப்" என்றான்.

இவர்களை வழிக்குக் கொண்டு வருவது அவர்கள் போக்கிலேயே போவது என்று அறிந்திருந்தான்.

"சரி. விளையாட்டு போதும். பாடத்தைக் கவனிப்போம்" என்று அவன் ஆரம்பித்தான்.

கணீரென்ற குரலில் அழகிய ஆங்கில உச்சரிப்பில் அவன் லெக்சர் கொடுக்க ஆரம்பித்ததும் வகுப்பு கப்சிப் என்று ஆகிவிட்டது. ஆனந்திக்கு ஆச்சரியமாக இருந்தது.

எத்தனை அழகாகப் பேசுகிறான் என்று அவள் வியந்தாள். கற்பனை வளத்தோடு அவன் தெரிந்த விஷயத்தைச் சொல்வது சுவாரஸ்யமாக இருந்தது. பார்ப்பதற்கு ஸ்படிகம் மாதிரி இருக்கிறதே இந்த முகம், இதற்குப் பின்னால் ஏதேனும் கல்மஷம் இருக்கக் கூடுமா? அவளுக்கு யாரையும் நம்ப பயமாக இருந்தது. வெறும் முகத்தைக் கண்டு எடைபோட முடியாது என்று தோன்றிற்று.

அப்பா சொன்னது ஞாபகத்திற்கு வந்தது. "அந்த சாது முகத்தைப் பார்த்து நாம் ஏமாந்து போனோமே!"

யார்தான் நினைப்பார்கள் அந்த முகத்துக்கு பின்னால் ஒரு குரூரத் தன்மை இருக்கும் என்று. அவளது கல்யாணத்தில் ஒவ்வொரு சம்பவமும் அவளுக்கு ஞாபகம் வந்தது.

தடபுடல் கல்யாணம். அப்பா பணத்தைத் தண்ணீராக வாரி இறைத்தார். அம்மா தன் பங்குக்கு ஏக புடவைகளும், நகைகளும்

வாங்கியிருந்தாள். கல்யாணத்தின் புனிதச் சடங்குகளும் பெரியவர் சிறியவரின் பரிகாசப் பேச்சும் ஆனந்தியை ஒருவித போதையில் ஆழ்த்தியிருந்தது. அவள் மாலை ரிஸப்ஷனுக்குத் தயாராவதற்காக முகம் கழுவ பாத்ரூமுக்குள் சென்றாள். பக்கத்திலிருந்த அறையிலிருந்து அவளுடைய அப்பா அம்மாவின் குரல் கேட்டது.

"ஏன் என்ன ஆச்சு?"

"ஹனிமூனுக்கு எங்கே போறதா உத்தேசம்னு நான் சாதாரணமாகக் கேட்டேன். டிக்கெட் வாங்கலாமேன்னு. சுருசுருன்னு கோபம் வந்துடுத்து. 'ஹனிமூன் எதுக்கு ஹனிமூன்? நீங்கள்ளாம் ஹனிமூன் போனீர்களா,' அப்படின்னு பலக்கக் கேட்டார். நான் அசந்து போயிட்டேன். இப்பல்லாம் அது சகஜமாயிருக்கேன்னு கேட்டேன் அப்படின்னேன். 'அதெல்லாம் வேலையத்தவாதான் போவா. எனக்கு லீவு கிடையாது' அப்படின்னார்". அம்மாவின் கவலை தோய்ந்த குரல் கேட்டது.

"அய்யய்யோ! இப்படியா ஒரு கோபக்காரர் இருப்பார்? தெரியாத்தனமா சம்பந்தம் பண்ணிட்டமா?"

"உஷ். பேசாமல் இரு. ஒரு பேச்சுக்குச் சொன்னா நீ அதுக்குள்ளே அதெப் பிரமாதப்படுத்தாதே. ஒருவேளை உடம்பு அலுப்பாயிருந்திருக்கும். ஆனா, எனக்கென்னவோ ஆச்சரியமா இருந்தது அவருடைய கோபம். நீ யாரிட்டையும் இதைப் பெரிசாச் சொல்லப் போகாதே. இது நமக்குள்ளேயே இருக்கட்டும்."

அது அவர்களுக்குள்ளே இருக்கவில்லை. அவள் வரைக்கும் எட்டிவிட்டது. அதற்குள், அவளுக்கு அடி வயிற்றில் ஏதோ ஜில்லிப்பு ஏற்பட்டாற்போல் இருந்தது. கல்யாணமான அன்றே யாராவது இப்படி மூர்க்கத்தனமாகப் பேசுவார்களா? அவள் அதைப் பெரிதாக நினைக்கக் கூடாது என்று தன்னையே சமாதானப்படுத்திக்கொள்ளப் பார்த்தாள். ஆனாலும்...? அவளுக்கு ரிஸப்ஷன் போது அவன் எல்லோர் எதிரிலும் சிரிக்கச் சிரிக்கப் பேசுகையில், இவனா அப்படிப் பேசியிருப்பான்

என்று தோன்றிற்று. போட்டோவுக்கு நிற்கையில் எல்லோருக்கும் புன்னகைத்துக் கொண்டும் கை குவித்து நமஸ்கரிக்கையில் ஒரு நெருடல் மனத்தை நெருடிக் கொண்டே இருந்தது.

அன்றிரவு அவளை சர்வாலங்கார பூஷிதையாக அவனிடம் கொண்டு விட்டபோது அவளுக்கு இனம் புரியாத கலக்கம் மனத்தை வாட்டிற்று. தனிமை என்று தெரிந்த பிறகு அவன் அவளைப் பார்த்த பார்வையில் காதல் இல்லை. காமம் இல்லை. ஒரு குரூரத்தனம் தெரிந்தபோது அவளுக்குத் தேகமே நடுங்கினாற்போல் இருந்தது. அவன் அவளை மேலிருந்து கீழ் வரை ஆராய்ந்து எகத்தாளமாகச் சிரித்தான்.

“போதுமா அலங்காரம்? இன்னும் பாக்கியிருக்கா?”

அவனது நையாண்டி அவளுக்கு அதிர்ச்சியாக இருந்தது. அங்கு வருவதற்கு முன்னால் தோழிகளும் உறவினர்களும் எத்தனை பரிகாசம் செய்தார்கள்!

“உன்னைக் கண்டு அப்படியே மயங்கி விழுந்துவிடப் போகிறார்.”

“காலையில்கூட உன்னை எங்களிடம் அனுப்பி வைக்க மாட்டார்.”

“உன்னைக் கொத்தித் தின்னுடப் போறார்.”

அதன் தாத்பர்யமெல்லாம் அப்பொழுது புரியவில்லை. இப்பொழுதும் அவனது பார்வையில், அவனது சிரிப்பில் புரியவில்லை.

“ஏன் உங்களுக்குப் பிடிக்கவில்லையா?” அதைக் கேட்கும்போது ஒரு வகை அவமானம் அவளை வியாபித்தது.

“பிடிக்காது” என்றான் அவன் நிர்தாட்சண்யமாக. “இனிமேல் இப்படியெல்லாம் அலங்காரம் செய்துகொண்டு என் எதிரில் நிற்காதே. ஏன்னா நீ எதிர்பார்க்கிற ரியாக்ஷன் என்னிடம் இருக்காது...”

அவன் முகம் சிவக்கப் படபடத்துக் கொண்டு அப்படிப் பேசுவது அவளுக்கு வேடிக்கையாக இருந்தது.

அவள் சிரிக்க முயன்றாள்.

"இவ்வளவுதானே? நான் இனிமே உங்க எதிரிலே ஸிம்பிளாகவே இருக்கேன்."

"ஸிம்பிளா இருக்கிறது மட்டுமில்லே. விலகியே இருக்கணும். இப்படிப் படுக்கையை அலங்காரம் பண்ணி ஜோடிச்சிருக்காளே இதுக்கு நான் லாயக்கில்லை!"

அவன் வார்த்தைகளை அளந்த மாதிரி நிதானமாக ஒருவகைக் குரூரத்தோடு சொல்கையில் அவள் அதிர்ந்து போனாள்.

அவன் தொடர்ந்தான்.

"இந்த ரகசியம் நம்ம இரண்டு பேருக்கு மட்டும்தான் தெரியணும். நீ இதை வெளியில் சொன்னாயோ நான் ரொம்பப் பொல்லாதவனாக இருப்பேன்."

அவள் அதிர்ச்சியிலிருந்து மெள்ள விழித்துக் கொண்டாள். அவன் ஒரு சாதாரண விஷயத்தை மிக பெரிதாக்கிக் கொண்டு தன்னை வருத்திக்கொள்கிற மாதிரி இருந்தது. தன்னுடைய பலவீனத்தை நினைத்து வருத்திக் கொள்வதினாலேயே அந்த மூர்க்கத்தனம் இருந்த மாதிரி இருந்தது.

அவள் மென்மையாகச் சிரிக்க முயன்றாள்.

"நீங்கள் ஆத்திரப்படுவது அவசியமேயில்லை. எனக்கு அது பெரிய குறையாக இருக்காது. எனக்கு அன்பு ஒன்றுதான் முக்கியம்..."

அவன் பைத்தியக்காரனைப் போல் சிரித்தான். "ஆஹா! அன்பு! எந்தவித ஆகர்ஷிப்பும் இல்லாமல் அது பிறந்து விடுமா? ஃப்ராய்ட் என்ன சொல்கிறான் தெரியுமா? மனிதனின் எல்லாச் செயலுமே பாலுணர்ச்சியால் உந்தப்படுவது தான்? என்று, நீ என்ன சொல்கிறாய்?" படபடக்கும் இமைகளை அவள் தாழ்த்திக் கொண்டாள்.

"நான் அதை நம்பவில்லை. எது எப்படியானாலும் உங்களுக்கும் எனக்கும் கல்யாணமாகி விட்டது. நம்மிருவரிடையே இருக்கும் எந்தப் பிரச்சினையையும் நாம் ரெண்டு பேரும் தீர்த்துக் கொள்ளணும். எனக்கு இது ஒரு பெரிய பிரச்சனை இல்லை."

"பெரிய சாரதா தேவி என்கிற நினைப்பா?"

அவள் அவனை ஒரு விநாடி ஏறிட்டுப் பார்த்தாள்.

"என்னால் அப்படி வாழ்ந்து காட்ட முடியும்."

அவன் பலமாகத் தலையை அசைத்தான்.

"நான் நம்ப மாட்டேன்..."

அவன் நம்ப மாட்டான் என்று அவளுக்குப் புரிந்தது... ஆனால், அதன் விளைவு அத்தனை பயங்கரமாக இருக்கும் என்று அவள் நினைக்கவில்லை.

"ஆனந்தி!"

அவள் திடுக்கிட்டு நிமிர்ந்தாள்.

"இரவு தூங்கவில்லையா நீங்கள்?"

ஸ்ரீதரின் குரல் பரிகாசமாக ஒலித்தது. அவள் எழுந்து நின்றாள்.

"டெஸ்ட் பேப்பர் வேண்டாமா உங்களுக்கு? நீங்கள்தான் பஸ்ட்!"

வகுப்பில் பலத்த கைத்தட்டலூடே அவள் மேடைமேல் ஏறி அவனிடமிருந்து பேப்பரை வாங்கச் சென்றாள். அவள் அருகில் சென்றதும் அவன் மென்மையாக சிரித்தான்.

"நேற்று ஏன் வரவில்லை? ஐ மிஸ்ட் யூ" என்றான்.

அப்படி அவன் வெளிப்படையாகப் பேசினது, அவளுக்கு தூக்கி வாரிப் போட்டது. மார்பு படபடத்துக் கொண்டு முகம் ஜிவ்வென்று சிவந்து போயிற்று.

❖❖❖

10

அத்தியாயம்

"ஆனந்தி!" கலாவுக்கு மூச்சு வாங்கியது. ஆனந்தியை பிடிக்க ஓடிய களைப்பில்.

ஆனந்தி திடுக்கிட்டாற்போல் திரும்பினாள்.

"என்ன கலா?"

"நீ என்ன, நான் கூப்பிட்டுக் கொண்டேயிருக்கேன். நீ கவனிக்காம போறியா? இல்லை, ஆகாசத்துலே மிதக்கறியா?"

ஆனந்தி சிரித்தாள்.

"இரண்டுமே இல்லை. ஏதோ யோசனையில் இருந்திருப்பேன். காதில் விழுந்திருக்காது. என்ன சமாச்சாரம்!"

"ஒரு சமாச்சாரமும் இல்லை. நீ போகிற வேகத்தைப் பார்த்தால் அதே ஞாபகத்தில் என்னை விட்டுவிட்டு பஸ்ஸைப் பிடித்துப் போய்விடுவாய் போலிருக்கு. எனக்காகத்தான் வெய்ட் பண்ணேன்?"

"ஓ பண்ணுவேன். பஸ் ஸ்டாப்புக்கு நீ போய் விட்டாயாக்கும்னு நினைச்சேன்."

"பொய். என் ஞாபகமே உனக்கு இல்லை."

"ஓ யூ ஆர் ராங்க் கலா" என்று ஆனந்தி மழுப்பினாளே தவிர, அவளுக்கு கலாவின் ஞாபகம் இல்லைதான்.

"காலையில் நீ பஸ்ஸில் வரல்லியா?"

"இல்லை; எழுந்திருக்கும் போதே லேட்டாகி விட்டது இன்னிக்கு. அதனாலே காரிலே வந்தேன்."

பஸ் ஸ்டாப்பில் ஏக முகங்கள். அரைகுறை புன்னகையிலிருந்து வாடி போடி வரை பரிச்சயம். மாணவர்கள் பாதி பேர் சைக்கிளிலும், ஸ்கூட்டரிலும் போய் விட்டார்கள். இரண்டு மூன்று பேரே பஸ் ஸ்டாப்பில் இருந்ததால் வலிமை குறைந்த மாதிரி வாலை சுருட்டிக் கொண்டு நின்றிருந்தார்கள்.

நல்ல வேளையாக ஆனந்தியும் கலாவும் ஏற வேண்டிய பஸ் வந்தது. பஸ்ஸில் இடமில்லை. பாதி வழி வரை நின்று கொண்டே சென்றார்கள்.

"இங்கே உட்காரம்மா" என்ற குரல் கேட்டு ஆனந்தி திரும்பினாள்.

அவள் கேஸை விசாரித்த வக்கீல்களில் ஒருவர்.

அவளுக்கு இனம் புரியாமல் வயிற்றை என்னவோ செய்தது.

"வேண்டாம் நீங்கள் உட்காருங்கள்" என்றாள் அவள் அவசரமாக.

"இந்தா கலா! நீங்கள் இருவருமே இங்கே உட்காரலாம் உட்காருங்கள்" என்று அவர் சொன்னபோது ஆனந்திக்குத் தூக்கி வாரிப் போட்டது.

சீட்டில் உட்காருகையில் அவள் கலாவை மெல்லக் கேட்டாள்.

"உனக்கு இவரைத் தெரியுமா?"

"தெரியுமாவது? அவர் என்னுடைய மாமா!"

ஆனந்திக்கு என்ன சொல்வதென்றே தெரியவில்லை. அப்போது கலாவுக்கு விஷயம் தெரியாமலிருக்குமா? தெரிந்துதான் வீட்டுக்கு வந்தாளோ? அதனால்தான் அந்தப்

பேச்சை நேற்று எடுத்தாளோ? கல்லூரி பூராவுக்கும் தெரிய எத்தனை நாட்களாகும்? வம்புப் பேச்சும், பரிதாபப் பார்வைகளும் கல்லூரிக்குள்ளும் வந்துவிட்டால் அவள் தப்புவது எப்படி?

ஆனந்தி மௌனமாக உட்கார்ந்தாள். கலா மெல்ல தன் கையை ஆனந்தியின் கை மேல் வைத்தாள். அந்தச் செய்கையிலேயே ஆனந்திக்கு புரிந்தது, கலாவுக்கு விஷயம் தெரியும் என்று.

ஆனந்தி மெல்லக் கேட்டாள்.

"நீ விஷயம் தெரிந்துதான் என் வீட்டுக்கு வந்தயா?"

கலா ஆனந்தியின் கையை அழுத்தினாள்.

"இல்லை ஆனந்தி, சத்யமாயில்லை. இன்னிக்கு காலையில்தான் மாமா என் வீட்டுக்கு வந்திருந்தார்..."

ஆனந்தி மௌனமாக இருந்தாள். இனிமேல் சாண் போனால் என்ன, முழம் போனால் என்ன? மனிதர்களின் நாக்கை எப்படி அடக்க முடியும்?

கலா சொன்னாள். "நான் உண்மையிலே வருத்தப்படறேன் ஆனந்தி. நீ என்னை நம்பலாம். நான் யார்கிட்டேயும் எனக்குத் தெரிந்த விஷயத்தைச் சொல்ல மாட்டேன். இதை, உன் சோகத்தை வம்புப் பேச்சாக்கி விடமாட்டேன்."

ஆனந்தி விரக்தியுடன் சிரித்தாள்.

"நீ சொல்லாவிட்டால் வேறு யாராவது சொல்வார்கள் போயேன்."

"உன்னைப் பத்தி விவரம் அறிந்தவர்கள் தப்பா எங்கே பேசப் போகிறார்கள் ஆனந்தி?"

"உனக்கு புரியாது கலா. தப்பாகப் பேசாவிட்டால் என்ன? அவர்களது ஐயோ பாவம்கிற பார்வைகூட எனக்குத் தாங்க முடியாததாக இருக்குமே?"

"என்ன செய்வது ஆனந்தி? சமுத்திரத்துக்குப் போன பிறகு நீச்சல் வரல்லேன்னு பயந்தா எப்படி? அலைகளோடு போராடித்தான் ஆகணும்!"

"எனக்குப் போராடத் தெம்பில்லை கலா. அது என்னை உள்ளே விழுங்கிட்டா நான் நிம்மதியாய் இருப்பேன்..."

"அப்பத்தான் நீ பின்வாங்கக் கூடாது. இது பழைய காலம் இல்லை. நம்ப சமுதாயத்தை மாத்தி அமைச்சுக்கிறது நம்ம கையிலேதான் இருக்கு."

"அதை மாத்தறத்துக்குள்ளே எனக்கு வயாசியிடும்" என்று சிரித்தாள் ஆனந்தி. பிறகு பேச்சை மாற்ற எண்ணி, "உன் கல்யாண விஷயம் என்ன ஆயிற்று?" என்றாள்.

"எனக்கு இஷ்டமில்லைன்னு சொல்லிவிட்டேன்."

"ஏன் என்னுடைய கதையைக் கேட்ட பிறகு பயம் வந்துட்டதா?"

"அதுவும் ஒரு காரணம்னு வைச்சுக்கோயேன். ஆனால், நான்தான் உனக்கு அன்னிக்கே சொன்னேனே. எனக்கு இந்தச் சம்பந்தத்திலே அவ்வளவு சம்மதமில்லைன்னு."

"நீ செஞ்சதுதான் சரி கலா. சில சமயம் நமக்குள்ளே ஒரு குரல் எச்சரிக்கை விடுக்கும். அதைக் கேட்காம அசட்டையாக இருந்தோம்னா கடைசியில் ஏதாவது ஒரு கோளாறுதான்."

"ஆனந்தி, நீ எல்லாத்தையும், பழசையெல்லாம் மறந்துடணும். புதிய வாழ்வைத் தொடங்கணும். ஏதோ கெட்ட கனவு என்று நினைத்துக் கொள்."

"அது அவ்வளவு சுலபமில்லை கலா.. பழைய நினைவுகளை எல்லாம் பழைய சட்டையைக் கழட்டற மாதிரி கழட்டி வைக்க முடிஞ்சா எவ்வளவோ சுலபமா இருக்கும். மறக்க வேண்டிய விஷயங்களை மனசு அவ்வளவு சுலபமா மறக்கிறதில்லை. அது மேலெழுந்த வாரியாகத் தெரியாவிட்டாலும், எங்கேயோ அடியில் போய் ஒரு சுவடாட்டம் ஃபாஸில் மாதிரிப் படிஞ்சுப் போய் விடுகிறது. அதிலிருந்து மீண்டு வரது அசாத்தியமான காரியம்."

"இல்லை ஆனந்தி. முடியும். நீ முயற்சி பண்ணிப் பாரு, முடியும். உனக்குப் படிப்பு நன்றாய் வருகிறது. படிப்பிலும் அக்கறை

இருக்கு. இதிலே நீ இன்னும் தீவிரமாய் அமிழ்ந்து போனா உன்னாலே மறக்க முடியும். உனக்காக ஒரு வாழ்க்கையைப் புதுசா ஆரம்பிக்க முடியும்."

"என்னவோ பார்க்கலாம்" என்றாள் ஆனந்தி.

பஸ்ஸில் பாதிக் கூட்டம் குறைந்து விட்டது. முக்கால்வாசிப் பேருக்கு வாழ்க்கை தங்களை எங்கே அழைத்துப் போகிறது என்று தெரிகிறது - அவளைத் தவிர! காற்றில் அலைக்கழிக்கப்படும் சருகு மாதிரி எந்தப் பக்கம் அடுத்த திருப்பம் என்று திசை தெரியாமல் காத்திருக்கும் சருகு!

கலாவின் மாமா நடுவில் எங்கேயோ இறங்கிப் போய் விட்டார். அவர் எவ்வளவெல்லாம் மற்றவர்களிடம் அவள் விஷயத்தைச் சொல்லியிருப்பார்? ஒரு வக்கீல் என்கிற முறையில் அவளுடைய ரகசியத்தை கேஸ் முடிகிற வரையிலாவது காப்பாற்றி வைக்க வேண்டும் என்கிற ஒரு வரையறையில்லையா? நாக்கின் துருதுருப்பை யாரால் அடக்க முடிகிறது? ரகசியமாக ஒரு விசாரணை நடத்தி என்ன லாபம்? இப்படி சில மணி நேர அவகாசத்திலேயே எல்லா விஷயமும் அம்பலத்துக்கு வந்து விடுமானால்...?

தெருவில் போவோர் வருவோரின் கூட்டம் வழக்கம் போல் ஜேஜே என்றிருந்தது. ஒவ்வொருவர் வாழ்வும் ஒரு ரகசியம்தான். ஒரு தனி உலகம் தான். ஆனால் எல்லோருக்கும் எந்த வகையிலாவது ஒரு நம்பிக்கை, ஒரு எதிர்காலம் ஒரு அன்பின் துளி வாழ்வை சில கணங்களாவது நிறைவாக்கும். அவளது எதிர்காலம் எந்த நம்பிக்கையில் துளிர்விடப் போகிறது?

அவள் இறங்க வேண்டிய பஸ் ஸ்டாப் வந்ததும், அவள் கலாவிடம் சொல்லிக் கொண்டு இறங்கினாள். பள்ளிக் குழந்தைகள் எல்லாம் சீருடையைக் களைந்து சாதாரண உடைகளை மாற்றிக் கொண்டு தத்தம் காம்பவுண்டுக்குள் விளையாடுவது தெரிந்தது. குழந்தைகளை பார்த்தபடியே உட்கார்ந்து கொண்டு கணவன்மார்களின் வருகையை எதிர்நோக்கியபடி

காத்திருக்கும் தாய்மார்கள். எதிர்பார்ப்புகள் எவருக்குத்தான் இல்லை? வாழ்க்கைக்கே எதிர்பார்ப்புகள்தான் அஸ்திவாரம். அபிலாஷைகளும், எதிர்பார்ப்புகளும் இல்லாவிட்டால் அந்த வாழ்க்கையில் எப்படி பிடிப்பு இருக்கும்?

அவளுக்கு சட்டென்று ஸ்ரீதரின் நினைவு வந்தது. அவனுக்கும் என்ன இப்படி விசித்திர எதிர்பார்ப்பு? "ஐ மிஸ்ட் யூ" என்று எவ்வளவு சர்வ சகஜமாய், அவள் தப்பாய் எடுத்துக்கொள்ள மாட்டாள் என்று நினைத்தவன் மாதிரி சொன்னான்? டில்லியில் வளர்ந்ததனால் சுபாவமாக ஏற்பட்ட தைரியமா? அவனை எவ்வளவு தூரம் நம்புவது? அவனது பேச்சுக்குப் பேசாமலிருந்து தைரியம் அளிப்பதா?

அவளுடைய நிலை தெரியாதா அவனுக்கு? தெரிந்தும் அவளது உணர்ச்சிகளை சீண்ட அவன் எத்தனித்தால் அவன் மிகவும் மட்டமானவன் என்று தீர்மானிக்க வேண்டியதுதான். என்னதான் விவாகரத்துக்கு முயல்பவளாக இருந்தாலும் அவள் திருமணமானவள் என்கிற உண்மை அவனைக் கொஞ்சம் எச்சரிக்கையுடன் இருக்கச் செய்ய வேண்டாமா? ஆனால், அவனது கண்களில் எத்தனை கனிவு? அத்தகைய ஆத்மார்த்தமான கனிவை அவள் எங்கேயும் கண்டதாக நினைவில்லை... அவனது கவிதை நயம் மிக்க பேச்சும், ரசனையும் மென்மையான புன்சிரிப்பும்... ஓ அவன் நான்கு வருடங்களுக்கு முன்பு வந்திருந்தால்...? இதே அவனது வார்த்தை அவளுள் இன்று ஆத்திரத்தைக் கிளப்பிற்றே, அப்படிக் கிளப்பாமல் வேறு உணர்ச்சிகளைக் கிளப்பியிருக்கும்... இப்போது இந்த மாதிரி குருட்டு யோசனைகளில்...

ஆனந்தி திடுக்கிட்டுத் தன்னை நிலைப்படுத்திக் கொண்டாள். இதென்ன வீண் யோசனைகள்? அவன் அந்த அளவுக்கு சுதந்திரமாக அவளிடம் அவளது நிலைமை தெரிந்தும் பேச முற்பட்டானானால் அவள் மேல்தான் குற்றம் இருக்கிறது என்று அர்த்தம். எடுத்ததுமே வீட்டுக்கு வாருங்கள் என்று அழைத்தது தப்போ? அவள் எவ்வளவு தூரம் அந்த நான்கு வருடங்களாக பாதிக்கப்பட்டிருக்கிறாள் என்று அவனுக்குப் புரியவில்லையோ?

வீடு வந்துவிட்டது.

மற்றொரு புகலிடம். அம்மா அப்பா இருக்கும் வரை, இந்தப் புகலிடம். அதற்குப் பிறகு? ஆனந்தி பலவந்தமாக தனது பார்வையை மலர்களின் மேல் செலுத்தினாள். இந்த மனசு அழாமலிருக்க எப்பொழுது கற்றுக்கொள்ளப் போகிறது?

அப்பா உள்ளே உட்கார்ந்தபடி ஏதோ தமிழ்ப் பாசுரம் படிப்பது கேட்டது. அவள் சற்று நின்று கேட்டாள்.

❖❖❖

11

அத்தியாயம்

ஆதியும் அந்தமும் இல்லா அருட்பெருஞ்
சோதியை யாம்பாடக் கேட்டேயும் வாட்டங் கண்
மாதே! வளருதியோ? வன் செவியோ நின்செவிதான்?
மகாதேவன் வார்கழல்கள். வாழ்த்திய வாழ்த்தொலிபோய்
வீதி வாய்க் கேட்டலுமே, விம்மி விம்மி மெய்ம்மறந்து
போதார். அமளியின் மேல் நின்றும் புரண்டும் இங்ஙன்
ஏதேனும் ஆகாள் கிடந்தாள் என்னே! என்னே
ஈதே எந்தோழி பரிசு ஏலோர் எம் பாவாய்!

அவள் செருப்பைக் கழட்டி வைத்துவிட்டு உள்ளே போனாள். அப்பா அவளை ஏறிட்டுப் பார்த்தார். அவர் கண்களில் நீர் படிந்திருப்பதை அவள் கவனித்தாள்.

அவள் சிரித்துக் கொண்டே கேட்டாள்.

“ஏம்பா? திருவெம்பாவையை காலையில் பாடுவார்களா, சாயங்காலமா?”

“எப்பப் பாடினால் என்னம்மா? மனத்தைத் தட்டியெழுப்பும் குரலை எப்பக் கேட்டா என்னம்மா?”

“நீங்க சொல்றது வாஸ்தவம்தான் அப்பா” என்றாள் அவள்.

"ஒவ்வொரு வார்த்தையும் செதுக்கின மாதிரி எத்தனை அழகாயிருக்கு பார்த்தியா அம்மா. நான் பாடினதை நீ கேட்டியோ?"

"ஓ, முழுக்கக் கேட்டேன். மாணிக்கவாசகரோட தமிழின் அழகிலே நான்கூட கொஞ்ச நேரம் என்னை மறந்துவிட்டேன்."

அப்பா ஆச்சரியத்தோடு அவளைப் பார்த்தார். "ஏம்மா நீ ஆங்கில மாணவிதானே! உனக்கு ஷேக்ஸ்பியரையும் மில்டனையும் விட்டா வேறே தெரியாதுன்னு நினைச்சேனே?"

ஆனந்தி சிரித்துக் கொண்டே உள்ளே போகக் கிளம்பினாள்.

"ஏம்பா, நான் உங்க பெண் இல்லையா? தமிழை மறந்துடுவேனோ? இங்கிலிஷ் படித்தாலும் உடம்பிலே ஓடறது தமிழ் இரத்தம் தானேப்பா?"

"கை கால் அலம்பிண்டு வா, ஆனந்தி. டிபன் காபி எடுத்து வெச்சுருக்கேன் சாப்பிடு. நான் கொஞ்சம் கடைக்குப் போய்விட்டு வரணும்" என்றாள் அம்மா.

"என்ன கடை?"

"காமதேனுக்குப் போகணும். கொஞ்சம் அவசியமா சாமான் வாங்கணும்."

"நானும் வரேன். எனக்கு ஹிக்கின்பாதம்ஸுக்குப் போகணும்."

"அப்ப சரி, அரை மணியிலே தயாராகி விடுவியோ, இல்லையோ?"

அவள் தயாரானதும் எல்லோருமாகக் கிளம்பினார்கள். அம்மா பளிச்சென்ற புடவையில் எத்தனை நன்றாயிருக்கிறாள் என்று நினைத்துக் கொண்டாள் ஆனந்தி. குங்குமப் பொட்டுக்கடியில் விபூதிக்கீற்று தெய்வீகமாய்த் திகழ்ந்தது. இப்பொழுதெல்லாம் திருநீற்றுகீற்றுகூட ஃபாஷனாகப் போய்விட்டது. சினிமா நடிகைகள் வரை. அதைப் பார்க்கும் போதெல்லாம் இதென்ன

ஸ்டைல் என்று அவளுக்கு ஆத்திரமாக வரும். ஆனால், அம்மாவின் முகத்தில் அது எத்தனை தூய்மையாய் தெரிகிறது?

வாழ்வின் ஒவ்வொரு செய்கையிலும் பற்றை ஒழிக்கும் தத்துவம் அது. எத்தனை சுலபமாக லாகவமாக செயலாற்றப்படுகிறது? அதையே ஸ்டைலாக்குவது அதன் அர்த்தத்தையே பாழாக்குகிற மாதிரி...

அப்பா கார் ஓட்டிக் கொண்டு வந்தார்.

அம்மா ஏதோ ஒரு பாட்டை முணுமுணுத்தபடி உட்கார்ந்து இருந்தாள்.

“என்னம்மா, பாட்டு? கொஞ்சம் பலமாகத்தான் பாடேன்!”

“என்னுதெல்லாம் என்ன பாட்டு, பெரிய பாட்டு? ஏதோ அம்மன் பாட்டு. வீட்டிலே விளக்கேத்தர சமயம். அதனாலே பாடிண்டு வரேன்.”

“உன் அம்பாளை உன் கூடவே அழைச்சுண்டு போறே நீ, எங்கே போனாலும்னு சொல்லு!”

“அவ கூட வரா. நான் அழைத்துக் கொண்டு போறதாவது? அதனாலேதான் இத்தனையாவது தெம்பா வளைய வர முடியறது. இல்லைன்னா...”

பேச்சை மாற்ற வேண்டியது தானென்று தோன்றிற்று ஆனந்திக்கு.

“அப்பா! என்னை ஹிக்கின் பாதம்ஸிலே இறக்கி விட்டுட்டு நீங்க போங்கோ. நான் ஒரு புத்தகத்தை வாங்கிண்டு காமதேனுவுக்கு வரேன்.”

“சரிம்மா. பணம் இருக்கா?”

“இருக்கு.”

அவள் இறங்கிக் கொண்டு தனக்கு வேண்டும் என்கிற புத்தகத்தை வாங்கிக் கொண்டு புதிய வெளியீடுகளை ஒருவித சுவாரஸ்யத்துடன் பார்த்தபடி நின்றாள்.

“ஹலோ!” என்ற குரல் கேட்டு அவள் திடுக்கிட்டுத் திரும்பிப் பார்த்தாள்.

ஸ்ரீதர் சிரித்துக் கொண்டு நின்றான்.

அவளும் ‘ஹலோ’ சொல்லிவிட்டுச் சிரித்தாள்.

மத்தியானம் அவன் அப்படி வகுப்பில் பேசியதற்கு மாலை முழுவதும் ஆத்திரப்பட்டுக் கொண்டிருந்தவளுக்கு, அவனை இப்பொழுது பார்த்ததும், சட்டென்று மறந்து போயிற்று.

“நான் வரப்போவது உங்களுக்கு எப்படித் தெரியும்?”

அவனது தைரியம் ஒரு நிமிஷம் அவளை அயர வைத்தது.

அவள் சமாளித்துக் கொண்டாள்.

“உங்களைப் பார்க்க நான் வந்தேன் என்று யார் சொன்னது?”

“ஓ யெஸ்! உங்களுக்கு இன்னும் என்மேல கோபம் என்பது எனக்கு மறந்து விட்டது.”

அவள் பேசாமல் புத்தகங்களைப் பார்வையிடுகிற மாதிரி நின்றாள். அவன் தனக்கு ஆசிரியர் ஸ்தானத்தில் இருப்பவன் என்று ஞாபகப்படுத்திக் கொண்டாள்.

அவனும் கூடவே நின்று கொண்டான் - மன்னிப்புக் கோருகிற மாதிரி.

“ஆனந்தி” என்றான்.

“நான் அதிகப்பிரசங்கித் தனமாகப் பேசியிருந்தால் மன்னித்துக் கொள்ளுங்கள். மத்தியானம் பதிலே சொல்லாமல் போய் விட்டீர்களே? எனக்குப் பிறகு எதிலும் மனசு ஒட்டவில்லை.”

அவள் எதற்கும் பதில் பேசாமல் நின்றாள். இவனிடமிருந்து எப்படித் தப்புவது என்று புரியாமல் யோசனையில் ஆழ்ந்தாள்.

“வாஸ்தவத்தில் நான் உங்களை மிஸ் பண்ணினதால்தான் அப்படிச் சொன்னேன். மனசிலிருந்தது வெளியில் வந்து விட்டது.”

"ப்ரொபசரின் சேரில் உட்கார்ந்து கொண்டு மனசுக்குத் தோணினதெல்லாம் பேசி விடலாமா?"

அவன் சிரித்தான்.

"அந்தச் சேரில் உட்கார்ந்தால் மனம் மாறி விடுமா? அந்தச் சேர் மட்டும் அங்கு இல்லாது போனா நிறையப் பேசியிருப்பேன்."

அவள் உதட்டில் அரும்ப நினைத்த புன்னகைக்கு இடம் கொடுக்காமல் வெளியில் வந்தாள். 'எத்தனை விளையாட்டுப் பையனாக இவன் இருக்கிறான்!' என்று நினைத்துக் கொண்டாள்.

"நானும் கூட வரலாமா?" என்றபடி அவளது அனுமதிக்குக் காத்திராதவன் போல் அவன் கூடவே நடந்தான்.

"மிஸ்டர் ஸ்ரீதர்" என்றாள் ஆனந்தி. "என்னுடைய நிலைமையைப் பற்றி உங்களுக்குத் தெரியுமல்லவா? நான் மணமானவள்."

ஸ்ரீதர் தலையைக் குனிந்து கொண்டான்.

"எனக்குத் தெரியும். அந்தக் கல்யாணமே ஒரு பித்தலாட்டம். நீங்கள் டைவோர்ஸுக்கு முயன்றுக் கொண்டிருக்கிறீர்கள் என்பதும் தெரியும்."

அவள் அடிபட்டவள் போல அவனைப் பார்த்தாள்.

"தெரிந்தும் என் உணர்ச்சிகளோடு விளையாடலாமா?"

"ஐ யாம் ஸாரி. நான் ஏதும் தப்பாகச் சொன்ன மாதிரி எனக்குத் தெரியவில்லை. உங்கள் வாழ்க்கையிலே நடந்துபோன அந்தச் சோகம் ஒரு விபத்து என்று வைத்துக்கொள்ளணும். அதற்காக வாழ்நாள் முழுவதும் கறுப்பு அங்கியைப் போட்டுக் கொண்டு துக்கம் கொண்டாடப் போகிறீர்களா?"

"என்னால் மறக்க முடியாது..."

"நான்ஸென்ஸ்! மறப்பதும், மறக்காததும் நம் கையில்தான் இருக்கு. நீங்கள் மறக்கக் கூடாது என்று நினைத்தால் மறக்க முடியாது."

அவள் பேசாமல் நடந்தாள்.

அவன் திடீரென்று கேட்டான்.

"அதுசரி. அதற்கும் நாம் சிநேகிதர்களாக இருப்பதற்கும் என்ன சம்பந்தம்? கான்ட் வீ ஜஸ்ட் பீ ஃப்ரெண்டஸ்?"

"முடியும். வி கேன் ஜஸ்ட் பீ ஃப்ரெண்ட்ஸ் அண்டு நத்திங் மோர்!"

அவன் சிரத்தைத் தாழ்த்திச் சிரித்தான்,

"அதை ஞாபகம் வைத்துக்கொள்ள முயற்சிக்கிறேன்."

அவளும் சகஜமாகச் சிரித்தாள்.

"நீங்கள் ஒரு நாள் வாங்களேன் எங்கள் வீட்டுக்கு! என் பாட்டியை நீங்கள் அவசியம் சந்திக்கணும். சந்தோஷமாயிருப்பது எப்படின்னு எங்க பாட்டியைப் பார்த்தே தெரிஞ்சுக்கலாம். எ ரிமார்க்கபில் உமன்!"

"அப்படியா? கண்டிப்பா வரேன். உங்க படிப்பெல்லாம் எப்படியிருக்கு?"

"ஏதோ நடக்கிறது. சில நாளைக்கு நேத்தி மாதிரி, மனசு மூடேயில்லாம அவுட்டாயிடும். அப்போ படிப்பு ஓடாது."

"அப்போ அந்த மனசுக்கு ஒரு லகான் போடச் சொல்லுங்கோ உங்க பாட்டியை!"

ஸ்ரீதர் சிரித்தான்.

"வெளியிலிருந்து லகான் போட வேண்டாம். எனக்கு நானே போட்டுக் கொள்ள வேண்டியதுதான்."

"அதுதான் புத்திசாலித்தனம்."

"ஸ்டூடண்ட் டீச்சருக்குக் கொடுக்கிற சர்ட்டிபிகேட்டா?"

"நீங்கள் டீச்சர் மாதிரி நடந்து கொள்ளுங்களேன். எனக்கு ஸ்டூடண்ட் என்கிற ஞாபகம் இருந்து கொண்டேயிருக்கும்."

"இந்த ஆசிரியர் தொழிலுக்கு இந்த மாதிரி விதிகள் இருந்தால் எனக்கு ரொம்பக் கஷ்டம்."

ஆனந்தி கலகலவென்று சிரித்தாள்.

"இப்பொழுதுதான் உங்கள் பெயருக்குப் பொருத்தமாக இருக்கிறது."

ஆனந்தி பதில் சொல்லவில்லை.

எதிரே அப்பாவின் கார் வருவது தெரிந்தது.

"அம்மாவும் அப்பாவும் காமதேனுவுக்கு வந்திருக்கிறார்கள். ஹிக்கின்பாதம்ஸில் என்னை இறக்கிவிட்டுப் போனார்கள். நான் வரட்டுமா?"

"ஏன் நான் அவர்களை இன்னிக்குப் பார்க்கக் கூடாதா?"

"ஓ! நன்றாய் பாருங்கள். உங்களுக்குத்தான் வேறு வேல ஏதாவது இருக்குமோன்னு நினைச்சேன். நேத்தே மூட் சரியில்லாமல் படிக்கலைன்னு சொன்னீர்கள். இன்னிக்கு படிக்க வேண்டியிருக்குமோன்னு சொன்னேன்."

"உங்கள் கவலைக்கு ரொம்ப தாங்க்ஸ்! ஆனால், நான் கண்டிப்பா உங்க அம்மா அப்பாவைப் பார்த்துட்டுத்தான் போவேன்."

அவள் தோளைக் குலுக்கினாள்.

"உங்க இஷ்டம்!" என்று சிரித்தாள்.

அதற்குள் அம்மாவும் அப்பாவுமே இறங்கி வந்துவிட்டார்கள்.

"ஓ என்னப்பா, நீ எங்கே இப்படி?" என்றார் அப்பா ஸ்ரீதரைப் பார்த்து.

"நானும் ஹிக்கின்பாதம்ஸுக்கு வந்திருந்தேன். அப்படியே ஆனந்தியோடு இங்கே வந்தேன். இங்கிருந்து வேறே எங்கேயாவது போகப் போகிறீர்களா?"

"இல்லையே!"

"அப்படியானால் எங்கள் வீட்டிற்கு வாருங்களேன். பாட்டி ரொம்ப சந்தோஷப்படுவாள்."

"எங்கேயிருக்கிறாய் நீ?"

"இந்திரா நகர்!"

"அடேயப்பா! ரொம்ப தூரம். அங்கிருந்து பிறகு ஸாந்தோம் போகணும்."

"நீங்கள் எப்பொழுது வருவதாயிருந்தாலும் தூரம்தான். இன்றைக்குத்தான் வாருங்களேன்."

"என்ன ஜானகி போகலாமா?"

"போகலாமே!"

ஆனந்தியை யாரும் கேட்கவில்லையாதலால் அவள் வாயை மூடிக்கொண்டு காரின் பின்சீட்டில் தாயுடன் உட்கார்ந்தாள்.

ஸ்ரீதர் ஏதோ பேசிக் கொண்டே வந்தான். இடையிடையே பின்னால் திரும்பித் திரும்பிப் பார்த்துக் கொண்டு பேசுவதை ஆனந்தி புன்னகையுடன் கேட்டுக் கொண்டிருந்தாள்.

இவனுடைய பாட்டியும் இப்படித்தான் இருப்பாளோ, எப்பவும் உற்சாகமாய் சிரித்துக் கொண்டு? அவளுக்குப் பாட்டியைப் பார்ப்பதற்கு முன்பே பிடித்துவிட்டது.

அவர்கள் சென்றிறங்கிய போது பாட்டி கத்தரிச் செடியைக் கொத்திக் கொண்டிருந்தாள்.

"பாட்டிக்கு ப்ளட் ப்ரஷர். ஆனால், வேலைப் ப்ரஷரைக் குறைத்துக் கொள்ளவே மாட்டாள்" என்றான் ஸ்ரீதர்.

"பாட்டி யார் வந்திருக்கான்னு பாரு!"

பாட்டி அவசரமாகக் கொல்லையில் கையை அலம்பிக் கொண்டு வந்தாள். அவர்களைக் கண்டதும் வெகுநாள் பழக்கப்பட்டவளைப் போல், "வாங்கோ, வாங்கோ" என்று சிரித்தாள். எத்தனை உற்சாகம் இந்த அம்மாளுக்கு என்று வியக்காமலிருக்க முடியவில்லை ஆனந்தியால்.

ஸ்ரீதர் அறிமுகத்தை ஆரம்பித்தான்.

“இவா முன்னே டில்லியிலே நம்மாத்துப் பக்கத்தாத்துலே இருந்தா. அம்மாவும் இந்த மாமியும் ரொம்ப சிநேகிதம்.”

“அப்படியா? ரொம்ப சந்தோஷம்” என்றாள் பாட்டி. “இப்ப எப்படி திடீர்னு கண்டுபிடிச்சே?”

“இந்த ஆனந்தி என்னோட ஸ்டூடண்ட். சின்ன வயசிலே விளையாடின ஞாபகம். விசாரிச்சப்ப தெரிஞ்சுது.”

“உள்ளே வாங்கோ” என்று பாட்டி அம்மாவையும் ஆனந்தியையும் உள்ளே அழைத்தாள். சமையலறையின் வாசலில் இரண்டு மனைகளைப் போட்டு அதில் அமரச் சொல்லிவிட்டுக் காப்பி தயாரிக்க விரைந்தாள்.

“இப்போ ஒண்ணும் வேண்டாம் மாமி. ரெண்டுங்கெட்டான் வேளையிலே” என்று தடுத்தாள் அம்மா.

பாட்டி கேட்பதாக இல்லை. சுறுசுறுவென்று கையும் உடம்பும் பேச்சை மாதிரியே பரபரத்ததைக் கண்டு ஆனந்திக்கு ஆச்சரியமாக இருந்தது.

“பொண் கல்யாணத்துக்கு இருக்காளாக்கும். ராஜாத்தி மாதிரி இருக்காளே” என்று பாட்டி.

அம்மா காதில் போட்டுக் கொண்டதாக காண்பித்துக் கொள்ளவில்லை.

“கிணத்து ஜலமா? கார்ப்பரேஷன் தண்ணியும் வரதா?” என்று பேச்சை மாற்றினாள்.

அம்மாவின் சாமர்த்தியம் ஆனந்திக்கு வியப்பாக இருந்தது.

“இரண்டும்தான். கார்ப்பரேஷன் தண்ணியைவிடக் கிணத்து ஜலம்தான் ஸ்படிகமா இருக்கு. நான் அதைத்தான் உபயோகிக்கறேன். ஸ்ரீதர்கூட நையாண்டி பண்ணின்டே இருப்பன்.”

“சொந்த வீடா?”

"ஆமாம். அவன் டில்லிலேருந்து வந்ததும் இந்த வீடு விலைக்கு வந்ததாம். உடனே குடுகுடுன்னு கையிலே இருக்கிறதெல்லாம் போட்டு வாங்கிட்டான். அவனுக்கென்னவோ மெட்ராஸ் ரொம்பப் பிடிச்சுப் போச்சு."

"வீடு நன்னாயிருக்கே கச்சிதமா! என்ன விலை?"

"எழுபது."

"ரொம்ப மலிவு."

"மலிவுதான். அடுக்குள்தான் ரொம்பச் சின்னது. தளிகை பண்றத்துக்குள்ளே சிரமமாப் போயிடறது."

அவர்கள் லௌகீகமாகப் பேசிக் கொண்டிருக்கையில் ஆனந்தி வீட்டைச் சுற்றிப் பார்க்கிறேன் என்று கிளம்பினாள்.

ஸ்ரீதரும் அப்பொழுதுதான் அப்பாவுக்குக் கொல்லையெல்லாம் காண்பித்துவிட்டு உள்ளே வந்தான். அப்பா வரவேற்பறையில் போய் உட்கார்ந்தார்.

"வாருங்களேன் என் மாளிகையைக் காண்பிக்கிறேன்" என்று சிரித்தான் அவளைப் பார்த்து.

❖ ❖ ❖

12

அத்தியாயம்

“இது என்னுடைய அறை. பயப்படாமல் உள்ளே வாருங்கள். யாரும் இல்லை!”

அவள் தயங்கிக் கொண்டே உள்ளே நுழைந்தாள். புத்தகங்கள். எங்கே திரும்பினாலும் புத்தகங்கள். ஆனால், வாரி இறைபடாமல் ஒழுங்காக அடுக்கி வைக்கப்பட்டிருந்தன.

ஆங்கிலத்தில் அவள் மெல்லக் கேட்டாள். “நீங்கள் ரொம்பப் பெரிய படிப்பாளி என்று நான் நம்பட்டுமா?”

அவன் சிரத்தைத் தாழ்த்தினான் நாடக பாணியில்.

“நீங்கள் அப்படி நம்ப வேண்டும் என்றுதான் அவ்வளவு சிரமப்பட்டுப் புத்தகங்களைச் சேர்த்திருக்கிறேன்.”

அவள் கலகலவென்று சிரித்தாள். புத்தகங்களை ஒரு நோட்டம் விட்டாள். ஹக்ஸ்லி, காஃப்கா, எமர்ஸனிலிருந்து சேஸ் வரை புத்தகங்கள் இருந்தன.

“ஓ! உங்கள் வீடு ரொம்பத் தொலைவு!” என்றாள் அவள் ஒரு ஏக்கத்துடன்.

"இல்லாவிட்டால் அடிக்கடி வருவீர்களா?" என்றான் அவன் ஒரு ஆர்வத்துடன்.

"ஆமாம் இந்தப் புத்தகங்களைப் பார்த்தால் ஆசையாக இருக்கிறது!"

"காட் ப்ளெஸ் தெம்."

அவள் மறுபடி சிரித்தாள். அவனது விளையாட்டுப் பேச்சை நிறுத்துவது அசாத்தியம் என்று நினைத்துக் கொண்டு.

"கொல்லைப் பக்கம் காண்பிக்கவில்லையே நீங்கள்?"

"ஓயெஸ். வித் ப்ளெஷர். வாருங்கள்" என்றான் அவன்.

வெட்டவெளிக்குச் சென்றது, "ஓ! எத்தனை அழகாயிருக்கிறது" என்றாள் ஆனந்தி ஒருவித பரவசத்துடன்.

"இல்லை? எனக்கும் இந்த இடம் ரொம்பப் பிடிக்கும். இத்தனை விச்ராந்தியாக ஒரு கிராமியச் சூழலோடு ஒரு பட்டினத்தில் இருக்க முடியும் என்றே எனக்குத் தெரியாது. இந்த வீட்டில் எனக்கு அப்படித்தான் ஓர் உணர்வு ஏற்படுகிறது."

"கிணற்றில் நல்ல ஜலமா?"

"ஓ! பஸ்ட் கிளாஸ் ஜலம். என் பாட்டியைக் கேட்டால் இதன் புகழ் பாட ஆரம்பித்து விடுவாள். அவளுடைய பெஸ்ட் ஃப்ரண்ட் இது."

அவன் பிறகு பாட்டி குடத்தை அதில் நழுவ விட்டதையும் அது இப்பொழுது கிணற்றுக்கடியில் உட்கார்ந்திருப்பதையும் ஹாஸ்யமாக விவரித்துச் சொன்னான்.

அவள் விழுந்து விழுந்து சிரித்தாள்.

"தண்ணி எவ்வளவு இருக்கு?" என்று அவள் குனிந்து பார்த்தாள். அப்படிக் குனிந்துப் பார்க்கையில் கீழே பாதம் வழுக்கி அவள் முன்புறம் சாயப் போனாள். அவன் பதறிப்போய் அவளைப் பிடித்துப் பின்னுக்கு இழுத்தான். அவளும் சற்றுத் தடுமாறிப் போனாள்.

"என்னது, நீங்கள் இந்த மாதிரி எட்டிப் பார்க்கலாமா?" என்றான் அவன். "நான் பயந்து போய்விட்டேன்."

அவன் உண்மையாகவே அவளுக்காகப் பயந்திருக்கிறான் என்பது அவனது முகத்திலும் அவனது பிடியிலும் தெரிந்தது. அவனது பயம் அவளுக்கு வேடிக்கையாக இருந்தது.

"குடம் விழுந்தால், போனால் போகிறது என்றிருக்கலாம். நீங்கள் விழுந்தால் அப்படி இருக்க முடியுமா?"

அவள் சிரித்துக் கொண்டே அவனது பிடியிலிருந்து விலகிக் கொண்டாள். அவன் பிடித்த இடத்தில் கை கன்னிச் சிவந்து போயிருந்தது. அவளுக்கு சங்கோஜத்தில் முகம் சிவந்துவிட்டது.

அவர்கள் உள்ளே செல்கையில் பாட்டி எல்லோருக்கும் காப்பி கலந்து வைத்திருந்தாள், தட்டில் தேன்குழலுடன்.

அவன் எடுத்துக் கொண்டுபோய் அப்பாவிடம் கொடுத்தான்.

"நீங்கள் என்ன மாமா, மாமியைக் கல்யாணம் செய்து கொண்ட பிறகு ஜானகிராமன்னு பேரை மாத்திண்டேளா? இல்லை, மாமியின் பெயரை ஜானகின்னு பொருத்தமாக்கிண்டேளா?"

ஜானகிராமன் சிரித்தார்.

"ரெண்டும் இல்லை. எங்க ரெண்டு பேர் பேரே அதுதான். அப்படி அமைஞ்சு போச்சு."

அவர்கள் கொஞ்ச நேரம் பேசிக் கொண்டிருந்துவிட்டுக் கிளம்பினார்கள்.

அவன் கிளம்பும்போது சொன்னான். ஆனந்தியைப் பார்த்து மெள்ள;

"இந்திரா நகர் அதிக தூரமில்லை. சாந்தோமிலிருந்து நேர் பஸ் இருக்கு."

"கிணத்தை நினைச்சாப் பயமாயிருக்கே?"

"நானிருக்கப் பயமேன்?" என்று அவன் கிசுகிசுத்தான்.

அவனிடம் அதிகம் பேச்சுக் கொடுக்கக் கூடாது என்று அவள் தீர்மானித்துக் கொண்டாள்.

வழியெல்லாம் அம்மாவும் அப்பாவும் அவர்களைப் பற்றி விமர்சிக்கையில், அவள் அந்த பேச்சில் ஒட்டாமல் இருந்தாள். திரும்பத் திரும்ப அவனது கனிவான பார்வையும், சிரிக்கும் அதரங்களும், குறும்புப் பேச்சும் மனத்தை அலைக்கழித்தன. அவளது பழைய வாழ்க்கையை அவன் கொஞ்சங்கூட பொருட்படுத்தாதவன் மாதிரியல்லவா பேசுகிறான்! எத்தனை சாதுர்யமான பேச்சு? அவள் அதை ரசித்தாளா, வெறுத்தாளா என்று அவளுக்கே புரியவில்லை. அவனை நினைக்கும் பொழுது இதழ்களில் புன்னகை அரும்புவதிலிருந்து அதை மனசு ரசித்த மாதிரி இருந்தது. ஆனால், இருதயமும் வேகமாக அடித்துக் கொள்வதிலிருந்து எதற்கோ பயப்படுகிற மாதிரி இருந்தது... குற்றம் புரிகிற மாதிரி. அவன் பிடித்த இடத்தில் கன்னிச் சிவந்திருந்த கைகளை அவள் தன்னையறியாமல் தடவிவிட்டுக் கொண்டாள். ஆணின் முதல் ஸ்பரிசம் பட்ட மாதிரி... இவனிடமிருந்து எப்படித் தப்பிப்பது என்று புரியவில்லை... அவன் பேச்சுக்குச் சிரிக்காமல் இருக்க முடியவில்லை... அவனது பார்வையைக் கண்டு மனசு படபடக்காமல் இருக்க முடியவில்லை... ஈசுவரா இது என்ன சோதனை?

"நான் அன்புக்காகத்தான் காத்திருக்கிறேன். என்னையே அவன் கையில் ஒப்படைக்க. அதனால்தான் இத்தனை தாமதமாகிவிட்டது... அதனால் என் மனதில் குற்ற உணர்வுகள்..."

"ஜனங்கள் என்னை நிந்திப்பது தெரிகிறது. பொறுப்பற்றவள் என்பது கேட்கிறது... அவர்கள் சொல்வதில் உண்மை இருக்கும் என்பதில் சந்தேகமில்லை..."

கீதாஞ்சலியின் வரிகள்.

ஏன் இப்போது ஞாபகத்துக்கு வருகின்றன?

ஆனந்தி திடுக்கிட்டாள். தனக்குச் சாதகமாகத் தோன்றும் கவிதைகளை சமாதானத்துக்கு இழுத்துக்கொள்வதா? இது என்ன புத்தி கெட்டு விட்டதா?

அவள் அன்று இரவு படிப்பிலும் புத்தி போகாமல் பழைய நினைவுகளிலும் குற்ற உணர்விலும் அமிழ்ந்து போனாள். ஆண்டவனின் பெயரையே பல காலமாக உச்சரிக்காத வாய் ஓயாமல் சொல்லிற்று. 'ஆண்டவனே என்னைச் சோதிக்காதே. நேர் வழியைக் காட்டு...!'

மறுநாளைக்குக் கண் விழித்தபோது மனசு லேசாகிப் போனாற்போல இருந்தது. நேற்றைய நினைவுகளெல்லாம் நேற்றோடு கனவாகிப் போனாற் போல் புதிய கவலைகள், படிப்பைப் பற்றித் திட்டங்கள், மனத்தில் உருவாயின.

வழக்கம்போல் அவள் குளிக்கும்போது அப்பா விஷ்ணு ஸஹஸ்ரநாமம் சொல்வது கேட்டது.

"அனாதி நிதனம் விஷ்ணும்
சர்வலோக மஹேச்வரம்!"

மனத்தில் தோன்றும் விரக்தியும், எகத்தாளமும் இன்று தோன்றாதது ஆச்சரியமாக இருந்தது. அந்த வரிகளை அவளே திரும்பத் திரும்பச் சொல்லிக் கொண்டாள். தன் மனத்தைப் புடம் போட அந்த வார்த்தைகளுக்குத்தான் சக்தியிருக்கும் என்று தோன்றிற்று. தனக்குத் தானே ஏற்படுத்திக்கொள்ளும் மனோ தத்துவ சிகிச்சை...

அவள் கல்லூரிக்குத் தயாராகிக் கிளம்பினாள். பஸ் ஸ்டாப்பில் நிற்கையில் யாரோ 'ஹல்லோ' என்று கூப்பிடும் குரல் கேட்டது. அவள் திரும்பினாள்.

"என்னைத் தெரிகிறதா?" என்று ஹிந்தியில் கேட்ட அந்தப் பெண்ணை பார்த்து அவள் ஆச்சர்யப்பட்டுப் போனாள். ஆர்வத்துடன் அவளருகில் சென்று கையைப் பிடித்துக் கொண்டாள்.

"உங்களை மறக்க முடியுமா? மெட்ராஸில் என்ன செய்கிறீர்கள்? எப்பொழுது வந்தீர்கள்?"

"இங்கு ஒரு உறவினர் வீட்டுக்கு வந்திருக்கிறேன். ராமேஸ்வரம் போகிறோம். இங்கேயிருக்கிற கோவில்களையெல்லாம் ஒரு சுற்றுப் பார்த்துவிட்டு பம்பாய் கிளம்புவோம்."

"வாட் எ ப்ளெஸென்ட் ஸர்ப்ரைஸ்! நீங்கள் கண்டிப்பாக எங்கள் வீட்டுக்கு வரணும் மிஸஸ் படேல். இங்கேதான் பக்கத்தில் இருக்கிறது எங்கள் வீடு" ஆனந்தி உற்சாகமாக பேசிக்கொண்டே போனாள்.

மிஸஸ் படேல் அன்புடன் அவளது முதுகைத் தடவிக் கொடுத்தாள்.

"கண்டிப்பாக வருகிறேன். நீ எப்படியிருக்கிறாய்? அப்பா, எத்தனை பெரிய கண்டத்திலிருந்து தப்பிச்சே? என்னால் இப்பொழுது நினைச்சாலும் நம்ப முடியவில்லை."

ஆனந்திக்கு கண்களில் நீர் துளிர்த்தது

"உங்களுடைய உதவியில்லாவிட்டால் எனக்கு வேறு வழியே இருந்திருக்காது..."

"ஆ... நான் என்ன செய்து விட்டேன்? நாமெல்லாம் ஆண்டவனுடைய கருவிகள், உனக்கு ஆயுள் கெட்டி என்று வைத்துக் கொள்..."

கண்ணீரை விழுங்கிக் கொண்டு ஆனந்தி சொன்னாள்.

"ஆயுள் கெட்டியாக இருந்து என்ன பிரயோஜம்? மனசு கெட்டியாக இல்லையே?"

"கவலைப்படாதேயம்மா. என்னவோ அவரவர்களுடைய தலையெழுத்து அனுபவித்துத்தான் ஆகணும். இப்போது மேற்கொண்டு என்ன செய்கிறீர்கள்?"

ஆனந்தி குரலைத் தாழ்த்திக் கொண்டாள்.

"டைவோர்ஸுக்குக் கேஸ் போட்டிருக்கிறோம். கேஸ் நடந்து கொண்டிருக்கிறது."

"நல்லதுதான் அது. இனிமேல் அந்தச் சண்டாளனோடு ஒரு சம்பந்தமும் இருக்கக் கூடாது. அந்த ஒரு வருஷம்கூட நீ அவனோட எப்படித்தான் சமாளித்தாயோ? உன் பொறுமை யாருக்கும் வராது..."

"தாங்கத்தான் வேணும் என்கிறபோது, எல்லோருக்கும் பொறுமை வராமல் போகாது மிஸஸ் படேல்."

அதற்குள் அவள் ஏற வேண்டிய பஸ் வந்து விட்டது. அவள் அவசரமாகக் கிளம்பினாள்.

"நான் கிளம்புகிறேன். நீங்கள் கண்டிப்பாக வீட்டுக்கு வரணும்" என்று அவள் தெருவின் பெயரையும் வீட்டு நம்பரையும் சொன்னாள்.

"மறக்க மாட்டீர்களே?"

"மாட்டேன்" என்று தலையை அசைத்தாள் மிஸஸ் பட்டேல்.

பஸ் கிளம்பியுடன் பலவகையான உணர்ச்சிகள் ஆனந்தியின் மனத்தில் பிரவாகமாய்ப் பெருகிற்று. இந்த மிஸஸ் பட்டேல் மட்டும் அன்று உதவியிராவிட்டால் என்ன நடந்திருக்கும்? இன்று இந்த மாதிரி குருட்டு யோசனைகளைச் செய்துகொண்டு காலேஜ் படிப்பைத் தொடர்வதற்காக அவள் சென்று கொண்டிருக்க மாட்டாள். தினம் தினம் மனப் போராட்டங்களில் சிக்கிக் கொண்டு தவித்திருக்க மாட்டாள். சாதுவான ஒரு பெண் அநியாயமாய் பலியாகிப் போனாள் என்கிற அனுதாபப் பேச்சோடு போயிருக்கும். ஒரே பெண் பிறந்து அவள் வாழ்ந்ததும் கனவாகிப் போயிற்று என்கிற ஒரே ஒரு சோகம்தான் அம்மாவுக்கும் அப்பாவுக்கும் இருந்திருக்கும். இப்பொழுது அவள் உயிர் வாழ்ந்து யாருக்கு என்ன லாபம்? ஆனால், வாழாவிட்டால் ஒரு வாழ்வு விரயமாகிப் போயிருக்காதா? வாழ்க்கை என்னவென்றே அனுபவிக்காமல் அதை விரயமாக்கலாமா? அவளுக்கு உள்ளம் சிலிர்த்தது. அனுபவித்ததெல்லாம் போதாதா? அது ஏழேழு ஜென்மத்திற்கு நிழலாய் தொடர்ந்து வராதா? இன்னும் என்ன இருக்கிறது அனுபவிக்க?

"நான் பாட நினைத்த கீதம் பாடப்படாமல் இருக்கிறது இன்று வரை."

"யாழின் சுருதியைக் கூட்டுவதிலும், குறைப்பதிலுமே கழித்து விட்டேன் நாட்களை."

"மலர் இன்னும் மலரவில்லை. காற்றுதான் பெருமூச்சு விட்டபடி செல்கிறது..."

கருகிப்போன மலர் இனிமேல் எப்படி மலரப் போகிறது? சூறாவளியாய் வாழ்வை அடித்துக்கொண்டு போன காற்று இனிப் பெருமூச்சு விட்டுத்தான் என்ன லாபம்? வானத்தில் கரிய மேகங்கள் தான் இருக்கின்றன. எவ்வளவு நேரம் அந்த அந்தகாரத்தைத் துழாவினாலும் எந்த ஒளிக் கீற்றையும் காணப் போவதில்லை. ஓ மிஸஸ் பட்டேல், நீங்கள் ஏன் என்னைக் காப்பாற்றினீர்கள்? எனக்குக் கண்ணே தெரியவில்லை... இந்த மையிருட்டுக் கரையிலே சூறாவளி வீசும் அலைகளிடையே எந்தப் படகு வந்து என்னைக் கரையேற்றப் போகிறது? வெளிச்சம் எங்கே இருக்கிறது? எப்படி அதை ஏற்றுவது? விளக்கு இருக்கிறது. ஆனால், அதில் திரியே இல்லை... இதுதான் என் தலைவிதி மிஸஸ் பட்டேல். இந்த திரியில்லாத ஏற்ற முடியாத விளக்கை ஏன் பாதுகாத்தீர்கள்? சாவே எனக்கு ஏற்றதல்லவா? ஆனால், என் மனத்தில் கொஞ்ச நாட்களாக மாற்றம் ஏற்பட்டிருக்கிறது. அது என்ன என்று புரியாமல் திகைக்கிறேன். கரிய மேகத்தில் திடீரென்று மின்னலடித்தாற்போல் உணர்கிறேன். ஆனால், அதன் வெளிச்சம் என்னை மேலும் குருடாக்குகிறது. இருதயம் பாதையைத் தேடுகிறது... புரியவில்லை...

"ஆனந்தி! ஆனந்தி!" கலாவின் குரல் கேட்டு அவள் சுயநினைவுக்கு வந்தாள். கன்னமெல்லாம் நனைந்திருப்பது அப்பொழுதுதான் தெரிந்தது.

❖❖❖

13

அத்தியாயம்

"பாட்டி! பாட்டி!" புதிதாக வாங்கிய ஸ்கூட்டரின் ஹாரனை சப்தித்தபடி ஸ்ரீதர் பாட்டியைக் கூப்பிட்டான்.

பாட்டி கைக்காரியத்தை அப்படியே போட்டுவிட்டு வாசலுக்கு விரைந்தாள். வாசலில் அவன் பெருமையோடு ஸ்கூட்டரின் மேல் உட்கார்ந்திருந்தான். போட்டோவுக்கு போஸ் கொடுக்கிற மாதிரி.

பாட்டியின் கண்கள் அகல விரிந்தன ஆச்சரியத்தில்.

"ஏதுடா இது? புதிசாத் தெரியறதே?"

"தெரியறது மாத்திரமில்லை. புதிசேதான். நான் புக் பண்ணியிருக்கேன்னு சொல்லல்லையா? இன்னிக்குத்தான் வந்தது. வரயா பாட்டி ஒரு ரைட் போயிட்டு வரலாம் ஜாலியா?"

பாட்டி சிரித்தாள்.

"என்னடா விளையாடறே? ஜாலியாப் போறதுக்கு வேறே ஆளைப் பாரு."

"வேறே ஆள் கிடைக்கிறவரைக்கும் நீ வாயேன்! உன்னைக் கதாகாலட்சேபத்துக்குக் கூட்டிண்டு போறேன்."

"சரி ஆகட்டும்" என்றாள் பாட்டி. "ஸ்கூட்டரிலே போறதானா காலட்சேபத்துக்குப் போகக் கூடாது. சினிமா, பீச்சுன்னா ஒத்துக்கறேன்."

பாட்டியின் கிண்டலை ரசித்து அவன் பெரிதாகச் சிரித்தான்.

"இருடா! நீ பாட்டுக்கு நாள் கிழமை பார்க்காமெ ஓட்டாதே. நாள் பார்த்துச் சொல்றேன்."

"போச்சுடா" என்று சிரித்தான் ஸ்ரீதர். "கடையிலேர்ந்து ஓட்டிண்டுதானே வந்திருக்கேன்!"

"வீட்டிலேர்ந்து கிளம்ப வேண்டாம் - நாள் பார்க்காமே!"

"சரி உன் இஷ்டம்" என்றபடி அவன் ஸ்கூட்டரைத் தாழ்வாரத்தில் வைத்துவிட்டு உள்ளே வந்தான்.

அவனுக்கு டிபன் காப்பி கொடுத்த கையோடு பாட்டி பஞ்சாங்கத்தை எடுத்துக் கொண்டு வந்தாள்.

"உன் காட்டிலே மழை பேஞ்சுதுடா. இன்னிக்கே நாள் நன்னாயிருக்கு. கொஞ்சம் தூரம் ஓட்டிட்டு வா."

"நல்ல வேளை" என்றபடி எழுந்தான் ஸ்ரீதர். "லைப்ரரிக்குப் போகணும். ஸ்கூட்டர் கிடைச்சப்புறம் பஸ்ஸிலே போகச் சோம்பலாயிருக்கு."

"ஏன்டாப்பா, உனக்கு நன்னா ஓட்டத் தெரியுமோ?"

"இதிலே என்ன பாட்டி உனக்கு சந்தேகம்?" என்று ஸ்ரீதர் சிரித்தான். "டில்லியிலே ஓட்டியிருக்கேன். அப்பாவுடைய காரைக்கூட முக்கால்வாசி நான்தான் ஓட்டுவேன்."

"ஜாக்கிரதையாகப் போடாப்பா. நீ வீட்டுக்குத் திரும்புகிற வரைக்கும் கவலையாக இருக்கும்."

"இதுக்கெல்லாம் கவலைப்பட்டா முடியுமா? ரோட்டிலே சாதாரணமா நடக்கிறதுகூட இந்தக் காலத்திலே பத்திரமில்லைதான்.

நீ கீதையைக் கேட்டுத் திரும்பி வரவரைக்கும் நான் கவலைப்படறது உனக்குத் தெரியுமா?"

"ஆமாம்! நான் ஏதாவது சொன்னால் நீ பதிலுக்கு சொல்லிடு. சரியாப் போச்சு."

"ஏன் பாட்டி. இன்னிக்கு என்ன புரோகிராம் உனக்கு?"

"தினம் போலத்தான். தளிகை பண்ணியாச்சு. ஆறு மணிக்குக் கிளம்பினா சரியாக இருக்கும்."

"நான் லைப்ரரி போறச்சே உன்னை டிராப் பண்ணிடட்டுமா?"

பாட்டி சிரித்தாள்.

"வேண்டாம்! நீ ஒருத்தன் ஜாக்கிரதையாகப் போய் விட்டுவா! அதுவே போதும். சாவியை வழக்கம்போல் பக்கத்தாத்துல கொடுத்துட்டுப் போறேன்."

"சரி."

அவன் ஸ்கூட்டரில் ஏறி உட்கார்ந்து கிளம்பும்போது பாட்டி கவலையோடு பார்த்துக் கொண்டிருப்பது தெரிந்தது. கூடவே இதமாக இருந்தது. பெற்றோர் இறந்து விட்டாலும் அவன் அனாதையில்லை என்கிற உணர்வு அவனுக்குச் சமாதானமாக இருந்தது. அப்பா இறந்தபோது தனக்கு யாருமேயில்லை என்று தோன்றிற்று. வடக்கேயே இருந்துவிட்டதால் சித்தப்பாவும், அத்தைகளுமே அன்னிய மனிதர்கள் மாதிரி தோன்றும். பாட்டிதான் இரண்டு மூன்று தடவை டில்லி வந்திருந்ததால் அவனுக்குப் பழக்கம்.

அவன் தெற்கே வந்ததும், பாட்டியைத் தன்னுடன் வந்து இருக்கச் சம்மதமா என்று கேட்டதும் அவள் எத்தனை உற்சாகமாக ஒப்புக்கொண்டாள்! எத்தனை சீக்கிரத்தில் இருவருக்குமிடையே அன்பும் நேசமும் காலம் காலமாய்க் காத்து நின்றாற்போல் துளிர்த்து விட்டது! பாட்டி எங்கிருந்தாலும் அப்படித்தான் அன்பைப் பொழிவாள் என்று தெரிந்தது. சித்தப்பா சித்தி ஏங்கிக்கொண்டு எழுதும் கடிதங்களிலிருந்து

தெரிகிறது. பாட்டி இல்லாமல் தன்னாலேயே தனியாகக் காலத்தை ஓட்ட முடியுமா என்று அவனுக்கே சந்தேகமாகப் போய்விட்டது. அம்மா இறந்த பிறகு அப்பா பலமுறை பாட்டியை வந்திருக்கும்படிக் கூப்பிட்டிருக்கிறார். அந்த டில்லிக் குளிரும் ஒத்துக்கொள்ளவில்லை; வெயிலும் ஒத்துக் கொள்ளவில்லை. அதனால் இருக்க முடியாது என்று கிளம்பிவிட்டாள். இத்தனை வருஷங்களாகச் சமையல்காரன் சாப்பாட்டையே சாப்பிட்டு வந்தவனுக்கு இப்பொழுது பாட்டி கைமணக்கச் செய்து போடும் சமையலை ருசிக்கையில் சாப்பாட்டுக்கும் எவ்வளவு ருசி உண்டு என்று புரிகிறது. சேகர் சொன்ன மாதிரி பாட்டி ஒரு ஜெம்தான். சந்தேகமேயில்லை.

பாட்டிக்கு எளிதில் எல்லோரையும் பிடித்து விடுகிறது.

அன்று ஆனந்தியும் அவளது பெற்றோரும் வந்துபோன பிறகு அவர்களைப் பற்றி எத்தனை உயர்வாக மதிப்பிட்டாள்?

"ராஜாத்தி மாதிரி இருக்கிறாள் பார்த்தியா அந்தப் பெண்! என்ன அழகு, மகாலட்சுமி மாதிரி!"

அவன் ஆனந்தியைப் பற்றி அவளிடம் ஒன்றும் சொல்லவில்லை. அதற்கு அப்போது சமயமில்லை என்று நினைத்துக் கொண்டான்.

"எனக்கு என்ன தோணித்து தெரியுமோ ஸ்ரீதர்? அவா நம்ம ஜாதியா இருந்தா உனக்கு அந்தப் பொண்ணைக் கேட்கலாமேன்னு நினைச்சுண்டேன்!"

அவனுக்குத் தூக்கி வாரிப்போட்டது. இனம் புரியாமல் நெஞ்சு படபடத்து முகம் சிவந்தது. அவன் சட்டென்று பாட்டி பார்க்கா வண்ணம் சமாளித்துக் கொண்டான்.

"ஏன், நம்ம ரெண்டு ஜாதிக்கும் என்ன வித்தியாசம்? நீ நீள நாமத்தைப் போடறே, அவா பட்டையா குறுக்கே இட்டுக்கிறா. பேசற பாஷை ஒண்ணு. சாப்பாடு ஒண்ணு. வணங்கற தெய்வமும் ஒண்ணுதான்."

பாட்டி தன்னை ஒரு மாதிரியாகப் பார்ப்பதைப் பார்த்து, "இந்த பொண்ணு மேலே எனக்கு ஏதும் இஷ்டமாயிருக்குமோன்னு நினைச்சுக்காதே, சும்மா ஒரு பேச்சுக்குச் சொன்னேன்!" என்று சிரித்தான்.

"இஷ்டப்பட்டாத்தான் நான் என்ன செய்யப் போறேன்? நம்மாத்திலே இன்னும் இதெல்லாம் வழக்கமில்லை. டில்லிக்காரன் நீ. ஏதாவது ஏறுமாறாப் பண்ணா என் தல்லிகிட்ட நான் போறேன்."

பாட்டியின் தீர்மானமான பேச்சு அவனுக்கு அதிர்ச்சியாக இருந்தது. பாட்டி கிளறிவிட்ட ஒரு பொறியும் பெரிய தீயாக மனதில் மூண்டுவிட்ட மாதிரி இருந்தது. ஒவ்வொரு ஜாதிக்குள்ளும் எத்தனை பிரிவுகள்? அதற்குள்ளே எத்தனை பிணக்குகள்? இதற்கெல்லாம் அடிப்படையில் வித்தியாசமில்லை என்பதைப் பாட்டிக்கு எப்படி புரிய வைப்பது? ஆனால், இதற்கெல்லாம் இப்பொழுது என்ன அவசியம் வந்துவிட்டது? இந்த மனத்தின் ஓட்டத்தை எப்படிக் கட்டுப்படுத்துவது? ஆனந்தியின் சிரிப்பையும் பார்வையையும் நினைக்காமல் எப்படியிருப்பது?

இந்த மாதிரி மனதை அலையவிட்டால் ஐ.ஏ.எஸ். பரீட்சையின் கதி அதோ கதிதான்! இனிமேல் தான் உண்டு தன் வேலை உண்டு என்றிருக்க வேண்டும் என்று தோன்றிற்று.

"வீ கேன் ஜஸ்ட் பீ ஃப்ரெண்டஸ் அண்ட் நத்திங் மோர்" என்று அழுத்தந்திருத்தமாகச் சொன்னாளே ஆனந்தி? அவன் அதிகப் பிரசிங்கித்தனமாக நடந்து கொள்வதாக அவள் நினைக்கிறாளா? ஆனால், அவளைப் பார்த்ததுமே மனசு பரவசமடைந்துப் போகிறதே? உல்லாசமாகப் பேச வேண்டும் போல் இருக்கிறதே? அவளது சோகத்தை மறக்கச் செய்ய வேண்டும் என்று துடிக்கிறதே உள்ளம்? எதனால் அது?

அது எப்படிப்பட்ட சோகமாக இருக்கும்? எந்த வகையில் அவள் மணவாழ்க்கையில் கஷ்டப்பட்டிருப்பாள் என்று அவனால் அனுமானிக்க முடியவில்லை. அவள் எந்த வகையிலும் குற்றமற்றவள், மாசற்றவள் என்று தோன்றிக் கொண்டே இருந்தது.

அந்த வக்கீல்கள் அன்றைக்குப் பேசினதைச் சரியாகக் கேட்க முடியவில்லை. யாரைக் கேட்பது? தெரிந்துகொள்ள வேண்டியது அவசியம்தானா? அதனால் அவனுக்கு என்ன ஆகப் போகிறது?

அன்று கிணற்றடியில் அவள் விழப் போக, அவளைத் தான் தாங்கிக் கொண்டது நினைவுக்கு வந்தது. எப்படிப் பூச்சரம் மாதிரி மிருதுவாக இருந்தாள் என்று நினைக்கையிலே அவனுக்கு தேகமெல்லாம் சிலிர்த்தது.

இந்த மாதிரி நினைப்புகளெல்லாம் நியாயமானதா? தர்மமானதா? என்று அவனுக்குப் புரியவில்லை. அவளை நினைத்த மாத்திரத்தில் நெஞ்சு நிறைந்து போவதும், பார்த்த மாத்திரத்தில் பரவசமாகிப் போவதும்தான் நிதர்சன உண்மையாகத் தெரிந்தது. பரீட்சை சமீபித்து விட்டது என்ற நினைப்பு அவனுக்கு வந்தது. இந்த மாதிரி யோசனைகளில் லயித்திருந்தால் எப்படி? ஒரு வாரம் கழித்து ஒரு மாதம் லீவு எடுத்துக்கொள்ள வேண்டும் என்று அவன் நினைத்துக் கொண்டான்.

✲✲✲

பிரிட்டிஷ் கௌன்சில் லைப்ரரி வந்ததும் அவன் ஸ்கூட்டரை நிறுத்திவிட்டு உள்ளே போனான். சில விநாடிகளில் அவன் புத்தகங்களில் ஆழ்ந்து போனான்...

அவன் வெளியில் வந்தபோது யார் மீதோ முட்டிக் கொண்டான்.

"சாரி" என்று சொல்லிவிட்டு அவன் நிமிர்ந்து பார்த்தபோது ஆச்சரியப்பட்டுப் போனான். அவனுடன் கல்லூரியில் படித்த ரமேஷ் பாண்டே.

அவன் பெரிதாக ஸ்ரீதர் முதுகில் ஒரு ஷாட்டு விட்டான்.

"அரே யார், நீ எங்கே இங்கே வந்தே?"

"நான் இங்கேதான் ஒரு காலேஜிலே வேலையாயிருக்கேன். நீ பம்பாயில் இருந்தே இல்லே? எங்கே இங்கே வந்தே சொல்லு?"

"எங்கப்பாவுக்கு இப்போ இங்கே மாற்றலாகி விட்டது. நானும் ரிசர்வ் பாங்கிலே இங்கே சேர்ந்திருக்கிறேன். ஐ.ஏ.எஸ்ஸுக்குப் படிக்கிறேன்."

"அப்படியா? நானும் அதுக்குத்தான் படிக்கிறேன். நீ என்ன சப்ஜெக்ட்ஸ் எடுத்திருக்கே?"

"இக்னாமிக்ஸ் பொலிடிகல் சயன்ஸ் அண்டு ஹிஸ்ட்ரி. நீ?"

"லிட்டரச்சர் பொலிடிகல் சயன்ஸ் அண்ட் ஹிஸ்டரி."

"ரொம்ப நல்லதாப் பேச்சு. நாம் இரண்டு பேரும் சேர்ந்தே படிக்கலாம் இல்லே?"

"ஓ தாராளமா."

"நீ எங்கே இருக்கே?"

"அடையாறு."

"அட! இத்தனை நாள் தெரியாமப் போச்சே?"

"வாயேன், நான் உன்னை ட்ராப் பண்ணுகிறேன்."

"இரு ஒரு புத்தகம் திருப்பிக் கொடுக்கணும். கொடுத்துட்டு வரேன்."

ரமேஷ் சிறிது நேரத்தில் திரும்பி வந்தான்.

ஸ்கூட்டரில் ஏறி உட்கார்ந்ததும், "என்ன ரொம்பப் படிக்கிறியோ?" என்று கேட்டான்.

"அதெல்லாம் ஒன்றும் அதிகம் இல்லை. லெக்சரராக இருக்கிறதனாலே லிட்டரேச்சருக்கு அதிகமாகத் தனியாகப் படிக்க வேண்டியதில்லை. இருந்தும் எல்லா சப்ஜெக்டுக்கும் எத்தனை படிக்க வேண்டியிருக்கிறது!"

"உனக்கென்னப்பா, நீ கோல்ட் மெடலிஸ்ட் கவலையே பட வேண்டியதில்லை."

"அதற்கும் இந்தப் பரீட்சைக்கும் சம்பந்தம் அதிகம் இருக்கிறதா எனக்குத் தெரியவில்லை. அதிர்ஷ்டமும் வேணும்."

"அது எதுக்குமே வேணும். இதோ என் வீடு வந்துவிட்டது. உள்ளே வருகிறாயா?"

"இல்லை ரமேஷ். லேட்டாகி விட்டது. இன்னொரு நாளைக்கு வரேன். பரீட்சைக்கு இன்னும் இரண்டு மாசம்தான் இருக்கு" அவர்கள் வாசலில் நின்றபடியே சிறிது நேரம் நடுவில் சந்திக்காத வருஷங்களைப் பற்றிப் பேசினார்கள். மணி ஆகிவிட்டது என்கிற திகைப்பில் ஸ்ரீதர் கிளம்பினான்.

ரமேஷைச் சந்தித்தது எத்தனை ஆச்சரியகரமான சந்திப்பு என்று அவன் நினைத்துக் கொண்டான். ரமேஷும் ஸ்ரீதரும்தான் காலேஜில் எல்லாவற்றிற்கும் ஜோடி. இருவரும் ஒரு வட்டத்தில் சேர்ந்துவிட்டால் போதும். அமர்க்களத்துக்குக் கேட்க வேண்டாம். பெண்கள் விஷயத்தில் ரமேஷ் அசகாய சூரன். பெண்களாக ஸ்ரீதரை நாடி வந்தும் ஸ்ரீதர் அசட்டையாக இருப்பதைக் கண்டு ரமேஷ் பொருமுவான். ஆஷாவின் சினேகிதத்தை எப்படியாவது அடைய வேண்டும் என்று முயன்றான். பாவம்! அவள் அவன் பக்கமே திரும்பவில்லை. அப்பொழுது ரமேஷ் அடைந்த ஆத்திரத்தை நினைத்து ஸ்ரீதருக்குச் சிரிப்பு வந்தது. முந்தைய ஜன்மத்திலிருந்து ரமேஷுக்கும் அவனுக்கும் ஏதேனும் தொடர்பு இருந்திருக்க வேண்டும் என்று தோன்றிற்று. இல்லாவிட்டால் இந்த வடக்கத்திக்காரன் தெற்கிலும் தொடர்ந்து வருவானேன்?

அவன் வீட்டை அடைந்தபோது பாட்டி இன்னும் கதையிலிருந்து வந்திருக்கவில்லை. நல்ல வேளையாய். வந்திருந்தால் ஸ்கூட்டரில் போனவன் இன்னும் திரும்பவில்லையே என்று கவலைப்பட்டுக் கொண்டு உட்கார்ந்திருப்பாள். அவன் கைகால் கழுவிக் கொண்டு உடை மாற்றிக் கொண்டு படிக்க உட்காருகையில் பாட்டி வந்து விட்டாள்.

"நல்ல வேளை வந்துட்டியாப்பா? எனக்கு அங்கே இருப்பே கொள்ளலை. இன்னிக்குப் பாரத யுத்தத்திலே அபிமன்யு செத்து போறது பத்திவேற கதை. ஒரே சோகம். எனக்கு ஏன் போனோம்னு ஆயிடுத்து."

"ஏன் பாட்டி சுகமும் துக்கமும் சேர்ந்ததுதானே வாழ்க்கையே. வெறும் ஒரு கதையைக் கேட்டு இப்படி வருத்தப்படலாமா?"

"வெறும் கதையைக் கேட்கிற மாதிரியா இருக்கு? சொந்த மகனே போயிட்ட மாதிரின்னா கதறரார் வில்லிபுத்தூரார். பாட்டைக் கேட்கும் போதே தேகமெல்லாம் மயிர்க் கூச்செறியறது. விதியை யாராலயும் மாத்த முடியல்லையே. இப்படி அநியாயமா அபிமன்யூ செத்தானேன்னு தாங்க முடியாம அவர் பாடறது நமக்கு; கேட்கிறவாளுக்குத் தாங்கல்லை."

"எப்படிக் கதறரார்னு எனக்கும்தான் கொஞ்சம் சொல்லேன்."

"என்னத்தை எனக்குச் சொல்லத் தெரியும்?" என்று பிகு செய்தாள் பாட்டி, பிறகு சொன்னாள்.

"துரியோதனன், ஜெயத்திரதன், சகுனி, கர்ணனைத் தவிர, எதிரிகளின் படையிலிருந்தவர்கூட அபிமன்யு இறந்த சோகம் தாங்காமே அழுதாளாம்".

"ஓர் இரண்டு வயவர் முனைந்து
உடன் பொருதல் உலகியற்கை;
ஒருவன் தன்மேல்
போர் இரண்டு புறமும் வளைந்து
ஒரு கோடி முடி வேந்தர் பொறாது சொன்னார்;
களத்து அவிந்தான் சிறுவன்! என்று என்றா
ஈ இரண்டு பெயர் ஒழியமற்று
உள்ளார் அழுது இரங்கி என்பட்டாரே!"

பாவத்தோடு சொல்கையில் பாட்டியின் குரல் கம்மிற்று. கண்களில் நீர் துளிர்த்தது. ஸ்ரீதருக்கு ஆச்சரியமாக இருந்தது. ஆங்கிலமும் இந்தியும் படித்திருந்தவனுக்குக் கவிதையின் முழு அர்த்தமும் புரியாவிட்டாலும் கவிதையின் அழகும் அதில் மிளிர்ந்த சோகமும் புரிந்தது. அதைவிடப் பாட்டி இப்பவும்

ஞாபகம் வைத்துக்கொண்டு பிசகாமல் சொன்னது அதிசயமாக இருந்தது.

“எப்படிப் பாட்டி, உனக்கு இப்படி ஞாபகமிருக்கு?”

பாட்டி சங்கோஜத்தோடு சிரித்தாள்.

“ஆ! அந்தக் காலத்துத் தமிழ் படிச்சவாளுக்குக் கம்பனையும் வில்லிப்புத்தூராரையும் தெரியாதா? நீ இங்கிலீஷை அனாயசமாக சொல்லும் போது நான் தமிழிலே சொல்றது என்ன ஆச்சரியம்?”

இருந்தும் ஸ்ரீதருக்கு ஆச்சரியமாக இருந்தது. ஓரளவுக்கு இலக்கிய ரசனை இருந்தால்தான் படித்தது ஞாபகத்தில் நிற்கும் என்று தோன்றிற்று. படிப்பது ஆங்கிலமாயிருந்தால் என்ன? தமிழாக இருந்தால் என்ன? சத்து எவ்வளவு இறங்கியிருக்கிறது என்பதல்லவா முக்கியம்? சமையலறையையும் கிணற்றையும் சுற்றிக் கொண்டிருக்கும் பாட்டிக்குள் இத்தனை விஷயமா இருக்கிறது! பாட்டியின் இலக்கிய ரசனைதான் அப்பாவுக்கு இருந்ததோ? அதில் கொஞ்சமேனும் தனக்கிருக்கிறதா?

“காலட்சேபம் பண்றவர் நன்னாச் சொல்றாரா பாட்டி?”

“உம் சொல்றார்” என்று இழுத்தாள் பாட்டி. அவனுக்கு, சாப்பாட்டுக்கு மணையைப் போட்டுக் கொண்டே, “ஆனா ஒண்ணு எனக்குப் பிடிக்கவில்லை. ரொம்ப ஆனாலும் மேற்கோள்களை எடுத்துண்டு சொல்ல ஆரம்பிச்சுடறார். தன்னோட மேதாவிலாஸத்தைக் காட்டணுங்கறதுக்காக... அவா சொல்லியிருக்கா, இவா சொல்லியிருக்காங்கறதிலேயே நேரம் போயிடறது. கதையோட ஓட்டமே, சுவாரஸ்யமே போயிடற மாதிரி இருக்கு.”

ஸ்ரீதர் சிரித்துக் கொண்டான்.

✲✲✲

காலையில் ஆறு மணிக்கே கண் விழித்துக் கொண்டது. ஸ்கூட்டரில் இனிமேல் போகலாமாதலால் சீக்கிரம் அடித்துச்

சுருட்டிக் கொண்டு போக வேண்டியதில்லை என்று நினைவுக்கு வந்தது. ஜன்னலின் வழியே பவழ மல்லிகை மரமும் கீழே நட்சத்திரங்களாகச் சிதறிக் கிடக்கும் பூக்களும் தெரிந்தன. பூக்களின் மணம் மென்மையாக உள்ளே பரவிற்று.

அவன் பல் துலக்கிவிட்டுக் காப்பி அருந்த வருகையில் பாட்டி குளித்துவிட்டு விளக்கேற்றிக் கொண்டிருந்தாள்.

அவன் குளிக்கப் போகையில் பாட்டி அவனைக் கூப்பிட்டாள்.

“இன்னிக்குச் சாயங்காலம் வரச்சே அரை கிலோ வெண்ணெய் வாங்கிண்டு வா ஸ்ரீதர். நெய் சுத்தமா ஆயிடுத்து. ‘மூட நெய் பெய்து முழங்கை வழிவார’ன்னு பாசுரத்தைப் பாடறதோடு சரி. பெருமாளுக்கு ஒரு ஸ்பூன் நெய்யில்லை.”

“ஆண்டாள் காலத்திலே வெண்ணெய் இத்தனை விலை விக்கலியோ என்னவோ?” என்றான் ஸ்ரீதர்.

பாட்டி சிரித்தாள்.

“வெண்ணெய் வாங்கிக் காய்ச்சின காலமா அது? இப்பக் கிடைக்கிற நெய்யிலே ஆண்டாள் பொங்கல் பண்ணியிருந்தா பெருமாள் அவளுக்குத் தரிசனமே கொடுத்திருக்க மாட்டார்.”

“அப்ப நீ சும்மா அலையாதே பாட்டி! உனக்குப் பெருமாளோட தரிசனத்துக்குச் சான்ஸ் இல்லை.”

“நம்ம வயத்துக்குத்தாண்டா நான் கேட்கிறது இப்போ! மறந்துடாதே.”

“இல்லை; மறக்க மாட்டேன்” என்றபடி அவன் தன் படிப்பிற்குச் சென்றான். இப்பொழுதெல்லாம் கல்லூரிப் பாடங்களுக்குத் தயார் செய்துகொள்வதே முடியாமற் போய்விட்டது. அதை எப்படியோ ஒப்பேற்றி விடலாம் என்கிற தைரியம் இருந்தது. இருந்தும் கல்லூரி போய் வருவதும், போய் பாடங்களை நடத்தி டெஸ்டுகளைக் கொடுத்துத் தாள்களைத் திருத்திப் பரீட்சைக்கும் படிப்பது சிரமமாக இருந்தது. எப்படியும் ஒரு வாரம் கழித்து லீவு எடுத்துக்கொள்ள வேண்டும் என்று நினைத்துக் கொண்டான்.

ஆனந்தியைப் பார்க்க முடியாது என்கிற எண்ணம் மின்னல் பொறி போல் மனத்தில் பட்டது. அவன் அவசரமாக அந்த எண்ணத்தை ஒதுக்கினான். அவளைப் பார்க்காமல் இருப்பதுதான் நல்லது. அவன் இந்தப் பரிட்சையைப் பற்றித் தீவிரமாக இருந்தானானால் எந்தவித மனக்கிலேசமும் கூடாது.

சேகர் வந்ததும் இருவரும் ஸ்கூட்டரில் கிளம்பினார்கள்.

கல்லூரி நுழைவாயிலிலேயே ஆனந்தியும் அவளது தோழிகளும் எதிர்பட்டார்கள். அவளைக் கண்டதுமே மனசு விம்முவதை அவனால் உணர முடிந்தது. இது என்ன விபரீதமான மனப்போக்கு என்று அவன் தன்னையே நொந்து கொண்டான். அவர்களைப் பார்த்தும் பாராத வண்ணம் அவன் ஸ்கூட்டரைச் செலுத்தியபடி நேராக ஸ்டாண்டில் போய் நிறுத்தினான்.

அன்றைக்கு முதல் பீரியட்டே எம். ஏ. முதல் வகுப்பு இருந்தது. அவன் சென்று இருக்கையில் அமர்ந்ததும் கண்கள் தாமாக ஆனந்தியின் பக்கம் திரும்பிற்று. அவள் முகம் சற்று வாடினாற்போல் அவனுக்குத் தோன்றிற்று. அவளது ஒவ்வொரு அசைவையும் ஏன் மனசு ஆராய்கிறது. என்று அவன் நினைத்துக் கொண்டு பாடத்தை நடத்தத் தயாரானான்.

"இப்ஸனின் கோஸ்ட்ஸை இன்று முடித்துவிட வேண்டும். அடுத்த வாரம் பூராவும் அதைப் பரிசீலனை செய்ய வைத்துக் கொள்ளலாம். ஏனென்றால் ஒரு வாரத்துக்குப் பிறகு நான், ஒரு மாதம் லீவில் போகிறேன்" என்று அவன் சொன்னதும் அவனைச் சந்திக்க வந்த குறும்புக்காரப் பெண்கள், "ஓ! ஹௌ ஸாட்" என்றார்கள்.

ஆனந்தி கேள்விக் குறியுடன் அவனைப் பார்த்ததை அவன் திருப்தியுடன் கவனித்தான்.

❖❖❖

14

அத்தியாயம்

கல்லூரியில் இடைவேளை. நாயர் சுறுசுறுப்பாக பக்கோடாவையும் வடையையும் விநியோகித்துக் கொண்டிருந்தான்.

ஸ்ரீதர் லீவில் போகப் போகிறான் என்கிற பேச்சே பெரிய விஷயமாக இருந்தது பெண்களுக்கு.

"ஏய் ஜே.பி. இன்னும் ஒரு மாசத்துக்கு வரப் போவதில்லையாமே? என்ன சமாச்சாரமாக இருக்கும்?"

"கல்யாணமோ, என்னமோ?"

"ஓ நோ, ரியலி?"

"ஏண்டியம்மா உனக்காக அவர் மாலையோடு காத்திருக்கார்னு நினைச்சியா?"

"அவர் காத்திருக்கிறாரோ இல்லையோ நான் காத்திருக்கிறேன்."

"முன்னெல்லாம் கிளியைத் தூது விடுவார்களாம். இப்ப வேணுமானா நாம யாராவது ரூபாவுக்காக தூது போகலாமா?"

"ஐயையோ! தூது போகிறேன் என்கிற சாக்கில் நீங்கள் யாராவது கொத்திக் கொண்டு போனீர்களானால்?"

"உனக்கு அந்தச் சந்தேகமிருந்தால் நீயே போயேன்! அவர் நிச்சயம் பண்ண முகூர்த்தத்தை உனக்காக ரத்து செய்ய மாட்டாரா என்ன?"

"ஏய், நிஜமாகவே அவருக்குக் கல்யாணமா?"

"யார் கண்டது?"

"ஊஹூம் யார் அந்த அதிர்ஷ்டசாலியோ?"

ஆனந்தி அவர்கள் பேச்சையெல்லாம் கேட்டுக் கொண்டு புன்னகை புரிந்தபடி பேசாமல் நின்றிருந்தாள். ஸ்ரீதர் பரீட்சைக்கு படிப்பதற்காகத்தான் லீவு எடுக்கிறான் என்பதை அவள் புரிந்து கொண்டிருந்தாள். இதை அவர்களிடம் சொல்லி வம்பில் மாட்டிக் கொள்வானேன்? அவளுக்கு அவனைப் பற்றின சமாச்சாரம் ஏதும் தெரியும் என்றால் சும்மா விட்டுவிடுவார்களா? அன்று அவன் அவளைத் தனியே கூப்பிட்டு இரண்டு வார்த்தைகள் பேசினான் என்பதற்கு என்ன பாடுபடுத்தி விட்டார்கள்?

"ஜே.பி. வராவிட்டால் பின் யார் வரப் போகிறார்களாம்?"

"அந்தப் பழைய முசுடே வருமோ என்னவோ?"

"நர்ஸிங் ஹோமிலிருந்து வந்தாச்சா?"

"வந்தாச்சாம்!"

"ஓ மை காட்! ஹௌ அன்பார்ச்சுனேட்!"

இவர்கள் மிகவும் அசட்டுத்தனமாகப் பேசுகிற மாதிரி இருந்தது ஆனந்திக்கு. அவள் பேசாமல் கோப்பையை நாயரிடம் கொண்டு போய் கொடுத்தாள்.

கலா அவளுடன் சேர்ந்து கொண்டாள். "உனக்குத் தெரியுமா? அவர் ஏன் வரப் போவதில்லை என்று?"

"தெரியாது."

நம்ப முடியாதவள் போல கலா அவளைப் பார்த்தாள். ஆனந்தி அதைக் கவனிக்காமல் நடந்தாள்.

வாஸ்தவத்தில் ஸ்ரீதர் வராமல் போனால் வகுப்பே டல்லாகப் போய்விடும் என்று அவள் நினைத்துக் கொண்டாள். அவ்வளவு தூரம் அவன் இரண்டு மாதங்களில் எல்லோரையும் தன்னுடைய புத்தி கூர்மையினாலும் முக வசீகரத்தாலும் ஆகர்ஷித்திருந்தான். இதைத் தவிர அவள் மனதில் ஏதோ ஓர் ஏக்கத்தின் நிழல் படிகிறாற்போல் இருந்தது. அது நியாயமான ஏக்கம் தானா? அவன் ஒரு மாதம் லீவில் போனால் என்ன வராமலே போனால் தான் என்ன? ஐ.ஏ.எஸ்ஸில் தேர்ச்சி அடைந்து விட்டானானால் எங்கே வரப் போகிறான்? வராவிட்டால்தான் அவளுக்கு என்ன? அவனுக்கும் அவளுக்கும் என்ன சம்பந்தம்? அறிவு வாதமிட்டாலும் மனசு எதற்கோ ஏங்கிற்று. அவள் சட்டென்று தன்னை சமாளித்துக் கொண்டாள். இந்த அசட்டுப் பெண்களுடன் சேர்ந்து அவளுக்கும் மூளை கலங்கி விட்டதா என்ன? வாழ்க்கையின் முதல் படியிலேயே பயங்கரமாக அடிபட்டவள் இந்த மாதிரியெல்லாம் எண்ணங்களுக்கு இடம் கொடுக்கலாமா?

அவளுக்கு சட்டென்று மிஸஸ் பட்டேலின் ஞாபகம் வந்தது. இந்த மாதிரி யாராவது அவளது வாழ்வின் அவலத்தை ஞாபகப்படுத்த இருந்து கொண்டேயிருக்கும் போது அவள் இந்த மாதிரி சிறு பிள்ளைத்தனமாக யோசிக்கலாமா? அவளுக்கு பழசெல்லாம் குபீரென்று ஞாபகத்திற்கு வந்தது.

* * *

அன்று அவன் மணவறையில் மூர்க்கத்தனத்துடன் நடந்து கொண்டானே அதே மாதிரிதான் பிறகும் நடந்து கொண்டான். அவள் தனக்கும் அவனுக்குமிடையே நடந்த சம்பாஷணையையோ அல்லது அவன் தன்னிடம் நடந்து கொள்ளும் விதத்தையோ பெற்றோர்களிடம் சொல்லவில்லை. திருமணமான பின் கணவன் மனைவியிடையே ஏற்படும் பேதங்கள் விரிசல்கள்

அவர்களாலேயே சமாளிக்கப்பட வேண்டியது என்று அவள் நம்பினாள். அவை ரகசியமாகக் காக்கப்பட வேண்டியவை என்று நினைத்தாள். தனது குறையைப் பற்றிய பயங்கர ஏக்கமும் தாபமுமே அவனுடைய மூலவியாதி என்று அவள் உணர்ந்தாள். அன்பைச் செலுத்தி அவனை மெள்ள மெள்ள சரிப்படுத்தி விடலாம் என்று அவள் நினைத்துக் கொள்வாள். அவன் அதற்கு இடமே கொடுக்கவில்லை. அவள் எதைச் செய்தாலும் அவன் கோபித்தான். அருகில் வந்து அன்பாகப் பேசினால் எரிமலை வெடிப்பது போல சீறுவான். அவளுடைய அழகையே வெறுத்தான். அவனுக்காகச் சற்று அலங்காரம் செய்து கொண்டால் யாரையோ மயக்குவதற்காகச் செய்து கொள்கிறாள் என்று அவன் இரக்கமில்லாமல் நிந்தித்திருக்கிறான். அவன் அவளை மாத்திரம் துன்புறுத்தவில்லை; தன்னையும் துன்புறுத்திக் கொள்கிறான் என்று அவள் பரிதாபப்படுவாள். ஒரு நாள் அவள் அவனுக்குத் தெரியாமல் டாக்டரிடம் சென்று ஆலோசனை கேட்டாள். அவனைப் பரிசோதனை செய்தால்தான் ஏதும் சொல்ல முடியும் என்று அவர் சொன்னார்.

அவள் அன்று அவனுக்கு சாப்பாடு பரிமாறி விட்டு மெள்ளச் சொன்னாள்.

“நீங்கள் ஒரு டாக்டரைப் பார்த்துவிட்டு வாருங்களேன். உங்களுடையது தீராத வியாதி என்று நீங்களாக ஏன் நினைக்கிறீர்கள்?”

அவன் அதற்கு அவளைப் பார்த்த பார்வையை இப்பொழுது நினைத்தாலும் அவளுக்குத் தேகமெல்லாம் நடுங்கிற்று.

அவன் எச்சிற் கையோடு அப்படியே எழுந்தான். அவளுடைய நீண்ட தலைமுடியை ஒரு முறுக்கி முறுக்கி சுவரில் மடேர் மடேர் என்று அடித்தான்.

“எனக்கு புத்தமதி கொடுக்க வந்துவிட்டாயா? ஏன் உனக்கு சபலம் இருந்தால் போ எங்கேயோவது... சாரதா தேவி மாதிரி இருக்கப் போகிறாயா? சாரதா தேவி...!”

அவள் வெகு நேரம் கேவிக் கேவி அழுதாள். அவனது ஸ்பரிசம் அவளை அடிக்க மட்டுமே உபயோகப்பட்டிருக்கிறது என்று தோன்றுகையில் இவன் ஏன் திருமணம் செய்து கொண்டான் என்று நினைத்து அழுதாள்.

அதற்குப் பிறகு அவன் அடிக்கடி வெளியூருக்குப் போகிறேன் என்று அலைந்தான். இடையிடையே அங்கு ட்ரெயினிங் இங்கு ட்ரெயினிங் என்று சொல்லி அவளை பிறந்தகத்தில் விட்டுவிட்டுப் போவான். ஒவ்வொரு முறையும் நீ வெளியில் ஏதேனும் சொன்னால் தொலைந்தாய் என்று பயமுறுத்தி விட்டுப் போவான். அவள் எதையுமே வெளியில் சொல்லவில்லை. கணவனைப் பற்றி பெற்றோரே ஆனாலும் அவர்களிடம் சொல்வது தன்னுடைய தன்மானத்துக்கு இழுக்கு என்று நினைத்தாள்...

கடைசியில் ஒரு நாள் அவனிடமிருந்து கடிதம் வந்தது. தனக்கு பம்பாய்க்கு மாற்றலாகி இருப்பதாகவும் இனிமேல் தானும் அவளும் கணவன் மனைவியாக வாழலாம் என்றும், அவளைக் கிளம்பி வரும்படியும் எழுதியிருந்தான். அவள் அகமகிழ்ந்து போனாள். பிரிவு அவனை மனிதனாக்கி விட்டது என்று நம்பினாள். அவன் குறை தற்காலிகமானதாகத்தான் இருந்திருக்கும். அவன் மிகவும் உணர்ச்சிவசப்படுபவனாதலால் அதை அவன் மிக விபரீதமாகக் கற்பனை செய்து கொண்டிருக்கிறான் என்று அவள் நினைத்தாள்.

மனத்தில் பல எதிர்பார்ப்புகளோடு பம்பாயில் விமானத்தில் போய் இறங்கியதும் அவளைப் பார்த்து அவன் புன்னகைக் கூடச் செய்தான். வந்த அன்றே அவள் சமைக்க வேண்டாம் என்று சொல்லி ஹோட்டலிலிருந்து சாப்பாடு வரவழைத்தான். வீடு கச்சிதமாக வெகு அழகாக இருந்தது. பதினாறு மாடிக் கட்டிடத்தில் பத்தாவது மாடியில் இருந்தது ஃப்ளாட்.

அன்றிரவு அவன் வருகைக்காக அவள் காத்திருந்தாள். வந்ததும் அவன் அவள் பேச்சுக்கெல்லாம் சரியாகப் பதில் சொல்லாமல் ஏதோ யோசனையுடன் சாப்பிட்டான். அவன்

உணர்ச்சிவசப்பட்டிருக்கிறான் என்று அவள் நினைத்துக் கொண்டாள். அவள் வேலையெல்லாம் முடித்துக் கொண்டு படுக்கையறையில் நுழைந்தாள். அவனை மென்மையாகப் பார்த்துச் சிரித்தாள். அவனும் சிரித்தான். ஆனால், அந்தச் சிரிப்பு இயற்கையாக இல்லாமல் அதில் ஏதோ ஒரு குரூரத்தனம் இருந்த மாதிரி இருந்தது. அவளது இரத்த நாளங்கள் உறைந்து போனாற்போல் பிரமை ஏற்பட்டது.

"வா" என்று அவன் சிரித்தான். "படுத்துக் கொள் வா" என்றான்.

அவள் பீதியுடன் நின்றாள்.

"படுத்துக்க மாட்டே..."

அவள் பயந்து கொண்டே படுத்துக் கொண்டாள்.

"டாக்டர்கள் உன்னைப் பரிசோதிச்சான்னா நீ கல்யாணமானவ கன்னி கழிஞ்சவன்னு தெரியணும் அவ்வளவுதானே? அதை எப்படி நம்பச் செய்யறதுன்னு எனக்குத் தெரியும்"? என்று அவன் பலக்கச் சிரித்தான். அவள் கலவரத்துடன் அவனைப் பார்த்தாள். அவன் கையில் - ஒரு ஆயுதம் இருந்தது.

ஆயுதத்தைப் பார்த்து ஆனந்தி பீதியுடன் வீல் என்று அலறியபடி மூர்ச்சித்து விழுந்தாள்...

யாரோ அவள் முகத்தில் தண்ணீர் தெளிக்கிற மாதிரி இருந்தது.

ஆனந்தி அலங்க மலங்க விழித்தாள். வகுப்பில் நிஜமாகவே மூர்ச்சித்துப் போனது தெரிந்தது. அவளுக்கு என்ன நடந்தது என்றே புரியவில்லை. அவளைச் சுற்றி ஒரு கூட்டமே நின்றிருந்தது.

"விலகிப் போங்கள், எல்லோரும்" என்று புரொபசர் சொல்வது காது கேட்டது. அவள் மிகவும் கூச்சத்துடன் எழுந்து உட்கார்ந்தாள்.

எப்படி நேர்ந்தது இது? அவளைத் தனி அறையில் அழைத்துச் சென்று படுக்க வைத்தார்கள்.

"இப்பொழுது சரியாக இருக்கிறாயா?" என்று பிரின்சிபால் பரிவுடன் கேட்டார்.

ஆனந்திக்கு கூச்சத்தில் பேச்சே வரவில்லை.

"அவள் படுத்திருக்கட்டும் கொஞ்ச நேரம். நீங்கள் எல்லோரும் போங்கள்" என்று அவர் சொல்வது கேட்டது.

"நீ வீட்டுக்கு போகிறாயா ஆனந்தி, ஹௌ டூ யூ ஃபீல்?"

"வேண்டாம் சார், ஐ ஆம் ஆல் ரைட்" என்று எழுந்தாள் அவள்.

"பரவாயில்லை, நீ படுத்துக் கொண்டிரு. கிளாசுக்குப் போக வேண்டாம். உங்கப்பாவுக்கு போன் பண்ணுகிறேன். காரில் போயேன்?"

"ஐய்யோ! வேண்டாம் ப்ளீஸ். நான் கொஞ்ச நேரத்தில் சரியாகி விடுவேன்" என்றாள் ஆனந்தி.

பிரின்சிபாலும் அப்பாவும் சினேகிதர்கள் என்று ஞாபகத்திற்கு வந்தது. அவருக்கு அவளைப் பற்றித் தெரியும். அதுதான் அந்தக் கருணை, அந்தப் பச்சாதாபம் கண்களில். அவளுக்குத் தனியே சற்று நேரம் படுக்க வேண்டும் போல இருந்தது. மூர்ச்சையாகுமளவுக்கு அவள் மனசு பழையதை நினைத்தவுடன் பாதிக்கப்பட்டு விட்டதா? எல்லோரும் போய் விட்டார்கள். அவளது மூடிய கண்களிலிருந்து வெகு நேரத்துக்கு சரம் சரமாய் நீர் வழிந்தது.

அவளது கண்ணீரை யாரோ கைக் குட்டையால் துடைப்பது போலிருந்தது. அவள் திடுக்கிட்டுக் கண் விழித்தாள்.

ஸ்ரீதர்.

ஆனந்தி முகத்தைத் திருப்பி மறுபுறம் படுத்துக் கொண்டாள்.

"போய் விடுங்கள் தயவு செய்து! என்னைத் தனியே விடுங்கள்" அவள் ஓசைப்படாமல் அழுதாள்.

ஸ்ரீதர் அடிபட்டவன் போல் சிறிது நேரம் நின்றான்.

"போகிறேன் ஆனந்தி! ஆனால், உங்களுக்கு எப்படியிருக்கிறது என்று தெரிந்து கொள்ளலாமா?"

"ஐ ஆம் ஆல் ரைட்"? என்றாள் அவள் முகத்தைத் திருப்பாமலே.

அவன் தயங்கிக் கொண்டு நிற்பது அவளுக்குப் புரிந்தது. ஆனால், அவள் திரும்பவேயில்லை.

"நீங்கள் கிளாஸில் மூர்ச்சை ஆகிவிட்டீர்கள் என்று சொன்னார்கள். பதறிப் போய் விட்டேன் ஆனந்தி! ரொம்ப உடம்பைக் கெடுத்துக் கொண்டு படிக்கிறீர்களா?"

கண்களிலிருந்து நீர் வழிந்ததால் அவள் பேசாமல் இருந்தாள்.

"மனத்தை எதற்கும் கஷ்டப்படுத்திக் கொள்ளாதீர்கள். நான் ஒரு நண்பன் இருக்கிறேன் என்பதை மறக்காதீர்கள்."

அவள் பதிலே பேசாமல் இருந்தாள். அவன் கிளம்பிப்போவது தெரிந்தது. அவன் ஏமாற்றத்துடன் வருத்தத்துடன் போவது புரிந்தது.

ஏன் அப்படிக் கொடூரமாக நடந்து கொண்டோம் என்றிருந்தது. பின் என்னதான் செய்வது? அவனது கேள்விகளுக்கு எப்படி பதில் சொல்வது? நண்பனாம்! அவன் எந்த வகையில் அவளுடைய துயரத்தைப் போக்க முடியும்? அவன் அவளைப் பற்றி என்ன நினைத்துக் கொண்டிருப்பான்? அவள் அவனைத் திரும்பிப் பாராமல் அவனை அனுப்பியது அவளுக்கு மிகவும் வேதனையாக இருந்தது. ஒரு வாரத்திற்குப் பிறகு அவனைப் பார்க்கவே முடியப் போவதில்லையோ என்னவோ? பாவம், அவளுடன் பேசுவதில் அவன் சந்தோஷம் அடைந்தால் அவள் ஏன் அதைத் தடுக்க வேண்டும்? அவனுடன் சிநேகமாய் இருப்பதனால் அவளுக்கு நஷ்டம் ஒன்றும் இல்லை. அவளுக்குத் தன் மனதைப் பற்றிக் கபடமற்ற பேச்சை, மந்தகாச முகத்தைக் காண்கையில் தன் மனம் எங்கே பேதலித்து விடுமோ என்கிற பயம். இதை அவனுக்கு எப்படித் தெரிவிப்பது? சிறிது நேரத்தில்

அவளது ஆயாசம் நன்றாய் குறைந்து விட்டதால் அவள் பாத்ரூமுக்குச் சென்று முகத்தை நன்றாக அலம்பிக் கொண்டு வந்து கல்லூரி முடியும் வரை படுத்திருந்தாள்.

கலா வந்து அழைக்கும் போது நன்றாய்ப் பழையபடி ஆகிவிட்டாள்.

கலா கவலையுடன் கேட்டாள்.

"உன்னாலே பஸ்ஸிலே போக முடியுமா ஆனந்தி?"

"ஓ எஸ். முடியும். ஐ ஆம் கம்ப்ளீட்லி ஆல் ரைட் நௌ."

"அது என்ன அப்படி திடீர்னு மயக்கமாய் விழுந்துட்டே? காலையிலே சாப்பிடலையா?"

"அதெல்லாம் ஒண்ணுமில்லே. ராத்திரி சரியாகத் தூங்கல்லே. ரொம்ப நேரம் படிச்சிண்டிருந்தேன். அதனாலேயோ என்னவோ?"

"நீ ரொம்பவும் உடம்பை வருத்திக்கிறே ஆனந்தி" என்று கலா சற்று நேரம் பேசாமல் நடந்தாள்.

பஸ்ஸைப் பிடித்ததும் உட்கார இடம் கிடைக்காத போது யாரிடமோ சொல்லி ஆனந்திக்கு உட்கார இடம் பண்ணி கொடுத்தாள். அவள் காட்டிய அன்பு ஆனந்தியை நெகிழச் செய்தது. இவர்கள் எல்லோரும் காட்டும் அன்புக்குத் தான் அருகதையில்லை என்று தோன்றிற்று. வாஸ்தவத்தில் கலாவுக்கு அவளை என்னவெல்லாமோ கேட்க வேண்டும் என்கிற ஆவல் இல்லாமல் இல்லை. அவளுடைய பண்பு அவளைத் தடுக்கிறது. ஸ்ரீதருக்கும், அவளுக்கு உதவ வேண்டும் என்று இருக்கிறது. அவள் எதைச் சொல்வாள்? எப்படிச் சொல்வாள்? பெற்ற தாயிடமே அவள் இதுவரை சொல்லவில்லையே? விவாகரத்து கிடைக்க வேண்டும் என்பதற்காக முன்பின் அறிந்திராத, வக்கீல்களுக்கு எதிரில் அவர்களுக்கும் அவளுக்கும் எத்தகைய பந்தமும் இல்லை, நெருக்கமும் இல்லை என்கிற வெறுப்பு விருப்பற்ற நிலையில் சொல்ல வேண்டியிருக்கிறது. அதுவும் அப்பா கேட்க நேரும்போது எத்தனை கஷ்டமாக இருக்கிறது?

"ஆனந்தி! உன் ஸ்டாப் வந்து விட்டது" என்று கலா குரல் கொடுத்ததும் அவள் சுய நினைவு வந்து இறங்கினாள்.

பஸ் ஸ்டாப்பில் அவளுடைய அப்பா நின்றிருந்தது அவளுக்கு ஆச்சரியமாக இருந்தது. "என்னப்பா?" என்றாள் அவள்.

"உன்னை நான் இல்லையாம்மா கேட்கணும்? உன் பிரின்சிபால் வரதன் போன் பண்ணினான். நீ மூர்ச்சை ஆயிட்டியாமே கிளாஸ்லே? அப்பவே சொல்லி விட்டிருக்கக் கூடாதாம்மா? கார் எடுத்துண்டு வந்திருப்பேனே? வீட்டிலே கார் இருக்கும் போது நீ ஏம்மா கஷ்டப்படணும்? ஏம்மா உன்னை நீயே வேறே வருத்திக்கறே?"

"ஒண்ணுமில்லேப்பா! ஏதோ அசதி!"

"அதுதான், நீ இனிமே பஸ்ஸிலே போகக் கூடாது. உனக்கு அலைச்சல் தாங்கல்லை!"

"என்னப்பா நீங்கள், இதுக்கெல்லாம் போய்?"

"நான் சொல்றபடி கேளம்மா. வரதன் அப்படி போன் பண்ணியதும் பதறிப் போய்ட்டேன். முன்னாடியே ஏன் பண்ணலைன்னு அவனைக் கூட கோச்சுண்டேன்."

அவளுக்கு கூச்சமாக இருந்தது.

"நான் சரியாத்தாம்பா இருக்கேன். அப்ப ஏதோ ஒரு நிமிஷம் என்ன ஆச்சுன்னு தெரியல்லை."

"அதுதான் சொல்றேனே..." என்று அவர் மறுபடி ஆரம்பிக்கையில் அவள் குறுக்கிட்டு "சரிப்பா காரிலேயே போறேன்" என்றாள்.

வீட்டுக்குப் போய் சேர்ந்ததும் அம்மா ஒரு குரல் புலம்பித் தீர்த்தாள்.

சூடாக ஹார்லிக்சையும் டிபனையும் கொண்டு வந்து கொடுத்தாள்.

"இதுக்கு முன்னாலே இந்த மாதிரியெல்லாம் நீ மூர்ச்சை ஆனதில்லையேடி. இப்ப என்ன புதிசா?" என்றாள்.

ஆனந்தி ஒன்றும் சொல்லவில்லை. அம்மாவிடம் எதையும் சொல்லக் கூடாது. அந்த ஒரு வருஷத்தில் எவ்வளவு முறை மூர்ச்சை ஆகியிருக்கிறாள் என்று சொல்லக் கூடாது. சொன்னால் அவளுக்குத் தாங்காது. கேட்க கேட்க அவள்தான் மூர்ச்சையாகி விடுவாள்.

ஆனால், அவள் சொல்வதையெல்லாம் யாராவது நிஜம் என்று நம்புவார்களா? இத்தனை குரூரமாக மனிதர்கள், படித்தவர்கள் என்கிற போர்வைப் போர்த்தியவர்கள் நடந்து கொண்டார்கள் என்றால் நம்புவார்களா? சில ஹார்ட்லி சேஸ் புத்தகங்களில் வரும் மனிதர்களின் மூர்க்கத்தனத்தைப் பற்றிப் படிக்கையில், அவள் இந்த மாதிரி இரக்கமில்லாமல், கொல்லும் வெறி பிடித்தவர்கள் இருப்பார்களா என்று அருவருத்துக் கொள்வாள். 'குலாக் ஆர்சிப்பலாகோ'வைப் படிக்கையில் அது நிச்சயம் உண்மையில்லை என்று தோன்றும். ஆனால், அவள் அந்த ஒரு வருஷ வாழ்க்கைக்குப் பிறகு எதையும் நம்பத் தயாராக இருந்தாள்.

அவள் தன் அறையில் போய்ப் படுத்துக் கொண்டாள். திடீரென்று உள்ளமும் உடலும் ஆயாசமடைந்தாற் போல் இருந்தது. இன்று எதனால் பழைய யோசனைகள் சீறிக் கொண்டு வருகின்றன? ஓ? இன்று மிஸஸ் பட்டேலைப் பார்த்ததனால் அல்லவா? அடக்க முடியாமல் பீறிட்டுக் கொண்டல்லவா வருகிறது? தலைக்கு மேல் போய்விட்ட வெள்ளத்தில் மூச்சுத் திணறுகிற மாதிரியல்லவா முட்டுகிறது? இந்த நினைவுகளுக்கே இத்தகைய சக்தி இருக்குமானால், அவள் வாஸ்தவத்தில் அனுபவித்த காலத்தில் புத்தி ஏன் பேதலித்துப் போகவில்லை? எப்படியோ ஒரு விடிவு காலம் நல்ல காலம் வரும் என்கிற நம்பிக்கையினாலா? எத்தனை கஷ்டமானாலும் பெற்றோருக்குத் தெரிவிக்கக் கூடாது என்கிற வெறியா? இனிமேல் முடியவே

முடியாது என்கிற வரை அவள் ஏன் பொறுத்திருந்தாள்? அதற்குப் பெயர் பொறுமையா, அசட்டுத்தனமா? அசட்டுத்தனமாகத்தான் இருக்க வேண்டும். இல்லாவிட்டால் பி.ஏ. வரை படித்த பெண், வசதியுள்ள பெற்றோரின் ஒரே பெண் அத்தகைய சொல்லக் கூசும் அக்கிரமங்களுக்கு வாயை மூடிக் கொண்டிருப்பானேன்? இதுவும் அப்பாவின் பாஷையில் விதியோ? அதெல்லாம் அனுபவிக்க வேண்டும் என்று அவள் தலையில் எழுதியிருக்கிறதோ?

***

நாளுக்கு நாள் ரகுவின், அவளுடைய கணவனின் வக்கிர குணமும் வெறியும் அதிகரித்துக் கொண்டே போயிற்று. வெளியில் உத்தியோகத்தில் அவன் சாதாரணமாக எல்லோரையும் போல் இருந்தான். வீட்டுக்கு வந்ததும் ஆளே மாறிப் போய் விடுவான். ஒவ்வொரு நாளும் அவளை ஒவ்வொரு தினுசாகத் துன்புறுத்தினான். அவளை அலற அலற அடித்தான். தன்னுடைய உடற் குறைக்காகத் தன்னையே வெறுத்துக் கொள்வதும், அதற்காக அவள் தன்னை அலட்சியப்படுத்துகிறாள் என்று கற்பனை செய்வதும், அந்தக் கற்பனை தந்த உரத்தில் அவளைத் துன்புறுத்துவதும் அன்றாட நிகழ்ச்சிகள், சிறிது நாள் கழித்து அவள் எங்கேயும் போகக் கூடாது என்றான். யாருக்கும் கடிதம் எழுதக் கூடாது. யாருடனும் பேசக் கூடாது என்று தடை விதித்தான். தன் ஆக்ஞையை அவள் மீறக் கூடும் என்கிற பயத்தில் அவளை உள்ளே பூட்டி விட்டுச் செல்வான். பத்தாம் மாடியில் அவளை நான்கு புறமும் பூட்டி விட்டுச் சென்றால் பம்பாயின் அவசர வாழ்க்கையில் யாருக்கு அவளைப் பற்றித் தெரியப் போகிறது? அவன் அவளை வெளியிலேயே விடாததால், அவளுக்கு யாரிடமும் நெருங்கிய பழக்கம்கூட இல்லை.

அந்த மாதிரி வீட்டுக்குள் அடைபட்டுக் கிடக்கும் நாட்களில் மோட்டு வளையத்தைப் பார்த்துக் கொண்டு கண்ணீர் விட்டபடி படுத்திருக்கும் நாட்களில் எதிர்காலம் எப்படிப் போகப் போகிறது என்றே புரியாமல் கண்ணீர விடும் நாட்களில் அவள் நினைத்துக்

கொள்வாள்; தான் ஒரு திருந்தக்கூடிய மனிதனுக்கு வாழ்க்கைப் படவில்லை; ஒரு விலங்குக்கு வாழ்க்கைப் பட்டிருக்கிறோம் என்று.

இவனிடமிருந்து இனிமேல் விலகிப் போக வேண்டியதுதான் என்று அவள் தீர்மானித்தாள். எப்படிப் போவது? யாரிடம் சொல்வது? அவன் இப்படிச் சிறையில் அடைத்திருக்கும் போது பால்கனி வழியாக கூட ஒருவருடனும் தொடர்புகொள்ள முடியாதபடி அவன் பால்கனி கதவையும் பூட்டி விட்டுச் செல்வான்.

ஒரு நாள் இரவு சாப்பிட்ட பிறகு அவன் அவளைக் குரூரமாகப் பார்த்தபடியே சொன்னான். "உனக்குக் குழந்தை பிறந்தால்தான் நான் ஆண் மகன் என்று உலகம் நம்பும். ஆனால், என்னால் உனக்கு குழந்தை வராது. அதற்கு நான் என்ன செய்யப் போகிறேன் தெரியுமா?"

அவள் இனம் புரியாத நடுக்கத்தோடு அவனைப் பார்த்தாள்.

அவன் விஷமமாக சிரித்தான். "நாளை இரவு நான்கு குண்டர்களை அழைத்து வரப் போகிறேன் உன்னை 'ரேப்' செய்ய!"

அவள் அனற் பிழம்புகள் மேலே விழுந்த மாதிரி துடித்துப் போய் மூர்ச்சையானாள்.

✲ ✲ ✲

சடசடவென்று தண்ணீர் விழும் ஓசையைக் கேட்டு ஆனந்தி கண் விழித்தாள். மழை பெய்கிறதா என்ன? ஜன்னல் வழியே வேலைக்காரி செல்லம்மா வாசல் தெளிப்பது தெரிந்தது. தூரத்தில் பால்காரன் மாட்டைக் கட்டியிருந்தான் பால் கறக்க. கன்றை அவிழ்த்து மடியண்டை விட்டிருந்தான். கன்றை ஆசையோடு மாடு நக்கிக் கொண்டிருந்ததைப் பார்க்கையில் ஆனந்திக்கு உடல் சிலிர்த்தது. அன்புக்கு எத்தனை சக்தி? விலங்குக்குக்கூடத் தனது பார்வையில் அன்பைக் காட்டத் தெரிகிறதே? அவன்

மனிதனல்ல, விலங்கு என்று குறை கூறுவது எத்தனை அபத்தமான வார்த்தை? விலங்கைவிடக் கேவலமாக இருப்பவர்களை எப்படி வர்ணிப்பது?

அவள் பல் துலக்கிவிட்டு வெளியே வந்தாள். செல்லம்மா வெகு அழகாகக் கோலம் போட்டிருந்தாள். புள்ளிகளுக்கும் கோடுகளுக்கும் இடையில் மீன்கள் அழகாக வட்டமாக அமைந்திருந்தன.

"செல்லம்மா இதைக் கையாலையா போட்டே?"

"ஆமாம்!"

"எத்தனை அழகாப் போட்டிருக்கே. எனக்கும் கற்றுக் கொடேன்."

செல்லம்மாவுக்கு சந்தோஷம் தாங்கவில்லை. "இன்னும் நிறைய தினசு தெரியும்மா. சின்ன வயசிலே, மார்கழி மாசத்திலே போட்டி போட்டுகினு போடுவோம். அதெல்லாம் ஒரு காலம்! இப்ப ஓடற ஓட்டத்திலே சோறாக்கவே நேரம் பத்தல்ல."

"உன் புருஷன் என்ன செய்யறான் செல்லம்மா?"

"அது ரிக்ஷா ஓட்டுது. என்னம்மா புண்ணியம்? சம்பாரிச்சதையெல்லாம் சாராயத்திலே கொட்டுது. எப்படியோ நடக்குது குடும்பம். இதிலே கோலமாவது ஒண்ணாவது?"

"இந்தாய்யா, பார்த்து வா, கோலத்தை மிதிச்சுடப் போறே" என்று அங்கு வந்த பால்காரனை அதட்டினாள் செல்லம்மா.

அவளது வறுமையிலும் துயரங்களிலும் அவளுக்குள்ள அழகுணர்ச்சியை நினைத்து ஆனந்தி வியந்தாள். சுபாவத்தில் இருக்கும் உணர்வுகளை அடக்குவது கஷ்டம் என்று அவளுக்குத் தோன்றிற்று. தனது வறுமையிலும் இயலாமையிலும்கூட செல்லம்மா சிரித்துக் கொண்டுதான் வருகிறாள். அவரவர்களது பிரச்சினையை அவர்களேதான் தீர்த்துக்கொள்ள வேண்டும். யார் சொன்னாலும்தான் செல்லம்மாவின் கணவன் திருந்துவானா? அவள் சுழி நன்றாக இருந்து அவனாகத் திருந்தினால்தான்

உண்டு... ஒவ்வொருத்தர் சுழியும் முன்கூட்டியே ஏற்பட்ட ஒன்றென்றால் கவலையும், பயமும், எதிர்பார்ப்பும் ஏக்கமும் மனிதரை ஏன் அலைக்கழிக்கிறது?

அன்று ஒருநாள் காஞ்சிப் பெரியவர் சொன்னார் என்று அப்பா சொல்லிக் கொண்டிருந்தார்.

“நம் வாழ்வில் துன்பங்களும் சோதனைகளும் முடிவில்லாமல் தொடர்ந்து வந்து கொண்டேயிருக்கும். அவற்றைத் தவிர்க்க முடியாது. அவை பாரமாக நம் இதயத்தை அழுத்திக் கொண்டே இருக்கும். அந்தச் சுமையை ஞானம் என்ற நீரில் மிதக்க விட்டுவிட்டால் நம் மனம் லேசாகி விடும். பத்து யானைகள் சேர்ந்து இழுத்துச் செல்ல வேண்டிய மிகக் கனமான மரத்தை, ஓடும் நீரில் இழுத்துப் போட்டுவிட்டால் அது லேசாக மிதந்து சென்று விடும். அதைப் போலத்தான்...”

இந்த ஞானம் கிடைப்பது சாத்தியமா? மனத்தின் சுமையெல்லாம் எப்படிப் போகும்?

அம்மா காப்பி சாப்பிடக் கூப்பிட்டதும் ஆனந்தி உள்ளே போனாள். ஆயிற்று, மறுபடியும் ஒரு நாள் தொடங்கியாகி விட்டது. காலம் எதற்குமே நிற்பதில்லை. நீர் குமிழிகளாக மிதக்கும் சம்பவங்களெல்லாம் கீழே அநுபவங்களாகச் சுவடேற்றிக் கொண்டு போகின்றன; மனத்தின் அடித்தளத்தில் புதையுண்டு போகின்றன. இந்தச் சுவடுகள் காலப்போக்கில் ஞானத்தை உண்டு பண்ணுமா? இல்லை அதற்கென்று தனியாக அப்பியசிக்க வேண்டுமா? அதற்குத் தனி முயற்சி தேவைதான். கட்டையைத் தூக்கி நீரில் போட்டால்தான் அது நீரின் போக்கில் மிதக்க ஆரம்பிக்கும்.

அப்பா குளித்துவிட்டுப் பட்டை பட்டையாக விபூதியிட்டுக் கொண்டு பூஜைக்குத் தயாரானார். இன்னும் சற்று நேரத்தில் விஷ்ணு சஹஸ்ரநாமத்தை “சுக்லாம் பரதரம் விஷ்ணும் சசிவர்ணம் சதுர்புஜம்” என்று கணீரென்று ஆரம்பித்தால் மெய் சிலிர்த்துப் போகும். அவள் குளிக்கும் நேரத்தில் குழாயின்

சப்தத்தையும் மீறிக் கொண்டு சுலோகங்கள் கேட்கும். எத்தனை நம்பிக்கை அப்பாவுக்கு? இந்த நம்பிக்கை மட்டும் அவருக்கு இருந்திராவிட்டால், நடப்பதெல்லாம் அவனது லீலை, அதைச் செப்பனிட அவனே வழி வகுப்பான் என்கிற தீவிர நம்பிக்கை மட்டும் இல்லாவிட்டால், அவர் இந்த அளவுக்கு மனிதராய் நடமாடிக் கொண்டிருப்பாரா? உயிரையே வைத்திருக்கும் பெண் இந்த மாதிரி நிற்கையில் அவரது சோகம் கரை புரண்டு போயிருக்காதா? அவரது பக்தியே அவருக்கு ஔஷதம். இந்த நம்பிக்கை அவளுக்கு எப்போது வரும்? அதற்கு ஒரு பக்குவம் ஆசாரியார் சொன்ன மாதிரி ஒரு ஞானம் தேவையோ? மனத்தில் இருக்கும் ஆதங்கம், சுய சிந்தனை, சுய பச்சாதாபம் எல்லாம் போய் ஆத்ம சிந்தனை வந்தால்தான் அது சாத்தியமோ?

அவள் தன் உடுப்புகளை எடுத்து வைத்துக்கொள்ளும் போது அம்மா அழகிய குரலில்,

"சிற்றஞ் சிறுகாலே வந்து
உன்னை சேவித்து
உன் பெற்றாமரையடியே
போற்றும் பொருள் கேளாய்"

என்று பாடுவது கேட்டது. அம்மா அதிகம் தன் சிந்தனைத் திறனை உபயோகப்படுத்துவதில்லை என்று ஆனந்தி அடிக்கடி நினைத்துக் கொள்வாள். இருந்தும் அவளுள் ஒரு ஆன்மீக பலம் இருக்கிற மாதிரி இருக்கும். இதெல்லாம் ஒரு சோதனை என்று கவலைப்பட்டாலும் கடைசியில் சரியாக விடும் - தேவியின் அருளால் என்கிற ஒரு தீர்மானமான நம்பிக்கை அம்மாவைப் பலப்படுத்துகிறது என்று ஆனந்தி நினைத்துக் கொள்வாள். இவ்வளவு சரளமாக புத்தியை வைத்துக் கொண்டிருக்கும் அம்மா கெட்டிக்காரியா - இல்லை, சதா சர்வ காலமும் சிந்தித்துக் கொண்டு மனத்துள் வாதமிட்டுக் கொண்டு குழம்பிக் கொண்டிருக்கும் தான் கெட்டிக்காரியா?

"எற்றைக்கும் ஏழேழ் பிறவிக்கும் உன்தன்னோடு
உற்றோமே ஆவோம் உனக்கே நாம் ஆட் செய்வோம்;
மற்றை நங்காமங்கள் மாற்று"

ஆஹா! எத்தனை மனோகரமான தூய்மையான வார்த்தைகள் என்று நினைத்துக் கொண்டாள். இத்தகைய வார்த்தைகள் ஒரு தூய்மையான காதல் நெஞ்சத்திலிருந்தல்லவா பிறக்க முடியும்? தான் இந்த மாதிரி காதல் வசப்பட்டால் தன் இருதயத்தில் இம்மாதிரி எண்ணங்கள்தான் தோன்றும் என்று அவள் நினைத்துக் கொண்டாள். கூடவே அவள் மனத்தில் ஒரு பயம் கவ்விற்று. இந்தப் புத்திக்கு என்ன நேர்ந்துவிட்டது? பழையவையும் புதியவையும் நேர்மாறாக இருக்கையில் ஒரு யுக சந்தி ஏற்பட முடியுமா? ஏற்பட மனம்தான் ஏற்குமா?

அவள் குளிக்கையில் திரும்பத் திரும்பச் சொல்லிக் கொண்டாள்:

"அநன்யாஸ் சிந்தயந்தோமாம்
தேஜனா: பாயு பாஸதே"

எந்தவித சிந்தனைக்கும் இடம் கொடுக்கக் கூடாது. நடப்பது நடக்கட்டும். அந்த அலையில் அவள் அடிபட்டுப் போகாமல் எச்சரிக்கையாக இருப்பது தான் முக்கியம்.

அவள் தயாராகி வெளியில் வருகையில் போன் சப்தம் கேட்டது.

மறுமுனையில் மிஸஸ் படேலின் குரல் கேட்டது. "ஹலோ?"

"ஓ ஹல்லோ! பரவாயில்லையே. நம்பர் ஞாபகம் இருந்ததா?"

"இருந்தது நல்லவேளை. இன்றைக்கு சாயங்காலம் உன் வீட்டுக்கு வரட்டுமா? இருப்பாயா?"

"ஓ இருப்பேன்; கண்டிப்பாக வாருங்கள்."

போனைக் கீழே வைத்ததும் மறுபடியும் ஏதோ ஒன்று மனதை கவ்வின மாதிரி இருந்தது.

ஜானகிராமனிடம் போய் மிஸஸ் படேலைத்தான் சந்தித்ததையும் அன்று மாலை அவள் வருவதாகச் சொன்னதையும் சொன்னாள்.

"யாரு?"

"அதுதான் பம்பாயில் பக்கத்து ஃபிளாட்டில் இருந்தாளே..."

"ஓ!"

அத்துடன் பேச்சு நின்றது. அம்மாவும் அப்பாவும் அவரவர் யோசனைகளில் ஆழ்ந்து போவார்கள் என்று அவளுக்குத் தெரியும். பாக்கி விஷயத்துக்கெல்லாம், உப்புப் பெறாத விஷயத்துக்கெல்லாம் லொட லொடவென்று பேசித் தீர்க்கும் அம்மா மனத்தை அழுத்தும் விஷயத்தில் கூட்டுக்குள் சுருங்கிக் கொண்டு விடுகிறாள். அப்பா இன்று மனத்துக்குள்ளேயே விஷ்ணு சஹஸ்ரநாமத்தைச் சொல்கிற மாதிரி இருந்தது. நடுநடுவில் விலகிப் போகும் மனத்தை இழுத்துப் பிடித்துக் கொள்கிறார் என்று தெரிந்தது.

அவள் சாப்பிட்டுவிட்டுத் தயாரானாள். அப்பா இன்னும் தயாராகவில்லை, அவளைக் கொண்டுவிட. அவரைப் பூஜையறையில் எட்டிப் பார்த்தாள். அப்பா கண்களில் நீர் வழியக் கடவுளின் திருவுருவப் படத்துக்கு எதிரில் நிற்பதைப் பார்த்து அவளுக்கு நெஞ்சை அடைத்தது. ஆளரவம் கேட்டுத் திடுக்கிட்டு திரும்பின அவர், "இதோ ஆச்சும்மா" என்று பலக்கச் சொல்லிவிட்டு சாஷ்டாங்கமாக நமஸ்கரித்தார்.

"பரித்ராணாய ஸாது நாம்
வினாசாய சதுஷ்க்ருதாம்!
தர்ம ஸம்ஸ்தாபநார்த்தாய
ஸம்பவாமி யுகே யுகே"

ஆனந்திக்கு மெய் சிலிர்த்தது. இந்த சுலோகம் இன்றைக்கு ஏன் புதிய அர்த்தத்துடன் அவளுக்குப் புரிகிறது? ஆண்டவன் தான் அதர்மத்தைக் காணச் சகியாமல் மிஸஸ் படேலின் ரூபத்தில் வந்தானோ? இந்த வாக்கியங்கள் எல்லாம் நிஜமாகவே சத்திய வாக்குகள் தானோ? இதன் தாத்பர்யம் என்ன? அவளிடமிருந்து ஆண்டவன் என்ன எதிர்பார்க்கிறான்? அவளுக்கு இன்னும் என்ன பாக்கி இருக்கிறது அனுபவிக்க?

அவள் பேசாமல் காரில் ஏறி உட்கார்ந்தாள். ஜானகிராமனும் தீவிர சிந்தனையில் ஈடுபட்டவர் போலத் தென்பட்டார். அவளுக்கு இது மிகவும் நிம்மதியாக இருந்தது. இம்மாதிரி ஒருமித்த சிந்தனை தனக்கும் அப்பாவுக்குமிடையே இருப்பதை நினைத்து அவள் நெகிழ்ந்து போனாள்.

மிஸஸ் பட்டேலின் வருகையை நினைத்தே மனசு சுழன்றது. அப்பொழுதெல்லாம் அவள் பக்கத்து ஃப்ளாட்டில் இருக்கிறாள் என்ற அறிமுகமே தவிர பரிச்சயமில்லை. அவளும் வேலைக்குப் போகிறவளாக இருந்ததால் ஆனந்தியுடன் பழக அவளுக்கு அதிக நேரமில்லை. ரகு, அவள் யாருடனும் நெருங்கிப் பழகுவதை விரும்பாததால் அவள் விலகியே இருந்தாள். போகப் போக அவன் அவள் வெளியே வராதபடி பூட்டி வைத்துவிட்டு வேறு போக ஆரம்பித்ததில் யாருடனும் பழக வாய்ப்பே இல்லாமல் போயிற்று.

அன்று அவன் அப்படி அந்தக் கொடூரமான வார்த்தைகளைச் சொன்னதும், அவள் மயங்கி விழுந்தாளே, அதற்குப் பிறகு சுய நினைவு மெல்ல வந்ததும், தான் எவ்வளவு பெரிய கிராதகனிடம், ஒரு பயங்கர பைத்தியத்திடம் மாட்டிக் கொண்டிருக்கிறோம் என்று அவளுக்குப் புரிந்தது. அவன் சொன்னபடி செய்வதில் துளியும் தயங்க மாட்டான் என்று அவளுக்கு நன்றாகப் புரிந்தது. அவ்வளவு தூரத்துக்கு அவனது சித்தம் சுவாதீனமிழந்து, இரக்கமிழந்து, மனிதப் பண்பிழந்திருந்தது என்று தெரிந்தது. பம்பாய் வீடுகளில் கதவைச் சாத்திவிட்டால் உள்ளே என்ன நடந்தாலும் அக்கம் பக்கத்தவர்களுக்குத் தெரியாது. அவரவர்

வாழும் அவசர வாழ்வில் அக்கம் பக்கத்தில் என்ன நடக்கிறது என்று யாருக்கு சிரத்தை? அது ஒரு நவீன கட்டிடம். ஒரு ப்ளாட்டுக்கும் இன்னொரு ப்ளாட்டுக்கும் சம்பந்தமே இல்லாத மாதிரி, எந்த அரவமும் உட்புகாத மாதிரி கட்டிய வீடுகள். பத்து குண்டர்கள் அவளை வதம் செய்தாலும், அவள் அலறினாலும் அங்கு அவரவர் சம்சாரத்தின் இரைச்சலில் யாருக்கும் கேட்கப் போவதில்லை. அவள் மிரண்டு போனாள்; தீவிரமாகச் சிந்திக்க முயன்றாள்.

இவ்வளவு நாட்களாக அனுபவித்த அவமானங்களும், கஷ்டங்களும், நாளைக்கு அவன் செய்யப் போவதாகப் பெருமையடித்துக் கொண்ட காரியத்தின் பயங்கரத்தில் தூசுக்குச் சமானம் என்று பட்டது. நான்கு சுவருக்கு நடுவில், அவன் தாலி கட்டி விட்டான் என்கிற ஒரே உரிமைக்காக அவன் அவளை இம்சித்ததற்கெல்லாம் அடிபணிந்து போயாயிற்று. அதற்காக அவன் இத்தகைய பயங்கரத்தை மனைவி என்றுகூட நினைக்காமல், மனிதன் என்கிற பதத்தையே துச்சமாக நினைத்துச் செயல்பட முனைகையில் அதைத் தாங்குவது அசாத்தியமானதாகப்பட்டது. தப்பிக்கும் மார்க்கமே இல்லை என்பதால் அவன் வருவதற்குள் உயிரை மாய்த்துக் கொண்டுவிட வேண்டும் என்று அவள் தீர்மானித்தாள்.

இவ்வளவு நாட்கள் ஒரு நீசனைக் கணவனாக நினைத்து அவனை மதித்ததன் பேதமையை நினைத்து வெட்கமேற்பட்டது. ஒரு படித்த பெண்ணால் அப்படி எப்படி இருக்க முடிந்தது என்று அவள் புரியாமல் திகைத்தாள். எந்த நம்பிக்கை அவளை இதுவரை அவனது பைத்தியக்காரச் செயல்களையெல்லாம் பொறுத்துக்கொள்ளச் செய்தது? கடைசியில் அகால மரணமடைவதற்காகவா? அவள் பெற்றோரை நினைத்து அவளுக்கு வருத்தமாக இருந்தது. ஒரே பெண் என்று எத்தனை செல்லமாய் வளர்த்தார்கள்? ஆனந்தத்தைத் தவிர வேறு ஒன்றும் அறியலாகாது என்று நினைத்த மாதிரி அவளுக்குப் பெயரே ஆனந்தி என்று வைத்தார்கள்! கடையில் மரணம் ஒன்றில்தான்

அவள் ஆனந்தத்தைத் தேடிக் கொண்டாள்... என்று அவர்கள் அறிந்தால் அவர்களுக்கு எப்படியிருக்கும்? அவளது தாம்பத்திய வாழ்வு இன்பமாக இல்லை என்று அவர்கள் அனுமானித்தார்கள் என்று அவளுக்குத் தெரியும். அம்மா எவ்வளவோ முறை அவளை ஜாடைமாடையாகக் கேட்டிருக்கிறாள். அவள் எதற்கும் பிடி கொடுத்துப் பேசியதில்லை. அவர்களுக்கு எதையுமே சொன்னதில்லை. சொல்லாதது எத்தனை மடத்தனம்? சொல்லியிருந்தால் இத்தனை விபரீதம் ஆகும் வரை வளர்ந்திருக்காதோ? அவள் செய்வதறியாமல் திகைத்தாள்.

நேரம் செல்லச் செல்ல எந்த வகையாக வாழ்க்கையை முடித்துக் கொள்வது என்று புரியவில்லை. தூக்குப் போட்டுக்கொள்ள வீட்டில் எந்தவித வசதியும் இல்லை. நெருப்பைப் பற்ற வைத்துக்கொள்ள வீட்டில் மண்ணெண்ணையில்லை. சாகத் துணிந்தாலும் அவளுக்கு ஒரு வழியும் புலப்படவில்லை. திடீரென்று ஒன்று அவளுக்குக் கண்ணில் புலப்பட்டது. அன்று பின்புற பால்கனி கதவை ரகு பூட்டாமல் சென்று விட்டிருந்தான். இது ஏதோ தெய்வாதீனம் என்று அவளுக்குப் பட்டது. அவள் நிம்மதியுடன் கதவைத் திறந்து கொண்டு பால்கனிக்கு வந்தாள். மேலே ஆகாய நீலத்தையும் பறக்கும் பறவைகளையும் கடலிலிருந்தும் பிய்த்துக் கொண்டு வந்த காற்றையும் ஆசை தீரப் பார்த்தாள். பத்தாவது மாடி... மேலேயிருந்து பார்க்கையில் கீழே எல்லாம் பொம்மைகளாக தெரிந்தன - நவராத்திரி கொலுமாதிரி! பத்தாவது மாடியில் இருப்பது எத்தனை சௌகர்யமாகப் போயிற்று? அந்தச் சண்டாளன் வருவதற்குள் நிச்சயம் அவனது நீசச் செயலுக்கு இருக்கப் போவதில்லை. அப்பாவையும் அம்மாவையும் நினைத்துக் கொண்டாள். "மன்னித்துக் கொள்ளுங்கள். எனக்கு வேறு வழி புலப்படவில்லை" என்று சொல்லிக் கொண்டாள்.

அவள் ஒரு காலை எடுத்து சுவரின் மேல் வைத்தாள்...

❖❖❖

15

அத்தியாயம்

“ஏய் என்ன செய்கிறாய்?” என்று யாரோ கத்தியதைக் கேட்டு அவள் திடுக்கிட்டுத் திரும்பினாள்.

பக்கத்து ஃப்ளாட்டில் இருந்த மிஸஸ் படேல் அவளது பால்கனியிலிருந்து விழிகள் விரியக் கேட்பது கேட்டது...

ஒரு பெண்ணின் உருவத்தைப் பார்த்த உடனேயே ஆனந்தியின் கண்களில் நீர் வழிய ஆரம்பித்தது.

“என்னைத் தடுக்காதீர்கள், பிளீஸ்!”

மிஸஸ் படேல் கத்தினாள்.

“ஏதேனும் அசட்டுத் தனம் செய்யாதே! கீழே விழுந்து உயிர் போகாமல் கை கால் மட்டும் உடைந்து போனால் என்ன செய்வாய்?”

அவள் திடுக்கிட்டு ஒரு கணம் செயலிழந்து நின்றாள். அப்படியும் ஆகுமோ? பத்தாவது மாடியிலிருந்து விழுந்தால் உயிர் போகமலிருக்க முடியுமா? அவள் சுவரைப் பிடித்துக் கொண்டு விம்மி விம்மி அழுதாள்.

"உங்களுக்குத் தெரியாது என்னால் உயிர் வாழ முடியாது."

மிஸஸ் படேல் பரிதாபமாக அவளைப் பார்த்தாள்.

"என்னவாக இருந்தாலும் என்னிடம் சொல். நான் உதவி செய்கிறேன். வீட்டுக் கதவைத் திற."

"என்னால் முடியாதே! என் கணவர் பூட்டிக் கொண்டு போயிருக்கிறார்."

மிஸஸ் படேல் ஆச்சரியத்துடன் அவளைப் பார்த்தாள்.

"அப்படியானால் நீ அங்கேயே இரு. நான் ஏதேனும் வழி செய்கிறேன்" என்று அங்கிருந்தபடியே வேலைக்காரனை கூப்பிட்டாள்.

இடையிடையே ஆனந்தியிடம் பேச்சுக் கொடுத்துக் கொண்டேயிருந்தாள்.

வெளியில் யாரோ பூட்டை உடைப்பது தெரிந்தது. மிஸஸ் படேலின் வேலைக்காரன் உள்ளே வருவது அவளுக்குப் புரிந்தது. கூடவே மிஸஸ் படேலும் வந்தாள். ஆனந்தி கனவில் நடக்கிற மாதிரி அவளுடன் அவளுடைய வீட்டுக்குப் போனாள்.

மிஸஸ் படேல் முதலில் அவளுக்கு சூடாக ஒரு கோப்பை தேநீர் போட்டுக் கொடுத்தாள்.

"இப்பொழுது சொல்லு, என்ன சமாச்சாரம் என்று?" என்றாள். "நான் இன்று எதேச்சையாக ஆபீசில் லீவு எடுத்துக் கொண்டேன் தலையை வலிக்கிறது என்று. உன்னைக் காப்பாற்ற முடிந்தது... இல்லாவிட்டால் ஓ காட்... நீ என்ன ஆகியிருப்பாய் இவ்வளவு நேரம்?"

ஆனந்தி விசித்து விசித்து அழுதாள். "நான் இறந்திருக்க வேண்டும். என்னை நீங்கள் காப்பாற்றவில்லை. மறுபடியும் நரகத்திற்கு அனுப்புகிறீர்கள்!"

அவள் அழுது ஓயட்டும் என்று பேசாமலிருந்த மிஸஸ் படேல் அவள் முதுகைத் தடவியபடியே கேட்டாள்.

"சொல்லம்மா, என்னை சகோதரியாகப் பாவித்துச் சொல்லு. மறுபடியும் உன் கணவரிடம் அனுப்பமாட்டேன். சொல்லு."

ஆனந்தி இதுவரை யாரிடமும் சொல்லாத ரகசியங்களை, கடைசியாக ரகுவின் பயமுறுத்தலைச் சொன்னபோது மிஸஸ் படேல் அதிர்ச்சியடைந்து உட்கார்ந்தாள்.

பிறகு கொஞ்சம் யோசித்துவிட்டு, "நீ உடனே புறப்படு. இந்த பில்டிங்கில் நீ இருந்தால் ஆபத்து. கொலாபாவில் என் தங்கை இருக்கிறாள். அங்கு போவோம். அங்கிருந்து உன்னுடைய அப்பாவுக்கு டிரங்கால் போடுவோம். உன்னை அவர் வந்து அழைத்துப் போவார்."

அவள் பதினைந்தே நிமிடங்களில் ஆனந்தியின் உடுப்புகளையும், சில நகைகளையும் மூட்டை கட்டி எடுத்து வந்தாள்.

"வா! உன் கணவன் வருவதற்கு நிறைய நேரமிருக்கிறது; கிளம்புவோம்" என்றாள்.

டாக்சி பிடித்து கொலாபா போகும் வரை ஆனந்திக்குப் பயமாக இருந்தது - ரகு தன்னை எங்கே தொடர்ந்து வரப் போகிறானோ என்று.

கொலாபாவிலிருந்து ஜானகிராமனுக்கு உடனே வரும்படி போன் செய்தார்கள். அவர் அலறி அடித்துக்கொண்டு வந்து சேர்ந்தார். அவரைக் கண்டதும் ஆனந்தி பேசவே இல்லை. 'ஓ'வெனக் கட்டிக்கொண்டு அழுதாள். அவர் அன்றிரவே அவளை விமானத்தில் சென்னைக்கு அழைத்துச் சென்றார்.

அம்மா அப்பா அதிர்ந்து போய்விட்டார்கள் - அவளது கதையைக் கேட்டு. இவ்வளவுக்கும் அவள் எல்லா விவரங்களும் சொல்லவேயில்லை. அவளுக்கு அந்த அதிர்ச்சியிலிருந்து மீளவே கிட்டத்தட்ட ஒரு வருஷம் ஆகிவிட்டது. எவ்வளவோ இரவுகள் அவள் திடீரென விழித்துக் கொண்டு அலறியிருக்கிறாள். விசித்து விசித்து அழுதிருக்கிறாள்.

திடீரென்று அப்பா காரை நிறுத்தினார்.

"ஏம்மா... இன்னிக்கு மனசு சரியா இல்லைன்னா காலேஜுக்குப் போகாதேயேன்" என்றபோதுதான், தன் கண்களிலிருந்து நீர் வழிவதையும், தான் விசும்புவதையும் அவள் அறிந்தாள்.

"இல்லைப்பா போகிறேன்" என்று அவள் கைக்குட்டையால் முகத்தைத் துடைத்துக் கொண்டாள்.

காரை கிளப்பியபடியே அப்பா மென்மையாகச் சொன்னார்.

"அந்த மிஸஸ் படேலை நேத்து நீ பார்த்ததிலிருந்து உனக்குத் தாங்கலை, இல்லையாம்மா?"

அவள் பதில் பேசாமல் கண்களைத் துடைத்துக் கொண்டாள்.

❖❖❖

16

அத்தியாயம்

“ஸ்ரீதர்!” படிப்பில் ஆழ்ந்து போயிருந்த ஸ்ரீதர் நிமிர்ந்து பார்த்தபோது பாட்டி தம்ளருடன் நின்றிருந்தாள்.

“என்ன பாட்டி?”

“ஹார்லிக்ஸ். இத்தனை படிக்கிறயே. வேண்டாமா?”

“தாங்க்ஸ் பாட்டி” என்று எடுத்துக் குடித்துவிட்டு அவன் மறுபடியும் படிப்பில் ஆழ்ந்து போனான். பதினைந்து நாட்களாக வெகு மும்முரமான படிப்பு. கல்லூரியில் லீவும் எடுத்தாயிற்று. வேறு எந்த சிந்தனையும் இல்லாமல் படிப்பில் ஆழ்ந்தபோது தன்னால் தேர்வடைய முடியுமா என்கிற மலைப்பு சில சமயமும், ஏன் முடியாது என்கிற தைரியம் சில சமயமும் அவனுள் எழும். “இத்தனை படிக்கிறே. அந்தப் பெருமாள் உன்னைப் பாஸாக்காமல் விடமாட்டார்” என்பாள் பாட்டி.

“ஏன் பாட்டி, பெருமாள் தான் என் பேப்பரைத் திருத்துவார்னு என்ன நிச்சயம்?” என்று கேட்பான் அவன்.

"நான் அவரண்டை சொல்லியிருக்கேன். நீ கவலைப்படாதே!" என்று சிரிப்பாள் பாட்டி.

பழைய வினாத்தாள்களுக்கெல்லாம் பதிலெழுதிப் பார்த்தாகி விட்டது. வியாசம் எழுதி எழுதி கை சோர்ந்துவிட்டது. சில சமயம் ரமேஷ் பாண்டேயும் கூட வந்து சேர்ந்து கொள்வான் படிக்க, சர்ச்சை செய்ய. அதிர்ஷ்டம் இருக்குமா என்று ஒன்றுதான் யோசனை.

அன்று பிரிட்டிஷ் கௌன்சிலுக்குப் போக வேண்டியிருந்தது. ரமேஷும் வருவதாகச் சொல்லியிருந்ததால், அவனையும் போய் அழைத்துக் கொண்டு சென்றான்.

அங்கே திருப்பிக் கொடுக்க வேண்டிய புஸ்தகங்களைக் கொடுத்துவிட்டுக் கொஞ்ச நேரம் சில பத்திரிகைகளைப் பார்த்தபடி உட்கார்ந்திருந்தார்கள். பிறகு எடுக்க வேண்டிய புஸ்தகங்களைத் தேடும் போதுதான் அவளை - ஆனந்தியைப் பார்த்தான். ரோஜா நிறப் புடவையில் ரோஜாப்பூ மாதிரி அவள் இருப்பதைப் பார்க்கையில் அவனது நெஞ்சை அள்ளிக்கொண்டு போயிற்று. எப்பேர்ப்பட்ட பெண்? இவள் வாழ்க்கையா பட்டுப் போய்விட்டது என்கிறது உலகம்? பதினைந்து நாட்களாக அவளது நினைவே எழ விடாமல் வெறி பிடித்தவன்போல் படித்துக் கொண்டிருந்தவனுக்கு மனத்தில் ஒரு ஊற்றுப் பிரவாகமாகப் பொங்கினாற்போல் இருந்தது. அவளே அவனைப் பார்த்து விட்டு,

"ஹல்லோ!" என்றபடி அருகில் வந்தாள். "என்ன படிப்பு மும்முரமாக இருக்கிறதா?" என்று மெள்ளக் கேட்டாள்.

"ஏதோ இருக்கிறது" என்று சிரித்தான் அவன். "நீங்கள் எப்படியிருக்கிறீர்கள்?"

"நன்றாகத்தான் இருக்கிறேன்!"

"பார்க்க நன்றாக தான் இருக்கிறீர்கள். ஆனால் இங்கே...?" என்று தலையைச் சுட்டிக் காண்பித்தான்.

அவளது முகம் குப்பென்று சிவந்தது. சட்டென்று சமாளித்துக் கொண்டாள்.

"அங்கேயும் நன்றாகத்தான் இருக்கிறது" என்று அவள் சிரித்தாள்.

"எல்லாப் பெண்களும் உங்களை ரொம்ப மிஸ் செய்கிறார்கள்" என்றாள் அவள்.

"அவர்கள் கிடக்கிறார்கள். நீங்கள் மிஸ் செய்கிறீர்களா?" என்று கேட்டான் அவன் ஆர்வத்துடன்.

அவனது தைரியத்தை நினைத்து வியந்தபடி அவள் சொன்னாள்.

"உங்கள் வகுப்புகளை ரொம்ப மிஸ் பண்ணுகிறேன்" என்றாள் அவள் ஜாக்கிரதையாக.

"அண்ட் நத்திங் மோர்?" என்றான் அவன் ஏமாற்றத்துடன்.

அவள் சிரித்தாள்.

"நீங்கள் குழந்தை மாதிரி இருக்கிறீர்கள். என்னை வம்புக்கிழுக்காதீர்கள். நான் புத்தகம் தேடணும், வரட்டுமா?"

"ஏன் வீட்டுக்கு நீங்கள் மறுபடி வரவில்லை?"

"இப்பொழுது உங்கள் முறையில்லையா?"

"ஓகோ, அப்படி வேறு கணக்கிருக்கா?"

"கணக்குக்கு இல்லை, உங்கள் பரீட்சை முடியட்டும், வருகிறேன். எப்பொழுது பரீட்சை ஆரம்பம்?"

"இன்னும் பத்து நாட்களில்!"

"விஷ் யு ஆல் த பெஸ்ட்!"

"தாங்க் யூ"

அவள் போய் விட்டாள் ஒரு புன்னகையுடன்.

அவன் அவள் செல்வதையே ஏக்கத்துடன் பார்த்துவிட்டு தன் இருக்கையில் வந்து உட்கார்ந்து கொண்டான்.

***

ரமேஷ் அவனது விலாவில் ஒரு குத்து குத்தினான்.

"இவளை உனக்குத் தெரியுமா?"

"ஆமாம். அவள் என் ஸ்டூடண்ட்!"

"ஒரு ஸ்டூடண்ட்டோடு இவ்வளவு சரளமாகப் பழகுவாயா?"

"சீச்சீ... ஏதாவது உளறாதே, அவள் கல்யாணமானவள்!"

"எனக்கும் தெரியுமப்பா. உன்னைவிட நன்றாகத் தெரியும் எனக்கு இவளை."

ஸ்ரீதர் கண்கள் வியப்பில் விரிந்தன. "தெரியுமா? எப்படி?"

"பம்பாயில் இவள் எங்கள் பில்டிங்கில்தான் இருந்தாள். ரொம்ப ட்ராஜிக் லைஃப் இவளுடையது."

"அப்படி என்ன தெரியும் அவளைப் பற்றி?"

"நிறைய தெரியும். ஒரு கதை எழுதக் கூடிய அளவுக்கு."

"அப்படியா? அப்பொழுது நீ எழுத வேண்டாம். எனக்கு இன்றைக்கு பீச்சில் உட்கார்ந்தபடி சொல்லு, அந்தக் கதையை!"

"உனக்கென்ன வம்பு?"

"வம்பில்லை, அக்கறை!"

ரமேஷ் அவனைக் கூர்ந்து பார்த்தான்.

ஸ்ரீதர் அவனைக் கெஞ்சுகிற மாதிரி பார்த்தான்.

"தயவுசெய்து எனக்கு நீ சொல்லத்தான் வேண்டும் ரமேஷ். ப்ளீஸ் ரமேஷ்! உன்னிடம் சொல்ல நான் வெட்கப்படவில்லை. ஐ லவ் ஹர்!"

ரமேஷ் அதிர்ந்தவனைப் போல் அவனைப் பார்த்தான்.

"யூ மஸ்ட் பீ மாட். உனக்குப் பைத்தியம்தான் பிடித்திருக்கணும். வா வெளியில் போகலாம்" என்று எழுந்தான்.

வெளியில் வந்ததும் ரமேஷ் ஒன்றும் பேசவில்லை. இருவரும் ஸ்கூட்டரில் உட்கார்ந்து கொண்டார்கள்.

"சரி, பீச்சுக்கு விடு" என்றான் ரமேஷ்.

பீச்சுக்குப் போய்ச் சேரும் வரையில் அவர்கள் ஒன்றும் பேசவில்லை. ரமேஷ் தீவிர சிந்தனையில் ஆழ்ந்திருந்தவனைப் போல் இருந்தான். காந்தி சிலையைத் தாண்டி அவர்கள் அலைகளைப் பார்க்கிற மாதிரி கரையோரமாக உட்கார்ந்தார்கள். சீறிக் கொண்டு வரும் அலைகளையும், பின் மென்மையாக வேகத்தோடு பின் வாங்கும் அலைகளையும் பார்த்த வண்ணம் இருவரும் உட்கார்ந்திருந்தார்கள்.

ரமேஷ் மௌனத்தைக் கலைத்தான்.

"வாட் இஸ் திஸ் நான்சென்ஸ் யு ஆர் டாக்கிங் அபௌட்?"

ஸ்ரீதர் தோளைக் குலுக்கினான்.

"அது ஸென்ஸோ நான்ஸென்ஸோ எனக்குத் தெரியாது ரமேஷ். ஆனால், அவளைப் பார்த்த மாத்திரத்திலே என் மனசு கழண்டு போனதுதான் எனக்குத் தெரியும். அது. மறுபடியும் என் வசத்துக்கு வரவேயில்லை."

"நான்ஸென்ஸ்!"

"நீ அப்படித்தான் சொல்வாய். உன்னால் என் உணர்ச்சிகளைப் புரிந்துக்கொள்ள முடியாது. நானும் எவ்வளவோ யோசித்துப் பார்க்கிறேன். மனசை அடக்க முடியவில்லை."

"அவள் கல்யாணமானவள்."

"அவளுக்கு டைவோர்ஸ் கிடைக்கப் போகிறது."

"ஸோ வாட்? அவள் எவ்வளவு பயங்கரமான வாழ்க்கை வாழ்ந்திருக்கிறாள் தெரியுமா? மனத்தளவில் அவள் ரொம்ப பாதிக்கப்பட்டிருப்பாள். அவளால் நார்மல் வாழ்க்கை வாழவே முடியாது."

ஸ்ரீதருக்கு ஆனந்தி திடீரென்று வகுப்பில் மூர்ச்சித்து விழுந்தது ஞாபகத்திற்கு வந்தது. அவள் "போய் விடுங்கள்" என்று திரும்பிப் பார்க்காமல் அழுதது நினைவுக்கு வந்தது.

கூடவே "கிணற்றை நினைத்தால் பயமாக இருக்கிறது" என்று குறும்புடன் அன்று என்றோ சிரித்தது ஞாபகத்திற்கு வந்தது. அவளை நார்மலாக்க முடியாதா?

ஸ்ரீதர் சற்று நேரம் பேசாமல் இருந்தான்.

"நான் அவளோடு வாழப் போவதைப் பற்றியெல்லாம் யோசிக்கவில்லை ரமேஷ். ஐ லவ் ஹர் வித் ஆல் மை ஹார்ட். என் மனசு அப்படியாகிவிட்டது... என்ன செய்வது?"

"அப்படியானால் அது ஒரு பொறுப்பற்ற மனசு என்று அர்த்தம். மனசை அடக்குவது உன் கையில்தான் இருக்கிறது. ஒரு பொறுப்பான முடிவைப் பற்றி யோசிக்காமல் அவளைக் காதலிக்கிறேன் என்றால் ஆயிற்றா? ஸ்ரீதர் ஐ அட்வைஸ் யூ அவளை மறந்துவிடு!"

ஸ்ரீதர் பதிலே பேசாமல் உட்கார்ந்திருந்தான். அது சாத்தியமா?

ரமேஷ் தொடர்ந்தான்.

"உன்னுடைய குடும்பமும் ஆசாரக் குடும்பம். ஜாதி வித்தியாசம், ஒரு டைவோர்ஸீ என்றெல்லாம் பிரச்சினைகள் வராதா?"

"ஜாதி எல்லாம் ஒன்றுதான். வகுப்புதான் வித்தியாசம். நாங்கள் வைஷ்ணவர்கள். அவர்கள் ஸ்மார்த்தர்கள். டைவோர்ஸ் என்கிற பிரச்சினையிருக்கத்தான் இருக்கிறது. இரண்டிலும் பாட்டியை சமாதானப்படுத்துவது சிரமம்தான்."

"பாட்டியை எதிர்த்துக் கொண்டு போவாயா?"

ஸ்ரீதர் நேருக்கு நேர் நிதர்சனமான உண்மையைக் கண்ட மாதிரி திகைத்துப் போனான்.

அன்பைப் பொழியும் பாட்டி. அவனுக்கு உறவு என்று நெருக்கமாகச் சொல்லக் கூடிய ஒரே ஒரு ஆத்மா. அவளை எதிர்த்துக்கொண்டு போவதா?

திடீரென்று ஸ்ரீதர் வேதனையுடன் சிரித்தான்.

"ரமேஷ், ஆனந்திக்கு என் மேல் நாட்டமிருந்தால்தான் பிரச்சினைகளெல்லாம். அவள் என் பக்கமே திரும்பாதபோது என்ன யோசனை?"

"அந்த மாதிரி கஷ்டப்பட்டப் பெண்ணுக்கு வாழ்வளிப்பது ஒரு பெரிய காரியம்தான். ஆனால், உங்கள் வீட்டில் அனுமதிப்பார்களா என்று யோசிக்க வேண்டும். அவளுக்கு முதலாவது விருப்பமிருக்கிறதா என்று கண்டுபிடிக்க வேண்டும். கடைசியாக அவள் மனசு நார்மலாக பயங்களில்லாமல், காம்பிளெக்ஸில்லாமல் இருக்கிறதா என்று பார்க்கணும். பிறகு நீ வருத்தப்படக் கூடாது பார். நான் உன் உண்மையான நண்பன் என்கிற முறையில் சொல்கிறேன்."

"நீ சொல்வதெல்லாம் எனக்குப் புரிகிறது. நான் உன்னைத் தப்பாக நினைக்கவில்லை. சரி, இப்பொழுது சொல் அந்தப் பெண்ணின் கதையை..."

ரமேஷ் சொல்ல ஆரம்பித்தான்.

"நாங்கள் அந்தப் பெண்ணை அவள் பம்பாய் வந்த புதிதில் பார்த்திருக்கிறோம். அத்தனை சிவப்பாக அத்தனை அழகாக ஒரு மதராஸிப் பெண் இருப்பாளா என்று நாங்கள் ஆச்சரியப்படுவோம். ஆனால், அவளை அதிகம் வெளியிலேயே பார்க்க முடியாது. அவளுடைய கணவன்கூட யாருடனும் அதிகம் பழக மாட்டான். வெளியில் அழைத்துக் கொண்டு போக மாட்டான். இந்த மதராஸிகளே யாருடனும் பழக மாட்டார்கள். யாரையும் கூப்பிட மாட்டார்கள். பத்தாம் பசலிகள் என்று நாங்கள் பேசிக்கொள்வோம்..."

"ஐ அப்ஜெக்ட்" என்று சிரித்தான் ஸ்ரீதர்.

"அப்படித்தான் ஒரு பொதுவான அபிப்பிராயம் உங்களை பற்றி வடக்கே இருக்கிறதல்லவா? இங்கு சென்னைக்கு வந்த பிறகுதான் நான் என் எண்ணத்தை மாற்றிக் கொண்டேன். சரி, அதை விடு. அந்தப் பெண்ணை நாங்கள் பார்த்தவரை

படித்த பெண்ணாக உற்சாகமாக ஃப்ரெண்டிலியாக இருக்கக் கூடியவளாகத்தான் தோன்றினாள். பிறகு திடீரென்று அவளைக் காணவேயில்லை. கணவனும் வீட்டைப் பூட்டிக் கொண்டு போய்விடுவான். அவள் தம் ஊருக்குப் போயிருக்கிறாளாக்கும் என்று நாங்கள் நினைத்துக் கொண்டோம். பிறகுதான் ஒரு நாளைக்கு அவர்கள் பக்கத்து ஃப்ளாட்டில் இருந்த மிஸஸ் படேல் ஒரு ஸென்ஸேஷனல் நியூஸ் சொன்னாள். அந்த பில்டிங்கே அதிர்ந்து போய்விட்டது. அந்தப் பெண் வாயை மூடிக்கொண்டு எத்தனை துன்பங்களைப் பொறுமையாக அந்தப் பூட்டிய வீட்டுக்குள் அனுபவித்திருக்கிறாள் என்று எங்களுக்குத் தெரிந்தது...”

“என்ன நடந்தது. சொல்லு சொல்லு!” ஸ்ரீதர் சொல்லும்போதே அவனுக்கு மார்பு படபடத்தது. நெற்றியில் வியர்வை அரும்பிற்று. சிலுசிலுவென்று அடித்த கடல் காற்றுகூட புழுக்கமாக இருந்தது.

ரமேஷ் சொல்லிக் கொண்டு போனான்.

மிஸஸ் பட்டேலிடம் ஆனந்தி சொன்ன விவரங்கள் அனைத்தையும் ஒருவித பச்சாதாபத்தோடு, சோகத்தோடு, கற்பனையோடு... கேட்டுக் கொண்டு அமர்ந்திருந்த ஸ்ரீதருக்கு நம்ப முடியாத அதிர்ச்சியாக இருந்தது. இத்தனை துன்பப்பட்டிருக்கிறாளா அவள்... இவ்வளவு பயங்கரமாக! தந்தை தாய்க்குக்கூடத் தெரியக் கூடாது என்று அவள் பொத்தி வைத்த ரகசியம் பத்து மாடிக் கட்டிடம் முழுவதும் அம்பலமாகும்படி நேர்ந்த துரதிருஷ்டத்தை அவள் எப்படித் தாங்கினாள்? அந்தச் சண்டாளன் இன்னும் என்ன கொடுமை செய்தானோ? அவள் சொல்லாத ரகசியங்கள் இன்னும் எவ்வளவு இருக்கிறதோ?

“அந்தப் பயல் ஒரு ஸாடிஸ்ட், இல்லாவிட்டால் என்னதான் அவனுக்கு ஒரு குறை இருந்தாலும் இப்படியா நடந்து கொள்வான்? அந்தப் பெண் ஒரு படித்த பெண். அவனிடம் எப்படிப் பொறுத்துக்கொண்டு போனாள் என்றுதான் எனக்குப் புரியவில்லை. இந்தப் பொறுமை உங்கள் தமிழ்நாட்டுப்

பெண்களுக்குத்தான் இருக்கும் என்று தோன்றுகிறது. அவள் அவனிடமிருந்து தப்பியதுதான் பெரிய ஆச்சரியம். ஏதோ சினிமாக் கதை மாதிரி இல்லை?"

ஸ்ரீதர் பதில் சொல்லத் தெரியாமல் திக் பிரமை அடைந்து உட்கார்ந்திருந்தான். அவள் தப்பியது எத்தகைய அற்புதம்? அந்த மலர் மாதிரி இருக்கும் மனசு ஒரேயடியாக வாடிவிடக் கூடாது என்று இறைவன் அவளுக்கு ஒரு சந்தர்ப்பம் கொடுத்தாரோ? எதற்காக சந்தர்ப்பம்? அதன் தாத்பர்யம் என்ன?

அவன் பேசாமல் வெகுநேரம் அந்தப் பொங்கி வரும் அலைகளையும் பின்னே தழைந்து போகும் அலைகளையும் பார்த்த வண்ணம் உட்கார்ந்திருந்தான்... அவள் தப்பியது எத்தனை ஆச்சரியமான விஷயம் என்று திரும்பத் திரும்ப நினைத்துக் கொண்டான்.

"இருதயம் வறண்டு போய்விட்ட நிலையில் இறைவனே என் மீது கருணை மழை பொழிய வா. வாழ்க்கையின் அழகே மறைந்து விடுகையில் சங்கீத ஊற்றாய் வா..

கதவுகளெல்லாம் அடைபட்டு என் ஏழை இருதயம் ஒரு மூலையில் கண்ணீர் விட்டழும் போது கதவை உடைத்துக் கொண்டு அரசனைப் போல் வா..."

அப்படித்தான் இறைவன் அவளிடம் ஓடி வந்தாரோ? ஒரு புனிதமான ஜீவன் விரயமாகிப் போகக் கூடாது என்று கருணை மழை பொழிந்தாரோ? இனிமேல் அவளுக்காக அவர் என்ன திட்டங்கள் போட்டிருக்கிறாரோ? மனிதனாக சமூகத்தில் ஏற்படுத்தியிருக்கும் வேலிகளைத் தகர்த்தெறிய தைரியத்தைக் கொடுப்பாரா? அவளது மனத்தில் அன்புச் சுனையைத் தோற்றுவிப்பாரா?

இருள் சரசரவென்று விரிய ஆரம்பித்து விட்டது. ஒரு மோன நிலையை எய்திவிட்ட மாதிரி ஸ்ரீதரும், ரமேஷும் உட்கார்ந்திருந்தார்கள். கடைசியில் ரமேஷ் எழுந்தான்.

“கமான், போகலாம் வா. நாழியாகி விட்டது. படிப்பு வேறு இருக்கிறதே. சோகக் கதையில்லையா?”

“ரொம்ப!” என்று பெருமூச்சு விட்டபடியே ஸ்ரீதர் எழுந்தான்.

“ஹெள டூ யூ ஃபீல் நெள?”

ஸ்ரீதர் மெளனமாகச் சொன்னான்.

“ஐ லவ் ஹர் ஆல் தி மோர்!”

ரமேஷ் தோளைக் குலுக்கிக் கொண்டான்.

“விஷ் யூ ஆல் த பெஸ்ட். ஆனால், பரீட்சை நெருங்கி விட்டது. வேண்டாததையெல்லாம் நினைச்சு கொண்டிராதே.”

“ஆமாம். வாஸ்தவம்தான். என் மனத்தை இதில் ஆழ்த்திவிடக் கூடாது. பரீட்சையை பாஸ் பண்ணிவிட்டுத்தான் நான் என்னுடைய மற்ற பிரச்சனைகளைப் பற்றி யோசிக்க முடியும். லெட் அஸ் நாட் டாக் அபெளட் இட் ஃபர்தர்...”

இருவரும் மெளனமாக நடந்தபடி ஸ்கூட்டரில் போய் உட்கார்ந்தார்கள். பேச வேண்டாம் என்று சொல்ல முடிந்ததே தவிர, மனசு எண்ணாமல் இருக்க முடியவில்லை. திரும்பத் திரும்ப ரமேஷ் சொன்ன சமாச்சாரங்களே மனத்தில் அலை பாய்ந்தது. ஆனந்தியை நினைக்க நினைக்கக் கரை காணாத ஒரு பச்சாதாபம் எழுந்தது. ஆனால், அவன் அவளுக்காக ஏங்கி என்ன லாபம், அவள் பாராமுகமாக இருக்கும்போது? பழைய நிழல்கள், நிழல்கள் தரும் பீதிகள் அவள் மனத்திலிருந்து விலகுமா? அவள் மனத்தை விசாலமாக்காதா? மனத்தளவில் அவள் பாதிக்கப்பட்டிருப்பாள். அவளால் ஒரு நார்மல் வாழ்வு வாழ முடியாது என்று திட்டவட்டமாக ரமேஷ் சொல்கிறானே. அப்படியும் இருக்குமோ? காலப்போக்கில் வடுக்கள் மறையாதா? அதற்கு எத்தனை காலம் ஆகும்? அதற்குள் காலம் கடந்து விடுமா? மெள்ள மெள்ள அவள் மனத்திற்குள் அன்பின் சுனை கிளம்பாதா? அவன் பக்கம் பாயாதா? அப்படி அவள் மாறினாலும் பாட்டியை எப்படிச் சமாதானப்படுத்துவது? அவளது

பெற்றோர்களை எப்படி சமாதானப்படுத்துவது? ஜானகிராமனின் பட்டை விபூதியும், பாட்டியின் பாசுரங்களும், கிணற்று ஜலமும் அவனுக்கு ஞாபகத்திற்கு வந்தன. இவ்வளவு தளைகளைத் தகர்த்தெறிவது சாத்தியமா?

"டேய், வலது பக்கம் திரும்பு" என்று ரமேஷ் கத்தியதும் சுய நினைவு வந்து அவன் சடக்கெனத் திரும்பினான்.

ரமேஷை இறக்கி விட்டதும், ரமேஷ் அவன் முதுகைத் தட்டினான்.

"நீ ரொம்ப உணர்ச்சிவசப்பட்டுப் போய் விடுகிறாய். நீ இவ்வளவு ஸாஃப்டாக இருக்கக் கூடாது."

ஸ்ரீதர் பதில் பேசவில்லை. மனிதாபிமான உணர்வு இருப்பது இப்பொழுது எல்லாம் ஒரு குறையாகப் போய்விட்டதோ என்று அவனுக்குத் தோன்றிற்று. யாருக்குத்தான் இந்தக் கதையைக் கேட்டு மனசு துடிக்காது?

அவன் இந்திரா நகருக்கு வண்டியை ஓட்ட ஆரம்பித்தான். ஒரு பஸ் ஸ்டாப்பில் ஏதோ பழகிய உருவம் நிற்கிற மாதிரி இருந்தது. யாரது, ஆனந்தியா? அவன் இருதயம் ஒரு விநாடி நின்ற மாதிரி இருந்தது. அவன் அருகில் சென்று பார்த்து நிறுத்தினான் ஸ்கூட்டரை. ஆனந்திதான்!

"ஆனந்தி!"

அவள் திடுக்கிட்டுத் திரும்பினாள்.

"என்ன இது, இந்த வேளையில் இங்கே?"

அவள் குழப்பத்துடன் அவனைப் பார்த்தாள்.

"லைப்ரரியிலிருந்து ஒரு ஃப்ரண்ட் வீட்டுக்கு வந்தேன். பஸ்ஸுக்காக அரை மணியாகக் காத்துக் கொண்டிருக்கிறேன். பஸ்ஸே வரவில்லை. ப்ரேக் டௌனோ என்னவோ? இப்பத்தான் எங்கேயாவது போய் அப்பாவுக்கு போன் பண்ணலாம்னு நினைச்சேன்."

அவன் கடிகாரத்தைப் பார்த்தான். மணி ஏழரை. அவள் முகம் கவலையில் வாடியிருந்தது. சுருண்ட கேசம் காற்றில் அலை பாய்ந்து முகத்தருகே விளையாடிய வண்ணம் இருந்தது.

"இஃப் யூ ஹாவ் நோ அப்ஜெக்ஷன், உட்காருங்கள். நான் கொண்டு போய் விடுகிறேன்."

அவள் முகம் குப்பென்று சிவந்தது.

"வேண்டாம், வேண்டாம்!"

"ஏன் பயமா?"

"ஆமாம். ரொம்பப் பயம்" என்று அவள் சிரித்து மழுப்பினாள்.

அவன் ஆதுரத்துடன் அவளைப் பார்த்தான்.

"இனிமேல் பஸ் கிடைத்தும் நீங்கள் போவதாயிருந்தாலும் அரை மணிக்கு மேல் ஆகிவிடும். உட்காருங்கள். இந்த இருட்டில் நீங்கள் என்னோடு வருவதை யாரும் கண்டுகொள்ள மாட்டார்கள்."

அவள் தயங்கினாள்.

"நானிருக்க பயமேன்" என்று அன்னிக்கே சொன்னேனே? ஆபத்பாந்தவன் மாதிரி வந்துவிட்டேன், பார்த்தீர்களா?"

அவள் சங்கோஜத்துடன் பஸ் வரும் திக்கைப் பார்த்தாள். பஸ் வரும் வழியாகவே இல்லை. பஸ் ஸ்டாப்பிலும் ஒருவருமே இல்லை. அவள் வேறு வழி தோன்றாதவள் போல் கடைசியில் வெகு ஜாக்கிரதையாக கைப்பிடியைப் பிடித்தபடி உட்கார்ந்தாள். அவனுக்கு ஆகாசத்தில் மிதக்கிற மாதிரி இருந்தது.

அவன் மெள்ளக் கேட்டான்.

"நான் என்ன அன்னியனா ஆனந்தி! என்னிடம் என்ன உங்களுக்கு இவ்வளவு சங்கோஜம். சின்ன வயதில் சேர்ந்து விளையாடியிருக்கோம் என்பது மறந்து போச்சா."

அவள் சிரித்தாள்.

"என்னை நீங்கள், போங்கள் என்று பேசினால் எனக்கு இருக்கிற ஞாபக சக்தியும் போய்விடும்!"

அவன் சிரித்தான்.

"சரி, கிளம்பட்டுமா. பிடித்துக் கொண்டிருக்கிறாயா?"

"உம்..."

கிளம்பியவுடன் அவன் கேட்டான். "எப்படியிருக்கு?"

"பயமாயிருக்கு!"

"அப்ப என்னைக் கெட்டியா பிடித்துக் கொண்டு விடேன்!"

அவள் பதில் பேசவில்லை. அவனுக்குக் கவலையாகப் போயிற்று. அதிகப் பிரசங்கித்தனமாகப் பேசி விட்டோமோ? ஆனால், அவளைப் பார்க்கும் போது ஏன் இப்படி ஒரு உல்லாசம் உள்ளத்தில் துள்ளுகிறது?

"என்ன பதிலைக் காணும்?"

"எனக்கு ஸ்கூட்டரைப் பற்றிப் பயமில்லை, உங்களைப் பற்றித்தான் பயம்..."

"என்னைப் பற்றி நீ பயப்படவே வேண்டாம், ஆனந்தி. ஐ ஹேவ் எ க்ளீன் ரெக்கார்ட், என் பாட்டியை வந்து கேட்டுப் பார். என்னைவிட சாதுவான பிள்ளை இனிமேல் அவதரித்தால் தான் உண்டு என்பாள்."

அவள் சிரித்தாள்.

அவன் வேகமாக வேண்டுமென்றே ஓட்டினான். அவள் உண்மையாகவே பயந்து அவனது மார்பைக் கையால் வளைத்துக் கொண்டாள். அவள் அந்த மாதிரி நிலையில் வாயிலில் வந்து இறங்குவதை வராண்டாவிலேயே உட்கார்ந்திருந்த ஜானகிராமன் திகைப்புடன் பார்த்துவிட்டு எழுந்தார்.

❖❖❖

17

அத்தியாயம்

அம்மா உள்ளேயிருந்து எட்டிப் பார்ப்பது தெரிந்தது. முகத்தில் ஒரு கேள்விக்குறியிருந்தது புரிந்தது. தன் பெண்ணா இந்த அகால வேளையில் ஒரு பரபுருஷனுடன் வந்திறங்குகிறாள் என்று நம்ப முடியாமல் பார்த்த மாதிரி இருந்தது.

ஸ்ரீதர் சரளமாக அவர்களைப் பார்த்துச் சிரித்தான்.

"உங்கள் அசட்டுப் பெண் என்ன பண்ணினாள் தெரியுமா?" என்றான்.

ஒரு இறுக்கம் குறைந்த மாதிரி இருந்தது. ஆனாலும் கவலை தெரிந்தது அப்பா அம்மாவின் முகத்தில்.

"என்ன சமாச்சாரம்?"

"ஏழரை மணிக்கு அடையாற்றில் ஏதோ தெரியாத பஸ் ஸ்டாப்பில் தனியாக அரை மணி நேரமாக நின்றிருக்கிறாள். பஸ் பிரேக் டௌவுனோ என்னமோ, நல்ல வேளை, நான் எதேச்சையாக அந்தப் பக்கம் போனேன். அழைச்சுண்டு வந்தேன்."

“ரொம்ப தாங்க்ஸ் அப்பா உனக்கு. நான் ரொம்பக் கவலைப்பட்டுப் போய்விட்டேன். பஸ்ஸில் பேகாதேன்னா கேட்க மாட்டேங்கிறாள். ஏம்மா, லைப்ரரி போயிட்டுதானே வரேன்னு சொன்னே. எங்கே அடையாறுக்குப் போனே?”

“அங்கே ஒரு ஃப்பிரண்டு இருக்கா. ஒரு புது புஸ்தகம் தரேன்னு சொன்னா. சீக்கிரம் வந்துடலாம்னு போனேன். பஸ்ஸே கிடைக்கல்லை” என்று மன்னிப்புக் கோருகிற மாதிரி தலையை குனிந்து கொண்டு சொன்னாள் ஆனந்தி.

“சரி, உள்ளே போம்மா. இனிமே எங்கேயும் நீ பஸ்ஸிலே போகக் கூடாது. எங்கேயாவது போகணுமானா நான் அழைச்சுண்டு போறேன். இல்லையானா டிரைவருக்குச் சொல்லியனுப்பறேன்.”

ஆனந்தி உள்ளே போவதற்கு முன் அவனைப் பார்த்து, “தாங்க்ஸ் உங்களுக்கு” என்று கூறிவிட்டுப் போனாள். முகத்தில் புன்னகையே இல்லை.

“உள்ளே வாயேன் ஸ்ரீதர்” என்று அப்பா சொல்வது கேட்டது.

“இல்லை மாமா. நான் போகணும். பரீட்சைக்கு இன்னும் பத்து நாட்கள்தான் இருக்கு. உங்க ஆசீர்வாதம் வேணும் மாமா.”

“விஷ் யூ ஆல் த பெஸ்ட். நீ பாஸ் பண்ணி விடுவாய். கவலைப்படாதே!”

அவன் கிளம்புவது தெரிந்தது.

அவள் ஜன்னல் வழியாக எட்டிப் பார்த்தாள். அவன் அதேசமயம் அவள் அறைப் பக்கம் திரும்பிப் பார்த்தான். இருவரது பார்வையும் ஒரு கணம் கவ்வி நின்றது. அவன் புன்னகைத்தான். அவளும் லேசாகப் புன்னகைத்தாள்.

அவள் உடையை மாற்றுகையில் முகத்தை கழுவுகையில் அந்தப் புன்னகை அப்படியே இருந்தது. கையெல்லாம் ஏதோ குறுகுறுத்தது. இன்றைக்கு என்ன நேர்ந்து விட்டது?

"கண்ணோடு கண்ணிணை கவ்வி ஒன்றை ஒன்று
உண்ணவும் நிலைபெறாது உணர்வும் ஒன்றிட
அண்ணலும் நோக்கினாள் அவளும் நோக்கினாள்..."

அவள் திடுக்கிட்டாள். என்ன நேர்ந்து விட்டது. ஏதோ விபரீதம்தான் நடந்து விட்டது. புனிதமான சீதையைப் பற்றிப் பாடிய கம்பனின் வரிகளைத் தனக்குச் சாதகமாக்கிக் கொள்வதா? கன்னி கழிந்ததோ கழியவில்லையோ, சாஸ்திரப்படி ஒருவனின் கரத்தைப் பற்றியவள். அவனுடன் வாழப் போகும் இன்ப வாழ்வை நினைத்துக் கனவு கண்டவள். அது கனவாகிப் போய்விட்டாலும், கனவு கண்டது உண்மை. தன்னிலையில் ஒரு பெண்ணைக் கண்டிருந்தால் கம்பன் எப்படி பாடியிருப்பான்? இந்த மாதிரி இக்கட்டான பிரச்சனைகளைப் பற்றி பாடாமலிருப்பதே உத்தமம் என்று விட்டு விட்டார்களோ அந்தக் காலத்து கவிகள்?

தெய்வ அனுக்கிரகம் பெற்றவர்களாகிய அவர்களுக்கு இந்த மாதிரியான பிரச்சினைகளைப் பற்றிச் சிந்தனையே உதித்திருக்காதா? கற்பு என்ற சொல்லுக்கு வேலிகள் வகுத்து சமூகத்துக்கு ஒரு சித்திரத்தை வரைந்து காட்டிய பின்னர் அந்த வேலியைத் தாங்களே தாண்டினால் - எழுத்தளவில்கூட தாண்டினால், சமூகத்தின் ஏச்சுக்குள்ளாவோம் என்கிற பயமா? இவையெல்லாம் காவியத்துக்கேற்ற கரு இல்லை என்று விட்டு விட்டார்களா? சென்ற நூற்றாண்டிலேயே ஐரோப்பிய எழுத்தாளர்கள் இத்தகைய பிரச்சினைகளை தீரமாக அணுகித் தீர்வைக் காண விழைந்திருக்கையில், தமிழ்நாட்டில் இன்னமும் ஏன் எழுத்தாளர்கள் பயப்படுகிறார்கள்? இந்த வேலிகளினாலா?

வேலிகள்... சமூகத்துக்குப் பாதுகாப்பான வேலிகள்... அவற்றைத் தாண்டுவது அவசியம்தானா? ஆனால், அவையே மூச்சடைத்து விட்டால் புதிய அலைகளை, புதிய காற்றை உள்ளே வரவிடாவிட்டால்...? ஓ, இந்த மனசு ஏன் எதற்கும் அடங்க மாட்டேன் என்கிறது? அண்ணலும் நோக்கி அவளும் நோக்கி

கண்ணோடு கண் கவ்விய பின், மனத்தைப் பறிகொடுத்த பின், இராமன் வில்லை முறிக்காமலிருந்தால் என்ன நேர்ந்திருக்கும்? வேறு எவரேனும் முறித்திருந்தால் தந்தைக்குப் பணிந்து சீதை அவனை மணம் புரிந்து கொண்டிருக்க மாட்டார்களா? ஆனந்திக்குத் தன் சிந்தனையை நினைத்து சிரிப்பு வந்தது. அவள் கற்பனைப்படி நேர்ந்திருந்தால் இராமாயண காவியமே எழுதப்பட்டிருக்காது. ஹாம்லெட்டில் அவனுடைய அப்பா இறந்திராவிட்டால் என்ன ஆகியிருக்கும் என்று யோசிக்கிற அபத்தம் மாதிரி - அவள் அவசரமாகத் தன் புத்தகங்களைத் திறந்தாள்.

இவைதான்.அவளுடையபுகலிடம்.மனக்கிலேசங்களையெல்லாம் விரட்டியடிக்கக் கூடிய மருந்து. அப்பா அன்று சொன்னது, பகவத் கீதையை தினமும் இரண்டு சுலோகமாவது படிக்கச் சொன்னது ஞாபகம் வந்தது. அதைத்தான் செய்ய வேண்டும். மனவியாகூலங்கள் சற்று குறையும். கம்பனையும், கீதாஞ்சலியையும் நினைவு கூர்ந்தால் இன்னும் புத்திதான் பேதலித்துப் போகிறது. ஏதோ அவளுக்காகவே எழுதப்பட்டவை போல வாக்கியங்களைத் தன் மனநிலைக்கு சாதகமாக்கிக்கொள்ளப் பார்க்கிறது.

அவள் தனது யோசனைகளை அப்புறப்படுத்தி விட்டுப் படிக்க உட்கார்ந்தாள். அம்மா இரண்டு முறை எட்டிப் பார்த்து விட்டாள்.

"ஆனந்தி! இன்னிக்கு ஏற்கனவே நாழியாச்சு, சாப்பிட வாயேன்!"

அவள் மறுமொழி பேசாமல் எழுந்தாள். சாப்பிடுகையில் அம்மாவும், அப்பாவும் ஏதோ யோசனையில் இருந்தார்கள். அப்பாவுக்கு மூட் சரியாக இல்லாவிட்டால் அம்மா பேசவே மாட்டாள் என்று ஆனந்திக்குத் தெரியும். அப்பாவுக்கு என்ன அசமாதானம் இன்று? அவளுக்குச் சட்டென்று ஞாபகம் வந்தது. ஸ்ரீதரைப் பிடித்தபடி வந்ததை அவர் பார்த்திருப்பாரோ? அவளுக்குப் பகீரென்றது. அப்பா அன்பு மிகுந்தவர்தான்.

ஆனால், நடத்தையில் மிகவும் கட்டுப்பாட்டை விரும்புகிறவர். செல்லப் பெண்ணாக வளர்ந்த அவளுக்குத்தான் சரியாக கணவனிடம் நடந்துக்கொள்ளத் தெரியவில்லை என்று அவர் நினைத்துக் கொள்வார் என்கிற உணர்விலேயே அவள் தனது மணவாழ்க்கையைப் பற்றி அவரிடம் தெரிவிக்காமல் இருந்திருக்கிறாள் கடைசி வரை.

அவர் வளர்த்த பண்புதான் அவளுக்கு அந்த மனோதிடத்தைக் கொடுத்திருக்கிறது. இன்று அவள் நடந்து கொண்டதற்கு அவள் என்ன பதில் சொல்லுவாள்? அவர் கீறிய கோட்டைத் தாண்டியே பழக்கமில்லாத அம்மா. அப்பா கோபித்தால் அவளுக்கும் கோபம் வரும். அவர் துக்கப்பட்டால் அவளுக்கும் துக்கம். அவர் சிரித்தால் அவளும் சிரிப்பாள். இப்படிப்பட்ட அம்மாவிடமிருந்து எத்தகைய உதவி கிடைக்கும் அவளுக்கு? அப்பாவின் மனநிலைமையைப் புரிந்துகொண்டுதான் அம்மாவும் குனிந்த தலை நிமிராமல் சாப்பிட்டுக் கொண்டிருக்கிறாள்.

எல்லோரும் சாப்பிட்டுவிட்டுக் கை அலம்பியதும் அவள் தன் அறைக்குச் செல்லக் கிளம்பினாள். அப்பா கூப்பிடுவது கேட்டது.

“என்னப்பா?”

“இங்கு வருகிறாயாம்மா கொஞ்சம்?”

அவளுக்கு நெஞ்சம் பக் பக்கென்று அடித்துக் கொண்டது.

“என்னப்பா?” என்றபடி அவள் அவருக்கெதிரில் போய் உட்கார்ந்தாள்.

“அந்த மிஸஸ் பட்டேல் என்னிக்கும்மா ராமேஸ்வரத்திலிருந்து வருவதாகச் சொன்னார்?”

அவளுக்கு உயிர் வந்த மாதிரி இருந்தது. இது வேறு ஏதோ பிரச்சனை.

“பதினைந்து நாளாகும் என்று சொன்னாப்பா. தேதி நிச்சயமாகச் சொல்லவில்லை. எதுக்கப்பா?”

அவர் நெற்றியைத் தேய்த்துவிட்டுக் கொண்டார்.

"அவளுடைய வாக்குமூலம் உன் கேசுக்கு அவசியமாகலாம்மா."

அவள் ஆச்சரியத்துடன் அவரைப் பார்த்தாள்.

அவரே தொடர்ந்தார்.

"ஏதோ தெய்வாதீனமாகத்தான் அவள் இப்போ தெற்கே வந்திருக்கிறாள். ரகுவும் அவனுடைய தங்கையும் உனக்கு வேறொருத்தனிடம் உறவு இருக்கிறதனாலேதான் இந்த மாதிரி புரளி கிளப்பி விட்டிருக்கிறாய் என்று சொல்கிறார்களம்மா. விவாகரத்துக்கு ஒப்புக்கொள்ள முடியாது என்கிறார்களாம்!"

"அது சுத்தப் பொய் என்று நிரூபிக்க முடியாதாப்பா?" என்றாள் ஆனந்தி ஆத்திரத்துடன்,

அப்பா அவளைத் தீர்க்கமாகப் பார்த்தார்.

"அதற்கு அவர்கள் ஆதாரங்கள் வைத்திருக்கிறார்களாம். உன் சந்திப்புகளைக் கண்காணித்திருக்கிறார்கள்... ஹிக்கின்பாதம்ஸில், பிரிட்டிஷ் கௌன்சிலில்..."

அவள் தூக்கி வாரிப் போட்டவளாக அப்பாவைப் பார்த்தாள்.

அவர் தொடர்ந்தார்.

"இன்று நீ ஸ்கூட்டரில் வேறு வந்திருக்கிறாய். வெண்ணை திரண்டு வரும்போது தாழி உடையற மாதிரி ஆகக் கூடாதம்மா..."

"அப்பா!" என்று அவள் ஆத்திரத்துடன் ஆரம்பித்தாள். "ஏதேச்சையாக நேர்ந்த சந்திப்புகளை வைச்சு உடனே முடிச்சுப் போட்டு விடுகிறதா? நீங்கள்கூட இப்படி நினைக்கிறீர்களா?"

"நான் நினைக்கவில்லைம்மா. எனக்குத் தெரியாதா உன்னை? அவர்கள் உனக்கு எதிராகச் செய்யும் பிரசாரத்துக்குப் பலம் கொடுக்கிற மாதிரி நாம் தவறிக்கூட நடந்துகொள்ளக் கூடாதும்மா."

அவள் தலை குனிந்தாள். வெகு கஷ்டப்பட்டு வார்த்தைகளைக் கோத்தாள்.

"டாக்டர் அவரைப் பரிசோதித்தால் தன்னால் தெரிகிறது."

"அதற்கு ஒப்புக்கொள்ளவே மாட்டேன் என்கிறானாம். அதற்கும் ஏதேதோ சமாதானம் சொல்லத் தெரிந்து வைத்திருக்கிறான். மிஸஸ் பட்டேல் நமக்கு சாட்சி சொன்னால் ரொம்ப உபயோகமாக இருக்கும். அவள் வந்ததும் நாம் அவளைக் காண்டாக்ட் செய்யணும்."

"அவள் கண்டிப்பாக உதவி செய்வாப்பா!" என்றபோது ஆனந்திக்கும் குரல் கம்மிற்று.

அவள் எழுந்திருந்தாள்.

அவர் மறுபடியம் சொன்னார்.

"நீ இனிமேல் எந்தக் காரணத்தாலும் பஸ்ஸில் போகக் கூடாது."

"சரிப்பா!" என்றபடி அவள் உள்ளே நகர்ந்தாள்.

ஸ்கூட்டரில் வந்தால்தான் என்ன, அவன் உடம்பைப் பிடித்துக் கொண்டுதான் வரணுமா என்று அப்பா கேட்கவில்லை. ஆனால், அப்படி நினைத்துக் கொண்டிருப்பார் என்று தோன்றிற்று. அவன் வேண்டும் என்றே வேகமாக ஓட்டியிருப்பானோ? அவன் மிகவும் ஆபத்தான ஆள் என்று அவளுக்குத் தோன்றிற்று. இனிமேல் அவனுடைய சங்காத்தமே வைத்துக்கொள்ளக் கூடாது. நல்லவேளை, லீவில் இருக்கிறான் என்று நினைத்ததுப் போக எப்படியாவது சந்திப்பு நேர்ந்து விடுகிறதே?

அப்பா சொன்ன விஷயங்கள் ஞாபகத்துக்கு வந்ததும் அவளுக்கு மிகவும் கோபம் வந்தது. எத்தகைய கயவர்கள் அவர்கள்! அவளைப் படுத்தி வைத்த பாடெல்லாம் போதாதா? இன்னும் ஏன் வதைக்கிறார்கள்? அதில் ஏன் அவ்வளவு அசுரத் திருப்தி?

மறுநாள் கண் விழித்துக் காப்பி குடிக்கையில்,

"வா, இன்னிக்கு ஞாயிற்றுக் கிழமைதானே? தலையில் எண்ணெய் ஒரு கை வைத்து விடுகிறேன்" என்றாள் அம்மா.

ஆனந்திக்கும் அன்று சாவகாசமாக குளிக்க வேண்டும் போல இருந்தது. சாவதானமாக குளித்து எத்தனை நாட்களாகி விட்டது?

"சரி" என்று தோட்டை அவிழ்த்துவிட்டு வந்து உட்கார்ந்தாள். அம்மா தலையில் எண்ணெயைத் தேய்த்துக் கொண்டே, "தலையில் எவ்வளவு சூடு!" என்றாள்.

மனத்தில் இருக்கும் சூடெல்லாம் மண்டைக்குத் தானே ஏறும் என நினைத்துக் கொண்டாள் ஆனந்தி. ஷவருக்கு அடியில் நிற்கையில் மிக சுகமாக இருந்தது. மனத்தில் எந்தவிதமான கவலைகளோ, நிழல்களோ ஆதங்கங்களோ இல்லாத மாதிரி... பழைய ஆனந்தியாய்... நான்கு வருஷங்களுக்கு முன்பிருந்த ஆனந்தியாய் சதா சிரிப்பும் பாட்டுமாக இருந்த ஆனந்தி...

அவள் உடம்பைத் துடைத்துக் கொள்ளும்போது வழக்கம்போல் அப்பாவின் விஷ்ணு சஹஸ்ரநாமம் கேட்டது.

"சுக்லாம்பரதரம் விஷ்ணும்"

அவளுக்கு அந்தக் குரலே ஒரு பரவசத்தோடு ஒலிக்கிற மாதிரி இருந்தது. இதைப் பாராயணம் செய்வதுதான் அவருக்கு ஆன்மீக பலத்தைக் கொடுக்கிறது என்று தோன்றிற்று. இன்றிலிருந்து நிச்சயமாக பகவத் கீதையைப் படிக்க ஆரம்பிக்க வேண்டும் இரண்டு சுலோகமாவது...

அவள் தலையில் சுற்றியபடி புடவையைப் போர்த்தியபடி வெளியில் வருகையில் அம்மா வழக்கம்போல் கேட்கிற கேள்வியைக் கேட்டாள்.

"ஏன்டி, எண்ணெய் போகத் தேச்சுண்டையா, அடித்தலை நன்னா போயிருக்குமா?"

"எல்லாம் போயிருக்கும்மா" என்றபடி அவள் உடையை சரியாக உடுத்திக்கொள்ளச் சென்றாள். அவள் நெற்றிக்கு இட்டுக்கொண்டு வரும்போது அம்மா சூடாக ஹார்லிக்ஸ் கலந்து

வைத்திருந்தாள். "எண்ணெய் தேச்சுண்டு வெறும் வயிற்றில் இருக்கக் கூடாது. வாயு கொள்ளும்."

"வாயு கொள்ளுமோ என்னவோ, எனக்கு வயிறு கொள்ளும்" என்று சிரித்தபடி அவள் அதைக் குடித்தாள்.

பூஜையை முடித்துக் கொண்டு வந்தார் அப்பா. "ஏம்மா, இன்னிக்கு சாயந்திரம் ஒரு டான்ஸ் புரோக்கிராம் இருக்கு சபாவிலே. வரயா?"

"என்ன புரோக்கிராம்?"

"ஸ்ரீரர்மாயதுப்யம் நமஹ."

"ஓ கண்டிப்பா வரேன்..."

அந்த நாட்டிய நிகழ்ச்சியைப் பற்றி அவள் நிறையக் கேள்விப்பட்டிருந்தாள். கலை நிகழ்ச்சிகளுக்குப் போய் எத்தனையோ நாட்களாகி விட்டது. தெரிந்த முகங்கள், சங்கேதப் பார்வைகள், பச்சாதாபப் பார்வைகள் - இவைகளைத் தாங்கக்கூடிய சக்தியில்லாமல் அவள் செல்லாமல் இருந்திருக்கிறாள். ஒரு நாட்டிய சங்கீத நிகழ்ச்சியையும் விடாமல் பார்த்து வந்தவள். கூட்டுக்குள் அடைபட்டது போல் வீட்டில் வெறுத்துப் போய் உட்கார்ந்திருக்கிறாள். இப்பொழுது கல்லூரிக்குப் போக ஆரம்பித்ததும் ஒரு புதிய மாற்றம் ஏற்பட்டிருப்பது அவளுக்கே புரிந்தது. அதுவும் ஒரு மாதமாக அவளையறியாமல் ஒரு இளக்கம் மனத்தில் ஏற்பட்டிருக்கிற மாதிரி தோன்றிற்று...

அவள் அன்றைக்கு வழக்கத்தைவிட ஒரு நல்ல புடவையாகவே கட்டிக் கொண்டாள். அந்த மாம்பழக் கலர் பட்டுப் புடவை தனக்கு மிகவும் எடுப்பாக இருப்பதாக அவளுக்கேப்பட்டது. 'இந்த அலங்காரமெல்லாம் எனக்கேதான், எனது ஆத்ம திருப்திக்காக. எனக்கு இன்னும் இருபத்திரண்டு தான் வயது. என்னால வேஷம் போட முடியாது. என் ஆசைகள் இன்னும் கருகவில்லை.'

வழியில் கார் பிரேக் டவுன் ஆகி விட்டது. அவர்கள் போய்ச் சேருகையில் நாட்டியத்தின் இரண்டாவது கட்டம் ஆரம்பமாகி விட்டது. சீதா கல்யாணம். நாட்டியம் செய்து கொண்டிருந்த பெண்மணி வெகு பாவ பூர்வமாக பாத்திரங்களை எதிரில் கொண்டு நிறுத்துகிற மாதிரி ஆடினார்.

பாடகியின் அமுத குரல் கணீர் என்று ஒலித்தது.

"கண்ணோடு கண்ணினை கவ்வி ஒன்றை ஒன்று
உண்ணவும் நிலை பெறாது உணர்வும் ஒன்றிட
அண்ணலும் நோக்கினாள்; அவளும் நோக்கினாள்"

தாக்குண்டவள் போல் ஆனந்தி நிமிர்ந்து பார்த்தாள். சீதையின் பாவங்களை அற்புதமாகச் சித்தரித்துக் காண்பித்த நாட்டிய அணங்கின் இடத்தில் சீதையாகத் தானே நிற்பதுபோல் ஆனந்திக்கு ஒரு பிரமையேற்பட்டது.

❖❖❖

18

அத்தியாயம்

இடைவேளை. மாணவ, மாணவியரின் சளசளவென்ற பேச்சு பட்சிகளின் ரீங்காரம் போல் சலசலத்தது. ஆனந்தி எதிலும் ஒட்டாமல் தனித்துப் போய் உட்கார்ந்தாள்.

கையில் காப்பிக் கோப்பையைப் பிடித்தபடி கலா அவளருகில் வந்தாள்.

"என்ன ஆனந்தி தனியாக உட்கார்ந்திருக்கிறாய்?"

ஆனந்தி சும்மா ஒரு சிரிப்பு சிரித்தாள்.

"என்ன சமாசாரம் இன்னிக்கு மூட் இல்லாமல் இருக்கிற மாதிரி இருக்கிறாய்?"

"ஆமாம், ஏதோ மனசு சரியாயில்லை."

அவள் நினைத்துக் கொண்டாள். நேற்று மாலை அந்த நாட்டிய நிகழ்ச்சி முடியும் வரை எத்தனை பரவசத்தோடு உட்கார்ந்திருந்தாள்? சீதையின் பாத்திரத்தோடு தானும் ஒன்றிப் போய் சீதையாகவே வெட்கமில்லாமல் கற்பனை செய்து கொண்டதை நினைத்துக் கொண்டாள். ராமனின் பாத்திரத்தில் அவளையறியாமல் ஸ்ரீதரை நிறுத்தி வைத்துப் பார்த்தாள். ஸ்ரீதராக இருந்திருந்தால்

நிச்சயம் தீக்குளிக்கச் செய்திருக்க மாட்டான் என்று தோன்றிற்று. அவன் கற்பனைக்கு அப்பாற்பட்ட மனிதாபிமானம் மிக்கவன் என்று தோன்றிற்று. அந்தக் கண்களில் எத்தனை கருணை! கசிவு! அவளைப் பற்றித் துளியேனும் அவனுக்குத் தெரிந்திருக்காதா? அதைக் கொஞ்சம்கூடப் பொருட்படுத்தாதவன் போலல்லவா இருக்கிறான்? இல்லை, அவனுக்குப் பெண்களைச் சீண்டுவது ஒரு பொழுதுபோக்கா? யாரை நம்புவது?

நேற்று நிகழ்ச்சி முடிந்து அவள் பெற்றோருடன் எழுந்து வருகையில் அவளுக்கு ஓர் அதிர்ச்சி காத்திருந்தது. தூரத்தில் யாரோ தெரிந்த உருவம் மாதிரி இருந்தது. திடுக்கிட்டு உற்றுப் பார்த்தாள்.

ரகு!

இவன் எப்பொழுது சென்னைக்கு வந்தான்? கேசுக்காக வந்திருப்பானோ? அவன் தனியாக இல்லை. யாருடைய இடையையோ பற்றியபடி நின்றிருந்தான். இடுப்புக்குக் கீழ் நாபியைக் காட்டியபடி புடவை. அவளுக்குத் தூக்கி வாரிப் போட்டது. அது ரூபாவல்லவா? அன்று கலா கடுகடுத்தாளே, ஆண் என்றால் ஆலாய்ப் பறக்கும் ஜன்மம் என்று, அவளல்லவா? அவளுக்கு ரகுதான் அகப்பட்டானா? அவளுக்குச் சட்டென்று தோன்றிற்று. ரூபாதான் ரகுவிடம் சொல்லியிருப்பாளோ தான் ஸ்ரீதரோடு பழகுவதைப் பற்றி? ஸ்ரீதர் தன்னைக் கவனிக்கவில்லை என்று ரூபாவுக்குக் குறை. ஸ்ரீதர் வகுப்பில் ஆனந்தியைப் புகழும்போது அவளுக்கு பொறாமை ஏற்பட்டிருக்குமோ? பொறாமையினால் ஒரு பெண் என்னதான் செய்ய மாட்டாள்?

"என்ன ஆனந்தி பேச்சையே காணோம்?"

ஆனந்தி பெருமூச்சு விட்டாள்.

"ஒன்றுமில்லை, கலா! என்னவோ எனக்கு இன்றைக்கு மனசு சரியாயில்லை. நீ சாயந்திரம் வீட்டுக்கு வாயேன், மனம் விட்டுப் பேச வேண்டும்போல் இருக்கிறது. நான் யாருடனும்

அந்த மாதிரிப் பேசி எத்தனை வருடமாகி விட்டது. எனக்குச் சகோதரிகள் இருந்திருந்தால் அது வேறு விதமாக இருந்திருக்கும். அம்மா – அப்பாவிடம் எவ்வளவு என்று பேச முடியும்?"

"வாஸ்தவம்தான் ஆனந்தி! மனசிலிருப்பதை நீ தாராளமாக என்னிடம் சொல்லலாம். நான் எவ்வளவோ முறை நினைத்திருக்கிறேன். என்னை நீ நம்பவில்லையா? அதனால்தான் கூட்டுக்குள் அடைச்சுக்கற மாதிரி சுருங்கிக் கொள்கிறாயோ என்று. நீ மனத்தில் பூட்டி வைத்துக் கொண்டால் மூச்சடைக்கிற மாதிரி இருக்கும். நீ அன்றைக்கு மூர்ச்சை போட்டு விழுந்தாயே... இனிமேல் அப்படி ஆகக் கூடாது. நீயாகவே அமைதியைத் தேடிக்கொள்ளணும். மனத்தை 'மெஸ்மரைஸ்' செய்துகொள்கிற மாதிரி சொல்லிக் கொள். 'சென்ற காலம் சென்றதுதான். இனி நிகழ்காலமும் வருங்காலமும்தான் உண்டு எனக்கு. ஐ ஜஸ்ட் ஹாவ் தி ப்ரசென்ட்' என்று சொல்லிக் கொள். நிகழ்காலத்தில் வசி. எதிர்காலத்தைப் பற்றி ஆக்கபூர்மாய் சிந்தனை செய்!"

ஆனந்தி சிரித்தாள்.

"நானும் அப்படித்தான் இருக்கப் பார்க்கிறேன். அது ரொம்பக் கஷ்டமாக இருக்கிறது கலா. மனத்தின் அடித்தளம் வரை இறந்த கால நினைவுகள் போயிருக்கின்றன. அதை அகற்ற வெளியிலிருந்து வேறு ஏதாவது மிகப் பெரிய சக்தி ஒன்று வரவேண்டும். ஒரு பெரிய சூறாவளி மாதிரி ஏதாவது ஒன்று என் மனத்தைத் தாக்கினால்தான் அடிமனத்திலிருந்து கிளம்பும் நீர் குமிழிகள் கரைந்து போகும்!"

கலா தீவிரமாக கேட்டாள்.

"அந்தச் சூறாவளியைக் கண்டே நீ பயந்தால்? அது உன்னை அண்ட விடாமல் நீ தடுத்தால்...?"

ஆனந்தி தோளைக் குலுக்கினாள்.

"எல்லாம் விதியின் செயல் என்று எங்கம்மா மாதிரிப் பேச ஆரம்பிப்பேன்."

“நான்சென்ஸ்” என்றாள் கலா. “எல்லாம் நம் மதியின் செயலில்தான் இருக்கிறது.”

“இல்லை கலா! சில சமயங்களில் நம்மை மீறிக்கொண்டு ஒரு சக்தி வேலை செய்கிறது. என்னுடைய கதையைக் கேட்டால் உனக்குப் புரியும்.”

“இருக்கலாம் ஆனந்தி! இருந்தாலும் எல்லாவற்றையும் விதி, விதி என்று சொல்லிக் கொண்டு உட்கார்ந்திருக்கக் கூடாது. நீ சயண்டிபிக்காக யோசித்துப் பார். காரணமும் காரியமும் ஒரு சுழற்சி. ஒவ்வொரு காரியத்துக்கும் ஒரு காரணம் இருக்கிறது. ஒவ்வொரு விநாடியும் அது சுழன்று கொண்டே வருகிறது. அந்தக் காரியத்துக்குக் காரணம் என்ன? உன் செயலல்லவா? அந்த செயல் எங்கே பிறக்கிறது? உன் மதியிலல்லவா! உன் மதிக்குத் தகுந்த செயல், செயலுக்குத் தகுந்த விளைவு. இந்தச் சுழற்சியிலிருந்து யாரும் தப்ப முடியாமல் போனாலும் அதற்குக் காரணகர்த்தா நீதானே? நம் நாட்டில் என்ன ஒரு குறையாகி விட்டதென்றால், நமது பலவீனங்களுக்கெல்லாம் அதன் காரணத்தை ஆராயாமல் விதியின் மேல் போடுகிறோம். விதி என்று பதுங்குவதில் ஒரு ஸைக்கலாஜிகல் திருப்தியிருக்கிறது. மனசைத் தேற்றிக்கொள்ள சுலபமாக முடிகிறது. சிந்திக்காமல் சோம்பிக் கொண்டு உட்கார வசதியாக இருக்கிறது.”

ஆனந்திக்கு ஆச்சரியமாக இருந்தது. “கலா இத்தனை சிந்திக்கிறாளா?”

“கலா! நீ பேசுவது எனக்கு ரொம்பத் தெம்பாக இருக்கிறது. இதைப் பற்றியெல்லாம் நீ இவ்வளவு தீவிரமாகச் சிந்திப்பாய் என்று நான் நினைக்கவில்லை...”

கலா சிரித்தாள்.

“சிந்திக்கக் கூடிய திறன் ஒவ்வொருத்தருக்கும் இருக்கிறது. ஆனால், முக்கால்வாசிப் பேர்களுக்கு சோம்பல். நமது மூதாதையர்கள் சென்ற பாதை பழசாகி போய்விட்டாலும், குழி விழுந்து கிடந்தாலும் அதைச் செப்பனிட சோம்பிக் கொண்டு புதிய

பாதையை வெட்ட பயந்து கொண்டு, பழைய பாதையேயானாலும் அதில் போவதே பத்திரம் என்று போகிறார்களே, அதை நினைத்தால் ஆத்திரமாக வருகிறது. அந்தக் குழிகளை என்ன செய்கிறார்கள் தெரியுமா? பட்டு துணியால் மூடுகிறார்கள்."

கட்டுண்டவள் போல் ஆனந்தி பேசாமல் கேட்டுக் கொண்டிருந்தாள். "ஆனந்தி! அறிவு வளர்ந்து பிரயோஜனமில்லை; சிந்தனைத் திறன் வளர வேண்டும். நான் 'என் விதி' என்று நினைத்துக் கொண்டு அந்த வரனுக்குச் சரியென்று சொல்லி தலையாட்டியிருந்தேனானால் என்ன ஆகியிருக்கும்? இப்பொழுது நான் நிம்மதியாக இருக்கிறேன் பார். என்னுடைய அப்பா, அம்மா இரண்டு நாட்கள் கோபமாக இருந்தார்கள். இப்பொழுது சமாதானமாகி விட்டார்கள். நான் தீர்மானித்துவிட்டேன். எனக்கு மனத்துக்குப் பிடித்தவனைத்தான் திருமணம் செய்துகொள்வேன். திருமணத்தை வெற்றியாகவும் ஆக்கிக்கொள்வேன். முன்பின் தெரியாதவனுக்குக் கழுத்தை நீட்டி நீ அவஸ்தைப்பட்டது போதும்."

இவள் எத்தனைத் தீர்க்கமாக பேசுகிறாள்? இத்தனை தீவிரமாகச் சிந்திக்கும் சக்தி அவளுக்கிருந்திருந்தால் அவள் என்ன செய்திருக்க வேண்டும்!

ஆனந்தி மெல்லக் கேட்டாள்.

"என்னுடைய திருமணமே விதியின் செயல் என்று நினைக்கவில்லையா?"

கலா தீர்மானமாகத் தலையை ஆட்டினாள்.

"நான் அதற்கு அப்படிப் பேர் சொல்ல மாட்டேன். நீ அதிக ஆர்வமில்லாமலே இந்த திருமணத்துக்கு ஒப்புக்கொண்டாய். ரைட்? அதுவே உன் முதல் குற்றம். எதனால் அப்படிச் செய்தாய்? ஏனென்றால் வழி வழியாய் பெண்ணுக்கு வயது வந்ததும் திருமணம் செய்துவிட வேண்டும் என்கிற ஒரு பழக்கம் உன் பெற்றோரைச் செயல்பட வைத்தது. நீ ஒப்புக்கொண்டாய். சரி

கல்யாணம் ஆகிவிட்டது. ஆன அன்றே அவனுக்குக் கோளாறு என்று புரிந்துவிட்டது. உடல் கோளாறு மட்டுமில்லை. அது அவனது மூளையையும் பாதித்திருக்கிறது என்று புத்திசாலியான நீ புரிந்து கொண்டிருக்க வேண்டும். இத்தகைய புருஷனுடன் வாழ்க்கை நடத்தினால் அதன் விளைவுகள் என்ன ஆகும் என்று யோசித்திருக்க வேண்டாமா! புரிந்துகொள்ளா விட்டாலும் பிறகு அவன் செய்த சித்திரவதையை நீ எப்படி பொறுத்துக் கொண்டாய்? உன் பெண்மையை அவன் அவமதித்த மாதிரி நீ நினைத்திருக்க வேண்டாமா? நீ ஏன் செய்யவில்லை...!"

"அதற்கும் காரணம் இருக்கிறது. காலங்காலமாய் உன் மனத்தில் மனைவி என்பவள் இப்படித்தான் இருக்க வேண்டும் என்கிற ஒரு இமேஜ் பதிந்துப் போயிருப்பதுதான். உன் அம்மாவைப் பார்த்திருக்கிறாய். சாதுவாய், அப்பா கிழித்தக் கோட்டைத் தாண்டாதவளாய் - கணவனுக்கு என்ன செய்யவும் உரிமை உண்டு என்று நீ அசட்டுத்தனமாக நினைத்துக் கொண்டவள்! சுயமாகச் சிந்தித்திருந்தால் நீ அத்தனை கஷ்டங்களை அனுபவித்திருப்பாயா? கடைசியில் அவன் உனது கன்னித்தன்மை மாறாத பெண்மையை பிறர் மூலம் சூறையாட நினைத்தபோதுதான் நீ விழித்துக் கொண்டிருக்கிறாய். சுயமாகச் சிந்திக்க ஆரம்பித்தாய். அந்தச் சிந்தனையின் விளைவினால்தான். அந்தச் சிந்தனையின் பலம்தான் உன்னைத் தப்ப வைத்தது என்று நான் நினைக்கிறேன்."

கலா நிறுத்தியதும் ஆனந்தி திக்பிரமையடைந்து உட்கார்ந்திருந்தாள். 'இந்தச் சிந்தனையே ஒரு புதிய கோணம் அல்லவா? அவளுக்கு ஏன் இந்த மாதிரியெல்லாம் சிந்திக்கத் தோன்றவில்லை?'

"சாரி ஆனந்தி" என்றாள் கலா. "நீ அத்தனை கஷ்டப்பட்டாய் என்று நான் கேள்விப்பட்டது எனக்குத் தாங்கவில்லை. அதையெல்லாம் பொறுத்துக் கொண்டு நீ எப்படியிருந்தாய் எனக்கு மிகுந்த ஆத்திரம். நான் தீவிரமாகச் சிந்திக்க

ஆரம்பித்தேன். அந்த ஆத்திரத்தையெல்லாம் உன்னிடத்திலே கொட்டிவிட்டேன். இனிமேலாவது விதி சதி என்று உட்காராமல் தைரியமாக சுயமாகச் சிந்தித்துப் பார். அவர்கள் இவர்கள் என்று மற்றவர்களின் யோசனையைப் பற்றிக் கவலைப்படாதே."

இடைவேளை முடிந்து மணி அடித்துவிட்டார்கள். இருவரும் புடவையில் ஒட்டிக் கொண்டிருந்த மண்ணைத் தட்டியபடியே எழுந்திருந்தார்கள். தூரத்தில் ரூபா யாரோ பையனை இடித்துக் கொண்டு நடந்தபடி வந்து கொண்டிருந்தாள். நாபியைக் காட்டியபிடி, இடுப்புக்குக் கீழ் மெல்லிய புடவை; கையில்லாத ரவிக்கை.

திடீரென்று நேற்றைய ஞாபகம் வந்தது ஆனந்திக்கு என்னவோ மாதிரி இருந்தது.

"பார்த்தாயா நமது கலாச்சாரத்தின் பிரதிநிதிகள்" என்று கலா மெள்ள கிசுகிசுத்தாள்.

அருகில் வந்ததும் ரூபா ஆனந்தியைப் பார்த்து ஒரு மாதிரி சிரித்தாள்.

"பாவம் ஜேம்ஸ்பாண்டைப் பார்க்காமல் ஆனந்தியின் முகத்தில் சுரத்தேயில்லை."

ஆனந்திக்குச் சுருக்கென்று கோபம் வந்தது.

"டோண்ட் பீ சில்லி! சந்தேகம் என்று சொல்லிக்கொண்டு நீதான் அவரிடம் போய் ஒட்டப் பார்த்தாய்!"

"நான் எல்லார் எதிரிலும் ஸ்டாஃப் ரூம் வரை போனேன். நீ வீடுவரை போகிறாய். இதிலே யார் கெட்டிக்காரி?"

"ஷட் அப்" என்றாள் ஆனந்தி - கோபம் பொறுக்காமல்.

ரூபா கலகலவென்று சிரித்தாள். "கோபிக்காதே பேபி! இந்த உலகம் ரொம்பச் சின்னது."

"ஆமாம். ரொம்ப அசிங்கமானதுகூட. ஏனென்றால் உன்னை மாதிரி சின்னப் புத்திக்காரர்கள் நிறைய பேர் இருக்கிறார்கள்"

ஆனந்திக்கு படபடத்தது. கலா அவள் கையைப் பிடித்து இழுத்தாள்.

“இவளுடன் என்ன பேச்சு ஆனந்தி? பேசாமல் வா.”

ஆனந்திக்கு வகுப்பில் சென்று அமர்ந்த பிறகுகூட படபடப்பு அடங்கவேயில்லை. பிறகு கொஞ்சம் கொஞ்சமாய் அமைதியாயிற்று. பேராசிரியர் சொன்னது பாதி காதில் விழவேயில்லை. அவன் வீட்டுக்குப் போனதெல்லாம் இவளுக்கு எப்படித் தெரியும்? யார் இப்படி வேவு பார்க்கிறார்கள்? இவளுக்கும் ரகுவுக்கும் என்ன சம்பந்தம்? இவள்தான் போய் அவனிடம் வத்தி வைக்கிறாளா?

அன்று எப்படியோ வகுப்புகள் ஒரு வழியாக முடிந்தன. ஏதோ ஒரு பயம் நெஞ்சைக் கவ்விய மாதிரி இருந்தது. கலா எவ்வளவு தீர்க்கமாகப் பேசுகிறாள்? இந்த மாதிரி ஏன் தன்னால் சிந்திக்க முடியவில்லை? கலாவுடன் இன்னும் கொஞ்சம் பேசினால் பயம் விலகுமா?

கல்லூரி முடிந்ததும் அவள் மறுபடியும் கலாவைக் கேட்டாள்.

“கலா என் வீட்டுக்கு சாயங்காலம் வருகிறாயா?”

“கண்டிப்பாக ஆனந்தி. நீ ஏன் சந்தேகப்படுகிறாய்?”

அன்றைக்கு கார் சர்வீசுக்கப் போயிருந்ததால் பஸ்ஸில் போக வேண்டியிருந்தது.

பஸ்ஸில் மூலைக்கொரு இடம் கிடைத்தது. பேசக்கூட முடியவில்லை. அவள் ஜன்னல் வழியே தெரிந்த காட்சிகளை ஒருவித சிரத்தையில்லாமல் பார்த்துக்கொண்டு உட்கார்ந்திருந்தாள். எந்தத் தடங்கல்கள் வந்தாலும் அவற்றைக் கண்டு அவள் கலங்கக் கூடாது. அவை அவளைப் பாதிக்காது. அவள் வரை அவள் செய்த தப்பொன்றுமில்லை. இதெல்லாம் ஏதோ ஒரு புகை மூட்டம்... அது சுவரைக் கரியாக்குமே தவிர ஆகாய வெளியைக் கரியாக்காது.

அவள் இறங்க வேண்டிய இடம் வந்ததும் கலாவுக்கு கை அசைத்துவிட்டு அவள் இறங்கினாள். பரபரவென்று வீட்டுக்கு நடையைக் கட்டினாள். வழியில் ரோஸரி மெட்ரிக் கான்வென்ட் வெறிச்சோடிக் கிடந்தது. எதிர் வரிசையில் இருந்த வீடுகளில் சில குழந்தைகள் சீருடையைக்கூட களையாமல் விளையாட்டில் ஆழ்ந்திருந்தன.

அவள் மவுனமாக வீட்டுக்குள் சென்றாள். அம்மா கொடுத்த டிபனையும் காப்பியையும் மவுனமாகவே சாப்பிட்டாள். இயந்திர கதியில் போய்விட்ட வாழ்க்கையை நினைத்து அவளுக்கு ஆயாசமாக இருந்தது. கலா வந்து விடுவாள் என்கிற பரபரப்பில் அவள் முகத்தைக் கழுவிக்கொண்டு வேறு உடை மாற்றிக் கொண்டாள்.

அவள் தயாராகி நிற்கையில், போன் அடிக்கும் சப்தம் கேட்டது. அப்பா எடுத்துப் பேசுவதும் கேட்டது. யார் எதிர்முனையில் என்று தெரியவில்லை. ஆனால், திடீரன்று அப்பா கத்துவது கேட்டது.

"அயோக்கிய சோதா! நீ பண்ணின அக்கிரமமெல்லாம் போதாதா? கோர்ட்டில் வந்து நீ நிரபராதின்னு காண்பித்துக்கொள். இந்த மாதிரி நீ பயமுறுத்தினால் போலீசுக்குத் தெரிவிப்பேன்... நீ இதுவரை செஞ்ச அக்கிரமத்துக்கு லாக்கப்பில் இருக்கணும். ஏதாவது வாலாட்டினாயோ..."

ஆனந்தியும் ஜானகியும் பயந்துகொண்டு கூடத்தில் எட்டிப் பார்த்தார்கள். ஜானகிராமனின் முகம் ஜிவு ஜிவென்று ஆகிவிட்டது.

"யு ரோக்! யு மேனியாக்!" என்று அவர் டக்கென்று போனை வைத்தார்.

பெண்ணையும், மனைவியையும் பார்க்க தைரியமில்லாமல் ஆயாசத்துடன் சோபாவில் வந்து உட்கார்ந்தார்.

"அப்பா என்னப்பா?"

அவர் கண்ணிலிருந்து ஆறாய் நீர் பெருகிய வண்ணம் இருந்தது.

"ஆனந்தி நீ இனிமேல் வீட்டைவிட்டு எங்கேயும் போகாதேம்மா. அந்தக் கிராதகன்தான் போன் பண்ணினான். அவனுக்குத் தெரியாமல் அவனது மனைவியை நான் கடத்திக்கொண்டு வந்தது கிரிமினல் குற்றமாம். உன்னை மறுபடியும் கடத்திக்கொண்டு போக அவனுக்கு ஒன்றும் கஷ்டமில்லையாம்!"

"அட நாசமாய்ப் போறவனே! நீ நன்னா இருப்பியா?" என்று அம்மா ஒப்பாரி வைத்தாள்.

"அவன் அன்னிக்கு உன்னை டான்சில் பார்த்திருப்பான். மகா சந்தோஷமாய் நீ இருக்கிறதா நினைச்சிருப்பான். அது பொறுக்கலை அவனுக்கு. கிராதகன்! இதோ பார் அம்மா, இந்த விவாகரத்து முடியற வரைக்கும் எங்கேயும் போகாதே. காலேஜுக்கு மட்டும் நானே அழைத்துப் போவேன். நானே அழைத்து வருவேன். என்னம்மா?"

ஆனந்தி பதில் சொல்லத் தெரியாத திக்பிரமையோடு தலையாட்டினாள்.

கேட் திறக்கும் ஓசை கேட்டது. ஆனந்தி தூக்கி வாரிப்போட்டவளாக எழுந்தாள். மனத்தில் இருந்த பலவீனத்தில் இலைகளின் சலசலப்புக்கூட பயத்தை விளைவித்தது. வாசலில் எட்டிப் பார்த்தாள்.

கேட்டைத் திறந்து கொண்டு கலா வருவது தெரிந்தது. எல்லோரும் பேயறைந்தாற்போல் உட்கார்ந்திருந்தது அவளுக்கு என்னவோ போலிருந்தது.

"வா கலா" என்றாள் ஆனந்தி சுரத்தேயில்லாமல்.

"நீ கலாவை உன் அறைக்கு அழைத்துப் போகிறாயா ஆனந்தி. எனக்குக் கொஞ்சம் ஃபோன் பண்ணனும்."

"சரிப்பா."

அவளும் கலாவும் அவளுடைய அறையை அடைந்தபோது ஜானகிராமன் ஐ.ஜிக்கு ஃபோன் பண்ணுவது கேட்டது. போலீஸ் மேலதிகாரிகளெல்லாம் அப்பாவுக்கு தெரியும். இருந்தும் அந்தக் கிராதகன் என்ன திட்டமிட்டிக்கிறான் என்று யாருக்குத் தெரியும்? ஆனந்தியின் உடம்பு நடுங்கிற்று.

கலா ஆனந்தியின் கையைப் பிடித்துக் கொண்டாள்.

"என்ன நடந்தது ஆனந்தி? என்ன சமாச்சாரம்?"

ஆனந்தி மௌனமாக சிறிது நேரம் அழுதவண்ணம் இருந்தாள். கடைசியில் ஆனந்தி மெள்ள மெள்ள விஷயங்களைச் சொன்னாள்.

"இப்பொழுது சொல். இது விதியா இல்லை நான் ஏதேனும் செய்த காரியத்துக்கான எஃபெக்டா என்று."

கலா சிறிது நேரம் பேசாமல் இருந்தாள்.

"எனக்கு நிச்சயமாகப் புரியவில்லை ஆனந்தி! உனக்கு ஏன் இப்படி ஒரு சோதனை வருகிறதென்று. ஆனால், ஆனந்தி, தைரியத்தைக் கைவிடாதே. உங்கப்பாவுக்கு நல்ல செல்வாக்கு இருக்கிறது. போலீஸ் புரொட்டெக்ஷன் நிச்சயமாகக் கிடைக்கும். தீர்க்கமாக யோசித்து செயல்படனும். இதில் உணர்ச்சிவசப்படுவதனால் ஒரு லாபமும் இல்லை..."

ஆனந்திக்கு திடீரென்று ரூபாவின் ஞாபகம் வந்தது.

"ஓ! ஒரு விஷயம் உனக்குச் சொல்ல மறந்துவிட்டேன் கலா. அதைச் சொல்லத்தான் இன்று உன்னைக் கூப்பிட்டேன். அந்த ரூபாவை நான் நேற்று சபாவில் என் ஹஸ்பெண்டோடு பார்த்தேன். ரொம்பப் பழக்கப்பட்டவ மாதிரி இடிச்சுண்டு உட்கார்ந்திருந்தா."

கலா சீறினாள். "ஹஸ்பெண்டாம் ஹஸ்பெண்டு! இன்னும் அப்படிப்பட்ட உறவை சொல்லிக்கணுமா? அந்தக் கழுதையை விடு. அது யாருடன்தான், எந்த ஆண் பிள்ளையோடுதான்

ரொம்பப் பழக்கப்பட்ட மாதிரி நடந்துக்கல்லை? அது ஒரு விவஸ்தை கெட்ட ஜன்மம்."

ஆனந்தி யோசனையுடன் சொன்னாள்.

"அவளுக்கு என்னைக் கண்டால் ஏதோ பொறாமை கலா. அவள்தான் ஏதேனும் அவனைக் கிளப்பி விட்டிருக்கணும். அவன் ஒரு மூர்க்கன். கோபம் வந்தால் இன்னது செய்கிறோம்னு தெரியாது. அதுதான் இன்னிக்கு இந்த மாதிரி போன் பண்ணியிருக்கான்..."

"நீ எதற்கும் கவலைப்படாதே ஆனந்தி. ஏதாவது ஒரு வழி பிறக்காமல் போகாது. தன்னாலேயே இந்தப் பிரச்சனை தீர்ந்து போகும் பார். அந்த ரூபா கழுதையைப் பற்றி கவலைப்படாதே! உன்கிட்டே ஏதோ பொறாமையினாலே அப்படிச் செய்கிறாளே தவிர அவனைப் பற்றி முழு விவரமும் தெரிந்தால் அவளே விலகி விடுவாள். அவள் என்ன செய்ய முடியும் உன்னை?"

கலா எத்தனை சமாதானப்படுத்தியும் மனம் சமாதானமடையவில்லை. கலா சற்று நேரம் இருந்துவிட்டுக் கிளம்பினாள்.

* * *

அன்று ஒருவருமே சரியாகச் சாப்பிடவில்லை. "ஐ.ஜி. நான் பார்த்துக் கொள்கிறேன். கவலைப்படாதே என்கிறார். ஆனால், பெண்ணைத் தனியாக விடாதீர்கள். அவன் நடமாட்டத்தைக் கவனிக்கிறோம் என்கிறார். என்னவோ ஆண்டவன் இன்னும் என்ன சோதனை செய்யப் போகிறானோ?"

எல்லோர் மனத்திலும் அதே கவலை. ஆனந்தி படிக்க முடியாமல் விளக்கை அணைத்துவிட்டு படுத்துக் கொண்டாள். மூடிய கண்களுக்குள் "நானிருக்க பயமேன்" என்ற அந்தக் குறும்புக் குரல் கேட்ட வண்ணம் இருந்தது. அவனால் எந்த அளவுக்கு அவளுக்கு உதவி செய்ய முடியும் இந்த மாதிரி ஒரு இக்கட்டில்?

பதினைந்து நாட்கள் ஓடிவிட்டன. தினமும் அப்பாவின் பாதுகாப்போடு காலேஜுக்குப் போவதும் திரும்பி வருவதுமாக நாட்கள் ஊர்ந்தன. வீட்டுக்குள்ளேயே மற்ற நேரங்களில் ரேடியோவிடமும், டி.வியிடமும் புத்தகங்களிலும் அடைக்கலம்.

அப்பா ஒரு நாளைக்குக் கவலையோடு சொன்னார்.

"நாளைக்கு மறுபடி கேஸ் ஹியரிங் அம்மா! மிஸஸ் பட்டேல் வந்ததாகத் தெரியவில்லையே...?"

அன்று மாலையே மிஸஸ் பட்டேலிடமிருந்து ஃபோன் வந்தது.

"உங்களுக்கு நூறு ஆயுசு மிஸஸ் பட்டேல்! உங்களைப் பற்றித்தான் நான் இப்பொழுது நினைத்துக் கொண்டிருந்தேன்" என்று அப்பா சொல்வது கேட்டது.

"ஒரு காம்பிளிகேஷன் வந்திருக்கிறது. நாளைக்கு ஆனந்தியின் கேஸ் ஹியரிங் இருக்கிறது. நீங்கள் கொஞ்சம் விட்நெஸ்ஸாக வந்து பேசினால் எங்களுக்கு ரொம்ப சாதகமாக இருக்கும்."

"....."

"நீங்கள் உதவுவீர்கள் என்று எனக்குத் தெரியும் மிஸஸ் பட்டேல். நீங்கள் சமயத்துக்கு வராமல் இருந்து விடுவீர்களோ என்றுதான் எனக்கு யோசனையாக இருந்தது. எல்லாம் ஆண்டவன் கருணை."

"....."

"இந்த ஜன்மத்தில் தெரிந்து ஒரு பாவத்தையும் செய்யவில்லை. போன ஜன்மத்தில் குடும்பத்தோடு என்ன பாவம் செய்தோமோ."

"....."

"நீங்கள் என்னைவிட வயதில் சின்னவர் மிஸஸ் பட்டேல். ஆனால், எனக்கு நீங்கள் தெய்வம் மாதிரி..." அப்பாவின் குரல் கம்மிப் போயிற்று.

"....."

"நாளைக்கு பதினொன்றரைக்கு ஹியரிங். நானும் ஆனந்தியும் உங்கள் வீட்டுக்கு பத்து மணிக்கே வந்து விடுகிறோம். சில விஷயங்கள் உங்களிடம் சொல்ல வேண்டியிருக்கிறது. ஓ! மறந்துவிட்டேனே! உங்களது ராமேசுவரம் டிரிப் நன்றாக அமைந்ததா? என் கவலை எனக்கு. வேறு எதுவுமே ஞாபகம் இருப்பதில்லை."

பிறகு அவர் ஃபோனைக் கீழே வைப்பது தெரிந்தது.

ஆனந்தி எட்டிப் பார்த்தாள்.

"மிஸஸ் பட்டேல் வந்து விட்டாளம்மா. நல்ல வேளை! ஒரு கவலை தீர்ந்தது. மேற்கொண்டு என்ன நடக்கும் என்று பார்ப்போம்."

ஆனந்தி தன் அறைக்குச் சென்றாள். மேற்கொண்டு என்ன நடக்கும்? ஒருக்கால் அவன் இத்தனை மிரட்டியும், அவளுக்கு விவாகரத்துக் கிடைத்து விட்டால், மேற்கொண்டு என்ன நடக்கும்? மிகவும் உணர்ச்சிவசப்படக் கூடியவனான அவன் அதைத் தனக்கு அவமானமாகக் கருதி மேலும் மேலும் அவளை பயமுறுத்தாமல் இருப்பான் என்பது என்ன நிச்சயம்? "சிந்தனை செய்து பார், விடை தானே கிடைக்கும்" என்று கலா சொன்னாளே? இதற்குத்தான் பெரியவர்கள் தியானம் என்று சொன்னார்களோ? அந்த தியானத்தை எப்படிச் செய்வது? அம்மா மாதிரி நமக்கேன் சரளமான மனதில்லை? அம்மா உள்ளே விளக்கேற்றி வைத்துப் பாடுவது கேட்கிறது.

அம்மா அம்பாளுக்குப் பரிபூரண அடிமை. எத்தனை சோதனைகள் வந்தாலும் அம்பாளின் மேல் அம்மாவுக்கு கோபம் வருவதில்லை. எப்படியோ கடைசியில் ஆதரிப்பாள் என்கிற நம்பிக்கை இருக்கிறது. இந்த எளிமை தன்னிடம் ஏன் இல்லை? அதிகம் படித்ததன் விளைவா? காரண காரியங்களை அலசிப் பார்க்கும் அறிவினாலா? இல்லை இருபத்திரண்டு வயதுக்குள் அனுபவிக்கக் கூடாததை அனுபவித்துவிட்ட விரக்தியா? யாரிடமாவது சென்று 'ஓ'வென்று அலற வேண்டும்போல்

இருந்தது. யாரிடம் போவது? ஆத்மார்த்தமாக அவளைப் புரிந்துகொள்பவர் யார் இருக்கிறார்கள்?

"நான் உனது நண்பன் என்பதை மறக்காதே!"

அவள் திடுக்கிட்டாள். ஸ்ரீதர் அவளது அனுபவங்களை அறிந்தால் அந்த மாதிரி கூறுவானா? உண்மையிலேயே இரக்கப்படுவானா? அவள் சட்டென்று தன்னை சமாளித்துக் கொண்டாள். அவளுக்கு யாருடைய இரக்கமும் தேவையில்லை. இரக்கத்தை அவன் அன்பென்று சொன்னால் அவள் நம்பத் தயாரில்லை...

ஆண்டவனே, என் துன்பங்களையும் இன்பங்களையும் லேசாகத் தாங்கிக்கொள்ளும் சக்தியைக் கொடு. எந்தக் கஷ்டம் வந்தாலும் என் மனத்தில் அன்புச்சுனை வற்றாதிருக்கச் செய். தினசரி அல்லல்களுக்கு மேல் என் மனம் மேலே எழும்ப எனக்கு சக்தியைக் கொடு...

வாசலில் ஸ்கூட்டர் சப்தம் கேட்டது. அவள் திடுக்கிட்டு ஜன்னலண்டை ஓடினாள்.

ஸ்ரீதர் கேட்டைத் திறந்து கொண்டு உள்ளே வருவது தெரிந்தது. அவளது மார்பு படபடவென்று அடித்துக் கொண்டது. முகத்தில் சட்டென்று செம்மை படர்ந்தது.

இருதயத்தில் அன்புச்சுனை வற்றவில்லை என்று புரிந்தது... ஆண்டவனே இதுவும் ஒரு சோதனையா? அவன் சொல்லி வைத்தாற்போல் அவளது அறை ஜன்னலைப் பார்த்தான். அவளது முகத்தைக் கண்டதும் தனது வரிசைப் பற்கள் தெரிய சிரித்தான். அவளால் பதிலுக்கு சிரிக்காமல் இருக்க முடியவில்லை. இன்று நாள் முழுவதும் மப்பும் மந்தாரமுமாக இருந்து திடீரென்று பளீரென்று வெய்யில் அடித்த மாதிரி இருந்தது.

அவன் உள்ளே நுழைந்து அப்பாவுடன் பேசுவது தெரிந்தது. அவள் முகத்தை ஒருமுறை கண்ணாடியில் பார்த்துக்கொண்டு நெற்றியை சரிசெய்து கொண்டு கூடத்துக்கு வந்தாள்.

அவன் அவளுக்கு எழுந்து வணக்கத்தைத் தெரிவித்தான். அவளும் வணங்கிவிட்டு எதிரில் உட்கார்ந்தாள்.

"பரீட்சையெல்லாம் முடிந்து விட்டதா?"

"முடிஞ்சாச்சு."

"எப்படி எழுதியிருக்கிறீர்கள்?"

"நன்றாகத்தான் எழுதியிருக்கிற மாதிரி நினைத்துக் கொண்டிருக்கிறேன். எத்தனையோ ஆயிரம் பேர்களுக்கு நடுவிலே நான் ஒருத்தன். என்னைவிட புத்திசாலிகள் இருக்க மாட்டார்களா?"

"இருக்க மாட்டார்கள்" என்று ஆனந்தி சிரித்தாள்.

அவன் சிரத்தைத் தாழ்த்தி "தாங்க் யூ" என்றான்.

அவர்கள் பொதுவாக ஏதோ விஷயங்களைப் பேசிக் கொண்டிருக்கையில் ஜானகிராமன் ஒட்டாமல் இருந்ததை அவன் கவனித்திருக்க வேண்டும்.

அவன் திடீரென்று கேட்டான்.

"என்ன சமாச்சாரம் மாமா? ஏன் சுரத்தேயில்லாமல் இருக்கிறீர்கள்? உடம்பு சரியாக இல்லையா?"

ஜானகிராமன் சூள் கொட்டினாள்.

"உடம்புக்கு என்னப்பா நன்றாகத்தான் இருக்கு. மனசுக்குத்தான் ஏதேதோ குழப்பங்கள்..."

அவன் தயங்கிக் கொண்டே ஆனந்தியைப் பார்த்தான்.

அவள் தலையைக் குனிந்து கொண்டாள்.

"நான் தெரிந்து கொள்ளலாமா?"

ஜானகிராமன் ஆனந்தியைப் பார்த்தார்.

"சொல்லலாமாம்மா? யாரிடமாவது சொன்னால் ஆண்டவன் அவர் மூலம் ஏதேனும் சகாயம் அனுப்புவாரா என்று எனக்கொரு சபலம்."

அவள் தலை நிமிர்ந்தாள்.

“சொல்லுங்களேன் அப்பா! யார் யாருக்கோ தெரிந்திருக்கிறது. இவருக்குத் தெரிந்தால் என்ன தப்பு? வெளியில் லானில் உட்காரலாம்பா! இங்கே புழுக்கமாக இருக்கிறது...”

அவள் நினைத்துக் கொண்டாள். அப்பா அவளது அவலக் கதையை சொல்லும்போது இந்தக் கூடத்தில் இத்தனை வெளிச்சத்தில் அவன் அவளது முக பாவங்களைப் பார்த்து விடுவான். அவனது பச்சாதாபப் பார்வையைத் தன்னாலும் தாங்க முடியாது. லானில் வெளிச்சம் அதிகமில்லாத இடத்தில் அந்த இருட்டே அவளுக்குக் கவசம்.

தோட்டத்தில் நாற்காலிகளைப் போட்டுக் கொண்டு உட்கார்ந்திருந்தார்கள். சிலுசிலுவென்று காற்று அடித்தும் ஆனந்திக்கு நெற்றியில் நீர் கோத்து நின்றது.

அப்பா அவளது மணவாழ்க்கையை அதிகம் விஸ்தரிக்காமல் அவள் தப்பித்து வந்த கதையையும் விவாகரத்துக் கோரியதற்கான காரணத்தையும் சொன்னார். இந்த விஷயங்கள் எல்லாம் முன்பே தெரிந்திருந்தும் அதைத் தெரிந்ததாகக் காட்டிக்கொள்ளாமல் அவன் ஒருவித சோகத்தோடு கேட்டுக் கொண்டிருந்தான். அவர், ரகு பிறகு அவள் மேல் கிளப்பியிருக்கும் புரளியையும் ஃபோனில் பயமுறுத்தியதையும் சொன்னபோது அவன் துடித்துப் போனான். ஆனந்தியின் முகத்தை அந்த இருட்டில் கண்டுகொள்ள முடியவில்லை. அவன் அவளது முகபாவத்தைத் தெரிந்துகொள்ளக் கூடாது என்பதற்காகத்தான் வெளியில் உட்காரலாம் என்றாளோ?

“என்ன அக்கிரமம் மாமா இது? அவனுக்கென்ன அப்படி வன்மம்? அவன் ஒரு மேனியாக் மென்டலி இன்ஸேன் என்றுகூட கேஸ் போடலாம் போலிருக்கே?”

“அவன் ஒரு பைத்தியக்காரன்தானப்பா. ஒரு வெறி பிடித்த பைத்தியக்காரன். டைவோர்ஸ் கிடைத்தால்கூட பிறகு தொந்தரவு

கொடுத்துக் கொண்டேயிருப்பான் போலிருக்கு. ஐ.ஜி. ஆஃப் போலீஸ் என்னுடைய நண்பர். அவரிடம் சொல்லியிருக்கிறேன். அவர் எவ்வளவு சகாயம் பண்ண முடியும் இந்த வெறியனிடம்?" என்றார் ஆயாசத்துடன்.

மிகப் பரிதாபத்துடன் ஸ்ரீதர் அவரைப் பார்த்தான்.

"நான் இந்த வீட்டைச் சேர்ந்தவன் என்று நினைத்துக் கொள்ளுங்கள் மாமா! உங்களுக்கு எப்பவும் எந்த உதவியும் செய்யத் தயாராயிருக்கிறேன்."

"தாங்க்ஸ் அப்பா! அவசியம் நேரும்போது கண்டிப்பா கேக்கறேன். இருந்தும் அவரவருடைய தலையெழுத்தை அவரவர்கள் தான் அனுபவிக்கணும். கொஞ்சத்துக்கு கொஞ்சம் பகவான் நம் பக்கம் இருக்கிறார் போலிருக்கிறது. எதேச்சையாக அந்த மிஸஸ் பட்டேல் வந்திருக்கிறாள். நாளைக்கு சாட்சி சொல்ல வருகிறேன் என்றிருக்கிறாள். அந்த பில்டிங்கிலேயே இருந்தவர்கள் அவனுக்கெதிராக சாட்சி சொன்னால் நமக்கு அனுகூலம் தானே?"

அவனுக்கு சட்டென்று ரமேஷ் பாண்டேயின் நினைவு வந்தது.

"மாமா! அந்த பில்டிங்கிலிருந்த இன்னொரு குடும்பமும் இங்கிருக்கிறது. பாண்டே என்பவர்கள். அந்தப் பையன் என்னுடைய நெருங்கிய நண்பன். அவன் ஒரு நாள் ஆனந்தியை பிரிட்டிஷ் கவுன்சிலில் பார்த்துவிட்டு இந்தப் பெண் நாங்கள் இருந்த பில்டிங்கில் இருந்தாள் என்றான். நான் சொன்னால் நிச்சயம் சாட்சி சொல்ல வருவார்கள்."

ஆனந்தி அதிர்ந்தவளாக உட்கார்ந்திருந்தாள். அப்பொழுது அவளுடைய கதை அவனுக்கு முன்பே தெரியும்... தெரிந்துமா அப்படி விகல்பமில்லாமல் பழகுகிறான்!

"உனக்கு ரொம்பப் புண்ணியமாகப் போகும் ஸ்ரீதர். தயவுசெய்து அவர்களை பதினோரு மணிக்குக் கோர்ட்டுக்கோ இல்லை பத்து மணிக்கு எங்கள் வீட்டுக்கோ வரச் சொல்லு."

"கட்டாயம்."

அப்பொழுது ஃபோன் மணி சப்தம் கேட்கவே ஜானகிராமன் உள்ளே எழுந்து போனார்.

ஸ்ரீதர் ஆனந்தியின் அருகில் நாற்காலியை இழுத்துப் போட்டுக் கொண்டான்.

ஆனந்திக்கு இருதயம் பக் பக்கென்று அடித்துக் கொண்டது.

"ஆனந்தி!" என்றான் அவன் நெகிழ்ந்த குரலில். "என் மனசு உனக்காக எப்படித் துடிக்கிறது என்று எனக்குச் சொல்லத் தெரியவில்லை ஆனந்தி. நீ என்னைப் புரிந்து கொள்வாயா?"

ஆனந்திக்குக் கண்களில் நீர் நிறைந்திருந்தது. நல்ல வேளை இருட்டாக இருக்கிறது என்று நினைத்துக் கொண்டாள். அவளால் பேச முடியவில்லை.

"ஆனந்தி! நீ எதுக்கும் கவலைப்படாதே. நான் உனக்கு என்னால் முடிந்த அளவு ஹெல்ப் பண்ணுவேன்."

"இரக்கம் எனக்கு வேண்டாம் ஸ்ரீதர்" அவளுக்குத் தொண்டையை அடைத்தது.

அவன் தன்னையறியாமல் அவளது கைகளைப் பற்றினான்.

"ஆனந்தி! இது வெறும் இரக்கமில்லை. நான் உன்னை நேசிக்கிறேன் ஆனந்தி! வித் ஆல் மை ஹார்ட்... நீ புரிந்து கொள்வாயா?"

அவளால் அதற்குமேல் தாங்கவில்லை. கைகளை மெல்ல விடுவித்துக் கொண்டாள். ஓசைப்படாமல் விசித்து விசித்து அழுதாள். கடல் காற்று சீறிக் கொண்டு அடிக்கிற மாதிரி இருந்தது. அப்பா உள்ளே போனில் பேசுவது கேட்டது. ஸ்ரீதர் தாபமே உருவாக எதிரில் உட்கார்ந்திருந்ததை உணர முடிந்தது.

உன்னை நேசிக்கிறேன்... உன்னை நேசிக்கிறேன்...

இருக்காது... இது நிஜமான வார்த்தைகளாக இருக்க முடியாது. அவள் கன்னியாக இருந்தாலும் கறைபட்டுப் போனவள். சமூகம்

அப்படித்தான் சொல்லும்... வேலிகளைத் தாண்ட முடியாது... வேலிகள், தளைகள் நிழல்கள், இவற்றிலிருந்து அவளுக்கு விடுதலை கிடையாது.

அவன் இன்னமும் கேட்டுக் கொண்டிருக்கிறான்.

"ஆனந்தி நீ என்னைப் புரிந்துகொள்வாயா? உன் அன்பு எனக்குக் கிடைக்குமா?"

அவள் அதிர்ந்து போகிறாள்.

"என்னைக் குழப்பாதீர்கள் ஸ்ரீதர். நான் ஒரு முறை மணமானவள், பயங்கரமான அனுபவங்களை அடைந்தவள். ஒருக்காலும் என்னால் சாதாரண வாழ்க்கை வாழ முடியாது. பயங்கள் என்னைத் தொடர்ந்து கொண்டேயிருக்கும்."

"நான் அதை போக்குவேன் ஆனந்தி! உன்னைக் கல்யாணம் செய்துகொள்வேன் ஆனந்தி."

அந்த வார்த்தைகளைக் கேட்டு அவள் சிலிர்த்துப் போனாள்.

"வேண்டாம், வேண்டாம் ஸ்ரீதர். உங்களுக்கே தெரியாது. நீங்கள் பேசுவதின் அர்த்தம்! இங்கிருக்கும் வேலிகைளைத் தாண்டுவது அசாத்தியம்."

"அப்படியானால், உனக்கு அதைப் பற்றித்தான் கவலை இல்லையா?" என்று அவன் ஆர்வத்துடன் கேட்டான்.

அவள் நேரடியாக பதில் சொல்லவில்லை.

"என்னைக் குழப்பாதீர்கள் ஸ்ரீதர். சாத்தியமில்லை."

அவன் ஏதோ பதில் சொல்ல வாயைத் திறப்பதற்குள் ஜானகிராமன் வரும் சப்தம் கேட்டது. அவன் சற்று விலகி உட்கார்ந்து கொண்டான். அவள் கண்களைத் துடைத்துக் கொண்டாள்.

"யாரப்பா போன் செய்தது?" என்று சாதாரணமாகக் கேட்டாள்.

"ஐ.ஜி.தான் போன் பண்ணினார். அவருக்கு ஒரு பிரபல ஸைகேட்ரிஸ்ட் தெரியுமாம். அவரையும் அனுப்புகிறேன் என்கிறார்.

கோர்ட்டின் அனுமதி வாங்கிக் கொண்டு அந்தப் பயல் எல்லாவித டெஸ்டுக்கும் ஒத்துக்கொள்ள வேண்டுமே என்றுதான் கவலையாக இருக்கிறது."

"நீங்கள் கவலைப்படாதீர்கள் மாமா, எல்லாம் நல்லபடியாக முடியும்" என்றவாறு ஸ்ரீதர் எழுந்தான்.

பிறகு ஆனந்தியைப் பார்த்தான்.

"ஆனந்திதான் ரொம்ப கலங்கிப் போயிருக்கிறாள் மாமா. இன்றைக்கு காம்போஸ் மாத்திரைகள் இரண்டு சாப்பிட்டுத் தூங்கட்டும். நாளைக்கு வேறு ஒரு கஷ்டமான கட்டத்தைக் கடக்கணும். அதுக்குக் கொஞ்சம் தெம்பு வேண்டாமா?" என்றான்.

ஆனந்தி ஒன்றும் சொல்லவில்லை. அவன் பேசிய வார்த்தைகள் எல்லாம் மண்டையில் சுழன்று சுழன்று வந்து அவளைத் திக்கு முக்காடச் செய்தன. அவள் சாப்பாடு வேண்டியிராமல் வெறும் பாலை மட்டும் குடித்துவிட்டு இரண்டு காம்போஸ் மாத்திரைகளை விழுங்கினாள். மூடிய விழிகளிடையே அவனது வார்த்தைகள் சுழன்றன.

உன்னை நேசிக்கிறேன் ஆனந்தி... ஆத்மார்த்தமாக நேசிக்கிறேன்... உன்னை நேசிக்கிறேன்...

❖❖❖

19

அத்தியாயம்

ஆனந்தி கண்களை விழித்துப் பார்த்தாள். இருள் நன்றாகப் பிரியவில்லை. ஆனால், தூக்கம் கலைந்துவிட்டது. முந்தைய இரவு விழுங்கிய தூக்க மாத்திரை நல்ல உறக்கத்தைக் கொடுத்திருக்க வேண்டும். அந்தத் தூக்கம் போதும் என்று இமைகள் பிரிந்திருக்க வேண்டும். அவள் போர்வையை உதறிவிட்டு எழுந்தாள்.

ஜன்னல் வழியே வான் வெளி தெரிந்தது. சூரியனின் பவனி ஆரம்பிக்கப் போகிறது என்ற எதிர்பார்ப்பில் நாணிக்கொண்டு நிற்கிற மாதிரி லேசாக ஒரு சிவப்பு வானில் தெரிந்தது. அதற்கு முன்பே பட்சிகளின் ஆனந்த ஆர்ப்பரிப்பு...!

அவளது மனத்தில் இந்த ஆர்ப்பரிப்பு எந்தவித எதிரொலியையும் எழுப்பவில்லை. மனத்தின் மூலையில் எந்த கீதமும் எழவில்லை. ஒரே ஒரு யோசனைதான். இன்று கேஸ் ஹியரிங் இருக்கிறது... ரகுவை நேருக்கு நேர் சந்திக்க வேண்டிய நிர்ப்பந்தம் இருக்கப் போகிறது. அதெல்லாம் மனசு தாங்குமா? இல்லை வெறும் நினைப்பினாலேயே அன்று மூர்ச்சித்து

விழுந்தாளே வெட்கமில்லாமல். அம்மாதிரி இன்றும் நேர்ந்து விடுமோ?

இந்த ரகுவின் புத்தி ஏன் இப்படிப் போக வேண்டும்? அவனை வளர்த்தவர்களின் குறையா? சகவாச தோஷமா? தரமான புத்தகங்களைப் படிக்காத குறையா? அவனுடைய பெற்றோர்கள் சின்ன வயசிலேயே இறந்து விட்டார்கள். ஹாஸ்டலில் வளர்ந்தவன். அங்கு என்ன தீய சகவாசம் மேற்கொண்டானோ? எதனால் அப்படி ஒரு உடற்குறை வந்ததோ? குறை இருந்தால்தான் என்ன? அவள் அதைப் பொருட்படுத்தவில்லை என்று சொன்னாலும் அவன் புத்தி ஏன் அப்படி வக்கிரமாய்ப் போயிற்று? புத்தியையே அல்லவா ஆக்கிரமித்துக் கொண்டு பேதலிக்கச் செய்துவிட்டது? அவன் அப்படித் தன்னையே வருத்திக் கொள்ளும்போது, அவளுக்குப் பரிதாபமாகக்கூட இருக்கும். அன்பினால் அன்பைப் பெறாமல் இருக்க முடியாது என்று அப்பா சொல்வார். அதை அவள் அம்மாவின் செய்கையிலே கண்டிருக்கிறாள். அவளும் அவனிடம் அன்பைக் காட்டினாள். புத்தி சுவாதீனத்தில் இல்லாதவனுக்கு அன்பைப் பற்றி புரிந்துகொள்ள முடியுமா? கலா சொன்ன மாதிரி அவளுக்குத்தான் புத்தியில்லை. அவனது நிலையைத் தெரிந்துகொண்டு அப்பொழுதே விலகி வந்திருந்தால்... இத்தனை துன்பங்கள் இல்லை; இவ்வளவு தூரத்துக்கு ஏதும் வந்தே இருக்காது.

"உன்னை நேசிக்கிறேன்... உன்னை நேசிக்கிறேன்..."

அவள் திடுக்கிட்டாள். கன்னத்தில் திடீரென்று சூடு ஏறிற்று. நிஜம்தானா அது? அவன் நேற்று மாலையில் கையைப் பற்றியபடி நடுங்கும் குரலில் சொன்னது வாஸ்தவந்தானா? அப்பொழுது அவளது மனத்தில் பிரவாகம் பொங்கவில்லையா? என்னைப் புரிந்துகொள்வாயா என்று எத்தனை முறை கெஞ்சினான்? புரிந்து கொண்டேன் புரிந்து கொண்டேன் என்று சொல்லத் துடித்ததே மனம்! ஏன் சொல்லவில்லை...

எது அவளைத் தடுக்கிறது?

வேலிகள்...

அப்பாவும் அம்மாவும் அவளது மனநிலையை அறிந்தால் அதிர்ந்து போக மாட்டார்களா? அம்புஜத்தை சமையலறையில்விடத் தயங்கும் அம்மா, காரடை நோன்பன்று மாசியும் பங்குனியும் கூடும் விநாடியைக் கவனித்து சரடு கட்டிக்கொள்ளும் அம்மா, இப்படி ஒரு முறை மணமான பெண்ணின் மனத்தில் கள்ளத்தனம் புகுந்து விட்டது என்று தெரிந்தால் என்ன சொல்வாள்?

ஆனால், ஸ்ரீதரின் கைப்பட்ட இடம் தண்ணென்று இருக்கிறது. சொன்ன வார்த்தைகள் மனத்தில் கீதமிசைக்கிறது. மனச்சோலையில் குயில்கள் நம்பிக்கை இசை பாடுகிறது.

அவளுக்கு மறுபடியும் வாழ்வா? அது சாத்தியமா...?

"என்னம்மா செய்கிறாய் இங்கே?" என்ற அப்பாவின் குரலைக் கேட்டு அவள் திரும்பிப் பார்த்தாள்.

"உன்னை உன் படுக்கையிலே காணலை. பயந்து போயிட்டேன்."

அவளுக்குப் பரிதாபமாக இருந்தது.

"உங்கள் நிழலில் இருக்கும்போது நான் எங்கும் போய்விட மாட்டேம்பா."

"அதற்கில்லைம்மா. அந்த தடியன் நேத்து அந்த மாதிரி போன் பண்ணினானா எனக்கு ஒரே குழப்பமா போயிடுத்து. தூக்கமே வரல்லை. நீ தூங்கினாயாம்மா?"

"நன்றாய் தூங்கினேம்பா. ரெண்டு மாத்திரை போட்டுண்டுதானே படுத்துண்டேன்?"

"நல்லவேளை. இன்னிக்கு முடிஞ்ச வரை உணர்ச்சிவசப்படாமல் இரு. அந்தத் தடியனும் அங்கு வருவான், பயந்துடாதே."

அவள் தலையைக் குனிந்து கொண்டாள்.

"முயற்சிக்கிறேன் அப்பா, நீங்கள் பக்கத்தில் இருக்கும்போது பயப்பட மாட்டேன்னு நினைக்கிறேன்."

“எல்லாம் நல்லபடியா முடியும்மா!”

“நல்லபடி என்றால் எது அப்பா?” என்றாள் ஆனந்தி நிதானமாக.

“நல்லபடி என்றால் விவாகரத்து கிடைக்க வேண்டும் என்று அரத்தம். கிடைத்தால்...?”

ஆனந்தி காபி குடிக்கும் போது அப்பாவைப் பார்த்தாள். அவர் பேப்பரை மூடி வைத்துவிட்டு ஏதோ தீவிரமாக சிந்தித்துக் கொண்டு காபி குடிப்பது தெரிந்தது. அவள் மாலையில் பேசியது அவரை வெகுவாக பாதித்திருக்கிறது. அவளுக்கு மிகவும் வருத்தமாக இருந்தது. அப்பாவுக்கு எத்தனை அன்பு நிறைந்த மனசு? அவர் ஏற்கனவே கலங்கிப் போன மனநிலையில் இருக்கிறார். அவரை மேலும் கலங்க வைத்து விட்டோமோ என்றிருந்தது. போன் செய்துவிட்டு அவர் உள்ளிருந்து வருகையில் அவளும் ஸ்ரீதரும் பேசியதைக் கேட்டிருப்பாரோ?

“இரண்டு பேரும் சீக்கிரம் குளிச்சுட்டு வாங்கோ. இன்னிக்கு அங்கே போகணும்” என்றாள் அம்மா.

ஆனந்தி மனதுக்குள் சிரித்துக் கொண்டாள். அம்மா பாவம், கோர்ட் என்று சொல்லக்கூட கூச்சப்படுகிறாள்.

அவள் தன்னறைக்குச் சென்று உடுப்புகளை எடுத்து வைத்துக் கொண்டாள்.

பூஜையறையில் அபய ஹஸ்தத்தைக் காட்டியபடி இருக்கும் குமர குருபரனின் படம் மாட்டியிருந்தது.

“நானிருக்க பயமேன்” என்று அன்று ஸ்ரீதர் காதருகில் கிசுகிசுத்தது ஞாபகத்திற்கு வந்தது. அவளையுமறியாமல் அவளது இதழ்களில் புன்னகை அரும்பிற்று.

“ஆனந்தி!”

“இதோ வறேம்மா”

அப்பாவின் விஷ்ணு ஸஹஸ்ரநாமம் முடியும் தறுவாயில் இருப்பது கேட்டது.

இவ்வளவு நேரமாகவா குளித்துக் கொண்டிருக்கிறோம்! அவள் அவசரமாகத் துடைத்துக் கொண்டு புடவையைச் சுற்றிக்கொண்டு வெளியே வந்தாள்.

“சீக்கிரம் தயாராகு அம்மா!”

“இதோ ஆச்சுப்பா!”

சாப்பாடு உள்ளே இறங்கவில்லை. அவளது மனநிலையைப் புரிந்துகொண்ட அம்மாவும் அவளை வற்புறுத்தவில்லை.

அவர்கள் மிஸஸ் பட்டேலை அழைத்துக் கொண்டு வருவதற்காகக் கிளம்பினார்கள்.

அம்மா ஆனந்தியை பூஜை அறைக்குக் கூப்பிட்டாள்.

“போற காரியம் நமக்குச் சாதகமாக முடியட்டும். அந்த அம்பாள் துணையிருக்கட்டும்.”

அம்மாவின் கண்களிலிருந்து கண்ணீர் வழிந்தது. ஆனந்தியின் மனசு வேதனைப்பட்டது.

“எனக்கு நீ தைரியம் சொல்லாமல் நீயே கலங்கினாயானால்...?”

அப்பா ஹார்ன் அடிக்கும் ஓசை கேட்டது. ஆனந்தி விரைந்தாள்.

அவர்கள் சென்றபோது மிஸஸ் பட்டேல் தயாராக இருந்தாள்.

“என்ன சமாசாரம், என்ன டெவலப்மெண்ட்?” என்று அவள் எடுத்த உடனேயே கேட்டதும் ஜானகிராமன் ரகு போனில் மிரட்டியதைச் சொன்னார்.

மிஸஸ் பட்டேலின் முகம் கோபத்தில் சிவந்தது.

“நீங்கள் கவலைப்படாதீர்கள் மிஸ்டர் ஜானகிராமன். நான் சாட்சி கூறுகிறேன். அயோக்கிய ராஸ்கல். அவன் அப்படி

ஏதாவது செய்ய முயன்றால் போலீசில் தகவல் கொடுக்க வேண்டும்."

"தகவல் கொடுத்திருக்கிறேன். இருந்தும் விவாகரத்து கிடைக்கணும். அதற்குள் அவன் ஏதாவது செய்யாமலிருக்கணும். அதுதான் என் கவலை."

"நீங்கள் கவலைப்படாதீர்கள். நியாயம் நம் பக்கத்தில் இருக்கிறது. அவன் என்ன பண்ண முடியும்?"

அப்பா பதில் பேசவேயில்லை. காரில் போகையில் பாண்டே குடும்பமும் கோர்ட்டில் சாட்சி கூற வருவது பற்றிச் சொன்னார்.

"பின் என்ன கவலை உங்களுக்கு?" என்றாள் மிஸஸ் பட்டேல்.

அவர்கள் கோர்ட் அருகே போய் இறங்கியதும் ஆனந்திக்கு பாண்டே தம்பதியையும், ரமேஷையும் அடையாளம் தெரிந்தது. மூன்று நான்கு முறை பார்த்திருக்கிறாள். பாண்டே, ஜானகிராமனிடம் வந்து அறிமுகப்படுத்திக் கொண்டார்.

மிஸஸ் பாண்டே, ஆனந்தியை அணைத்துக் கொண்டாள்.

"கை ஸீ ஹோ பேட்டி?"

ஆனந்தி வேதனையுடன் சிரித்தாள்.

ரமேஷ் சொன்னான்.

"ப்ளீஸ் டோண்ட் வொர்ரி! நாங்கள் இருக்கறோம் - உங்கள் உதவிக்கு!"

"தாங்க் யூ" என்றாள் அவள் கண்களில் துளிர்ந்த நீரோடு.

அவளுடைய வக்கீல் வந்தார். எல்லோருக்கும் என்ன பேச வேண்டும் என்று சுருக்கமாக ரகசியக் குரலில் சொன்னார். "நீங்கள் எல்லோரும் நிஜத்தையே சொல்லுங்கள். ஆனால், எதிர் வக்கீல் ஏதேனும் மாட்டி வைக்கப் பார்ப்பார். ஜாக்கிரதையாக பதில் சொல்லுங்கள்."

எல்லோரும் ஓர் அறையில் காத்திருந்தனர். ஐ.ஜி. சொல்லியிருந்த மனோதத்துவ டாக்டரும் வந்து உட்கார்ந்திருந்தார்.

கடைசியில் அவன் வருவது, அவன் பலத்த குரல் மூலம் தெரிந்தது. வரும்போதே கோபத்தில் வருகிறான் போலும்!

ஆனந்திக்கு நெஞ்சு படபடத்தது. அவன் உள்ளே நுழைந்தான்.

“டேக் யுவர் சீட் மிஸ்டர் ரகுபதி”

அவள் நிமிர்ந்து பார்த்தாள்.

அவனும் அதேசமயத்தில் அவளைப் பார்த்தான். இத்தனை வெறுப்பு ஒருவன் கண்களில் தெரியுமா? அவள் நடுங்கினாள்.

“இதன் மேல் கை வைத்துப் பிரமாணம் செய்யுங்கள்!” யாரோ சொன்னார்கள். “நான் சொல்வதெல்லாம் உண்மை, உண்மையைத் தவிர ஒன்றுமில்லை!”

அவளுக்கு மெய் சிலிர்த்தது. அவன் சத்தியத்துக்குக் கட்டுப்படுவானா? அத்தனை நேர்மையை எதிர்பார்க்க முடியுமா, அவனிடம்?

வக்கீல் ரகுவின் பக்கம் திரும்பினார். “உங்களிடமிருந்து உங்கள் மனைவி பிரிந்து போனதற்கு என்ன காரணம் என்கிறீர்கள், நீங்கள்?”

அவன் குரோதத்துடன் கத்தினான்.

“அவளுக்கு என்னுடைய உறவு திருப்தியளிக்கவில்லை. ஷீ இஸ் ஏ மான் க்ரேஸி வுமன். வேறு ஆணோடு அவளுக்குத் தொடர்பு ஏற்பட்டுவிட்டது. அதனாலேயே பிரிந்து போகப் பார்க்கிறாள்!”

அவளுக்கு நெருப்பை அள்ளிப் போட்டாற்போல் இருந்தது. தலையைச் சுற்றியது. அவள் மூர்ச்சையானாள்.

“வழக்கு ஒத்திப் போடப்பட்டது” என்று நீதிபதி சொன்னதுகூட அவள் செவிகளில் விழவில்லை.

❖❖❖

20

அத்தியாயம்

பவழ மல்லிகை மரத்தை வெறித்துப் பார்த்துக் கொண்டு மனதை எங்கேயோ அலையவிட்டபடி நிற்கையில் பாட்டி கூப்பிட்டது கேட்டது.

"ஸ்ரீதரா!"

"என்ன பாட்டி?"

"என்ன பலமா யோசனை பண்ணின்டிருக்கே? பரீட்சையெல்லாம் தான் முடிஞ்சு போச்சே. இன்னும் என்ன யோசனை?"

'மனத்திலிருக்கும் யோசனைகளையெல்லாம் பாட்டியிடம் சொல்ல முடியுமா? சொன்னால் புரிந்துகொள்வாளா?' என்று நினைத்தபடி அவன் துவைக்க வேண்டிய துணிகளையெல்லாம் எடுத்துகொண்டு கிணற்றண்டைப் போனான். ஆனந்தியின் நினைவு பிரவாகமாக மனத்தில் எழுந்தது. அவளைத் தாங்கிக்கொண்ட போது பூச்சரமாய் அவன் கையில் அவள் மணத்தது நினைவுக்கு வந்தது. 'நான் உன்னை நேசிக்கிறேன்' என்று அவன் அன்று தன்னையும் மீறி, மனத்தைக் கட்டுப்படுத்த முடியாமல் சொன்னானே... அவள் அதற்குக் கோபப்படாதது அவனுக்கு ஞாபகத்திற்கு

வந்தது. 'என்னைக் குழப்பாதீர்கள்' என்று அழுதாள். 'அது சாத்தியமில்லை' என்றாள். 'வேலிகள்'... என்றாள். இவற்றினால் தான் அவளுக்குத் தயக்கமா? உண்மையில் அவன் மேல் அவளுக்கு அன்பில்லாமல் இல்லை என்று அவனது உள்ளம் உணர்ந்தபோது, அவன் சிலிர்த்துப் போனான். ஆனால், அந்த அன்பு வடிவம் பெறாமல் போனால் என்ன லாபம்? அவள் 'வேலிகள்' என்று சொன்னதின் முழு அர்த்தமும் அவனுக்குப் பிறகுதான் புரிந்தது.

அன்று இரவே அவன் ரமேஷின் வீட்டுக்குப் போய் ஆனந்தியின் தந்தை சொன்ன விஷயத்தைச் சொன்னதும், ரமேஷின் பெற்றோர் உட்பட கோர்ட்டில் அவளுக்காக ஆஜராக சம்மதம் தெரிவித்தார்கள். கோர்ட்டில் என்ன நடந்தது என்று அறிய அவன் துடித்துக் கொண்டிருந்தான். மாலையில் அவனை சந்திப்பதாக ரமேஷ் சொல்லியிருந்தான். வெகு நேரம் கழித்துத்தான் ரமேஷ் வந்தான். சிறிது நேரம் ஒன்றுமே பேசவில்லை. ஸ்ரீதருக்கு பொறுமை போய்விட்டது.

"என்ன நடந்தது ரமேஷ்? ஏன் இவ்வளவு நேரம்?"

"ஏனென்றால், காலையில் கேஸ் நடக்கவில்லை. மத்தியானத்துக்கு அட்ஜர்ன் ஆகிவிட்டது" என்று அவன் அது ஒத்திப்போன காரணத்தைச் சொன்னான்.

ஸ்ரீதர் அதிர்ந்து போனவனாய் உட்கார்ந்திருந்தான்.

"அவளது மனசு எத்தனை பலவீனமாகப் போயிருக்கிறது பார்த்தாயா?" என்றான் ரமேஷ். "அந்த ஆளைப் பார்த்தவுடனேயே அவளது முகத்தில் ரத்தமெல்லாம் வடிந்துவிட்டது. அவன் வார்த்தையைக் கேட்டதும் மயங்கி விழுந்து விட்டாள்."

ஸ்ரீதர் சற்று நேரம் பேசாமல் இருந்தான். பிறகு மெல்லச் சொன்னான்.

"எவ்வளவு தூய்மையான துல்லியமான மனசிருக்க வேண்டும்? இந்த அபாண்டத்தைப் பொறுத்துக்கொள்ள முடியாவிட்டால்... நீ அதை யோசித்தாயா?"

ரமேஷ் தோளைக் குலுக்கினான்.

“நீ என்ன வேண்டுமானாலும் சொல். அவள் மனம் மிகவும் கலங்கியிருக்கிறது. அதை நார்மலாக்குவது ரொம்ப சிரமம்.”

“எனக்கு சிரமமில்லை. எனக்கு நம்பிக்கை இருக்கிறது. சரி, அப்புறம் என்ன நடந்தது சொல்?”

“ஆனந்தியின் வாக்குமூலம் ஏற்கனவே பதிவாகியிருந்ததால், அவள் உடல்நிலை சரியாக இல்லாததால் அவள் மத்தியான ஹியரிங்போது இருக்க வேண்டிய அவசியமில்லை என்றார்கள். மத்தியானமும் அவன் கன்னாபின்னாவென்று பேசினான். சுத்த பைத்தியக்காரன். அவனோடு எப்படித்தான் அந்தப் பெண் இருந்ததோ தெரியவில்லை. அவன் சொல்வதெல்லாம் பொய் என்று மிஸஸ் பட்டேலும் நாங்களும் வாக்குமூலம் கொடுத்தோம். இவர்கள் அதே பில்டிங்கைச் சேர்ந்தவர்களே அல்ல என்று அவன் அளந்தான். நாங்கள் எங்கள் பில்டிங் கோ ஆபரேடிவ் சொஸைட்டிக்கு தந்தி கொடுத்து காரியதரிசியை வரச் சொல்லியிருக்கிறோம் - குடித்தனக்காரர்கள் பதிவுப் புத்தகத்தையும் எடுத்து வரச் சொல்லி. அவனை ஒரு டாக்டரும், மனோதத்துவ நிபுணரும் சோதனை செய்து முடிவைத் தெரிவிக்கணும் என்று கோர்ட் சொல்லியிருக்கிறது. காரியதரிசி வந்து வாக்கு மூலம் கொடுத்துவிட்டால் விவாகரத்து கிடைத்து விடும். அதைப் பற்றி கவலையில்லை...”

“தேங்க் காட்” என்றான் ஸ்ரீதர்.

ரமேஷ் சிறிது நேரம் எதுவும் சொல்லாமல் இருந்ததைப் பார்த்தபடி உட்கார்ந்திருந்தான்.

“உன் மனதில் ஏதோ இருக்கிற மாதிரி இருக்கிறது - என்ன ரமேஷ்?”

ரமேஷ் பெருமூச்சு விட்டான்.

“இந்தக் கேசின் சோகம் என்னை உலுக்குகிறது ஸ்ரீதர். ஐ டோன்ட் லைக் இட் அட் ஆல்!”

ஸ்ரீதருக்கு முகம் வெளிறிப் போயிற்று.

"என்ன ரமேஷ்? அவுட் வித் இட்."

"அந்த ரகுபதி நிஜமாகவே ஒரு டேஞ்சரஸ் ஆள். பைத்தியக்காரத்தனமா பேசுகிறான். இந்தக் கேசை அவன் ஏன் விரும்பவில்லை என்றால் அவனுடைய ஏதோ ரகசியம், அவமானகரமான விஷயமாக வெளிவந்து விடும் என்கிற ஆத்திரம்தான். தானும் ஒரு நார்மல் ஆள் என்று காண்பிக்க வேண்டும் என்கிற தீவிரத்தில்தான் கல்யாணம் செய்து கொண்டான் என்று நினைக்கிறேன். ஆனால், அவனது குறை அவனுக்கு ஒரு 'அப்ஸஷ'னாகப் போனதால் மூளைக் கோளாறு, ஒரு வெறி எல்லாம் வந்து விட்டிருக்கிறது. இந்த பெண் சாதுவாக இருந்தது அவனுக்கு அனுகூலமாகப் போய் விட்டது. விவாகரத்துக்கு நான் ஒப்புக்கொள்ள முடியாது. விவாகரத்து என்று ஆனால், அவளை சும்மா விடமாட்டேன் என்று கோர்ட்டிலேயே கத்துகிறான், மடையன்! உடனே அதை ரெக்கார்ட்டில் கோர்ட்டில் எழுதி விட்டார்கள் என்று வைத்துக் கொள். இருந்தும் ஹி இஸ் ஏ டேஞ்சரஸ் பெல்லோ."

ஸ்ரீதர் பேசாமல் இருந்தான். இதற்கு ஒரே ஒரு வழிதான் அவனுக்குப் புலப்பட்டது. அது கூடி வருமா?

பிறகு திடீரென்று ஒரு சந்தேகத்தோடு அவன் கேட்டான்.

"ஆனந்தி வேறு ஒரு ஆணோடு தொடர்பு வைத்துக் கொண்டிருக்கிறாள் என்பதற்கு அவன் என்ன ஆதாரம் தந்திருக்கிறான்?"

ரமேஷ் தரையைப் பார்த்தான். பிறகு அவனைத் தீர்க்கமாகப் பார்த்தபடி சொன்னான்.

"நீதான் அதற்குப் பொறுப்பு. யு ஆர் தி கல்ப்ரிட்!"

ஸ்ரீதருக்கு தூக்கி வாரிப்போட்டது.

"வாட் நான்சென்ஸ்! எனக்கே ஆனந்தியை சில மாதங்களாகத்தான் தெரியும்."

“அது ஒரு பொருட்டில்லை. நீ அவளை ஹிக்கிம்பாதம்ஸில், பிரிட்டிஷ் கவுன்சிலில் மீட் பண்ணது, ஸ்கூட்டரில் அழைத்து வந்தது, உன் வீட்டுக்கு அவள் வந்தது... எல்லாம் அவன் நேரில் கண்ட மாதிரி சொல்கிறான். காலேஜில் நீ அவளுக்கு விசேஷ கவனம் செலுத்துவது, காலேஜ் பூராவுக்கும் தெரியும் என்கிறான். சின்ன வயசிலிருந்தே இருவருக்கும் தொடர்பு என்கிறான். உன் மேல் இருக்கும் அக்கறையினால் தான் ஆனந்தி ஆரம்பத்திலிருந்தே தன்னிடம் ஒட்டவில்லை என்கிறான்.”

ஸ்ரீதர் அதிர்ந்து போனவனாய் உட்கார்ந்திருந்தான்.

“மை காட்! மை காட்...” - அவனால் மேற்கொண்டு பேசவே முடியவில்லை.

“அவன் ஒரு நியூராடிக் ஆனதால் பொறாமையுணர்ச்சி மிக அதிகமாக இருக்கிறது. உன் மாணவி ஒருத்தி அவனுக்கு சினேகமாம். அவள்தான் அவனிடம் வத்தி வைத்திருக்கிறாள். அவளுக்கும் ஆனந்தி மேல் என்ன கோபமோ?”

“ஸ்டூண்டா! யார் அவள்?”

“யாரோ ரூபா என்று ஆனந்தி சொன்னாள்.”

அவன் குழப்பத்துடன் ஒரு விநாடி யோசித்தான். யாரது?

அவனுக்கு சட்டென்று ஞாபகத்திற்கு வந்தது. ஒரு நாளைக்கு ஏதோ சந்தேகம் கேட்க வேண்டும் என்று அவனிடம் இன்னும் மூன்று பெண்களை அழைத்து வந்தாளே, அவள்! அப்பவே அவளுக்கு எத்தனை தைரியம் என்று நினைத்தான். இத்தனைப் பொல்லாத்தனமும் இருக்கிறதா அந்த மந்த மூளைக்கு?

“அவனை எப்படித் தெரியுமாம் அவளுக்கு?”

“அவனுடைய தங்கையின் வீட்டு பக்கத்து வீட்டில் இருக்கிறாளாம்!”

“மை காட்! உலகம் எவ்வளவு சின்னது பார்த்தாயா?”

ஸ்ரீதர் வெகு நேரம் ஒன்றும் பேசாமல் இருந்தான்.

ரமேஷ் கடைசியில் கேட்டான்.

"அவளுக்கு விவாகரத்து கிடைத்து விடுகிறது என்று வைத்துக் கொள். அப்பொழுது என்ன செய்யப் போகிறாய்?"

அவர்கள் ஆங்கிலத்திலேயே பேசினாலும் பாட்டி எங்கேயாவது அருகில் இருக்கப் போகிறாளோ என்று பயந்தவனாய் ஸ்ரீதர் மெல்லச் சொன்னான்.

"என் வரையில் நிச்சயப்படுத்திக் கொண்டுவிட்டேன் - அவளைக் கல்யாணம் செய்து கொள்ள..."

"அவள் அதற்கு சம்மதிப்பாள் என்று நினைக்கிறாயா?"

ஸ்ரீதர் பதில் சொல்லத் தெரியாமல் விழித்தான்.

"அவள் சம்மதிப்பாளா என்று எனக்குத் தெரியாது. என் மேல் அவளுக்கு பிரியம் இருக்கிறது என்று என்னால் உணர முடிகிறது. அவள் சமூகத்துக்குத்தான் பயப்படுகிறாள் என்று தோன்றுகிறது."

"நீ பயப்படவில்லையா?"

ஸ்ரீதர் தீர்மானமாக தலையாட்டினான்.

"இல்லை! என் அப்பா என்னை வளர்த்த விதம் அப்படி. அவர் யாருக்கும் பயப்பட மாட்டார். நம் மனதுக்கு நியாயம், தர்மம் என்று படுவதை தைரியமாகப் பண்ண வேண்டும் என்பார்."

"ஒரு பிரச்சனை உன்னை மட்டும் பாதிப்பதாக இருந்தால் சரி. உன் இஷ்டப்படி செய்யலாம். எதற்கும் பயப்பட வேண்டாம். இந்தப் பிரச்சனை அப்படியா? மற்றவர்களையெல்லாம் பாதிக்காதா? முக்கியமாக ஆனந்தி, அவளுடைய பெற்றோர்கள், உன் பாட்டி..."

"நீ சொல்வது வாஸ்தவம்தான் ரமேஷ். ஆனால் எனக்கு நல்ல புத்திசாலியான மனிதர்களிடம் நம்பிக்கை இருக்கிறது.

ஒரு சமயம் இல்லாவிட்டால் ஒரு சமயம் அவர்கள் புரிந்து கொள்வார்கள் என்று தோன்றுகிறது."

"வெல், விஷ் யு ஆல் த பெஸ்ட்! நீ வடக்கேயே வளர்ந்ததால் இது இங்கே சுலபம் என்று நினைக்கிறாய். தமிழ்நாட்டு மக்கள் நீ நினைக்கிற மாதிரி அவ்வளவு சீக்கிரம் மாறிவிட மாட்டார்கள் என்று எனக்குத் தோன்றுகிறது. நான் இங்கு வந்து கிட்டத்தட்ட ஒரு வருஷம் ஆகிறது. இந்த ஜனங்கள் ரொம்ப பழமைவாதிகள் என்பது என் அபிப்பிராயம். இவர்களுக்கு எந்த ஜாதியானாலும் அவரவர் ஆசாரத்தில் ஒரு தீவிரம் இருக்கிறது. லேசில் விட்டுக்கொடுக்க மாட்டார்கள்...!" என்றான் ரமேஷ்.

***

ரமேஷ் சென்ற பிறகும் அவன் பேசிய பேச்சுக்கள் ஒவ்வொரு விநாடியும் நினைவில் இருந்து கொண்டேயிருந்தது. கல்லூரிக்கு அவன் மறுபடி போக ஆரம்பித்ததும் ஆனந்தியின் பக்கம் திரும்பவே பயந்தான். அவளைப் புகழ்ந்து தப்பி தவறிக்கூட வகுப்பில் பேசவில்லை. அவளுக்கும் தனக்கும் ஏதும் சம்பந்தம் இருப்பதாகவே அவன் காட்டிக் கொள்ளவில்லை. அப்படி இருப்பது மிகவும் கஷ்டமாக இருந்தது. அவளது கேஸ் முடிகிற வரையிலாவது தன்னால் அவளுக்கு எந்தவித அவதூறும் வரக்கூடாது என்று நினைத்துக் கொண்டான். அவன் அவர்களது வகுப்புக்கும் எப்போதாவது போகத்தான் வேண்டியிருந்தது. லீவில் சென்றிருந்த பேராசிரியர் வந்துவிட்டதால், பல நாட்கள் அவளை சந்திக்காமல்கூட இருக்க நேரிடும்போது அவன் தவித்துப் போவான். அவளுடன் தனக்கு இப்படி ஒரு பற்றுதல் வந்துவிட்டது அவனுக்கு ஆச்சரியமாக இருந்தது. அது நாள் செல்லச் செல்ல அதிகரித்ததே தவிர குறையவில்லை.

அப்பா இப்போது இல்லையே என்றிருந்தது அவனுக்கு. அவனுக்கு நிச்சயம் அவர் தைரியம் அளித்திருப்பார். அவரது தைரியமான பேச்சும், சுயமான கொள்கைகளும் பிரமிப்பை

ஊட்டுவனவாக இருக்கும்... அவர் தான் அவனுக்குத் தோழன், குரு, தந்தை எல்லாம்! எத்தனை தீர்க்கமாகப் பேசுவார்...?

அவனுக்கு கண்களில் நீர் நிறைந்தது. இப்பொழுது தான் அனாதையாகிவிட்ட மாதிரி இருந்தது. பாட்டிக்கு எப்படிப் புரிய வைப்பது? அன்று விளையாட்டாகப் பேசிய பேச்சுக்கே பிள்ளை வீட்டுக்குப் போய் விடுவேன் என்றாளே...?

அவன் பலவாறாக யோசித்தபடியே துணிகளைத் துவைத்து உலர்த்தினான். எல்லாவற்றுக்கும் கிளிப்பைப் போட்டுவிட்டு உள்ளே வருகையில் பாட்டி சாப்பிடக் கூப்பிட்டாள்.

அவன் சாப்பிட உட்கார்ந்தான். யாரோ கதவு தட்டும் ஓசை கேட்டது.

"இதோ வரேன், பாட்டி" என்றபடி அவன் கதவைத் திறக்கப் போனான்.

ரமேஷ் உள்ளே நுழைந்து அவனை ஒரே தாவலோடு கட்டிக் கொண்டான்.

"ஏய் என்னடா சமாச்சாரம்?"

"அட ஃபூல், பேப்பரைப் பார்க்கலையா நீ? நாம ரெண்டு பேரும் ஐ.ஏ.எஸ். ரிட்டன் டெஸ்டில் பாஸ்! நீ பார்க்கலையா?"

ஒரு நிமிஷம் சந்தோஷத்தில் ஸ்ரீதர் திக்குமுக்காடிப் போனான்.

"பாட்டியோவ்!" என்று கத்தினான். "உன் அஷ்டலட்சுமி என்னை பாஸ் ஆக்கிட்டா!"

"ஸ்வீட் கொடு!"

"ஸ்வீட் இல்லை, பருப்புசிலி தான் இருக்கு!"

"சரி அதைத்தான் கொடு"

பாட்டி பருப்புசிலியோடு மைசூர் பாக்கும் கொண்டு வந்தாள்.

❖❖❖

21

அத்தியாயம்

அஷ்டலக்ஷ்மி கோவிலின் வெளியே சமுத்திர அலைகள் பேரிரைச்சலுடன் பொங்கி எழுந்து கொண்டிருந்தது. ஸ்ரீதர் அதன் அழகை ரசித்தபடி நின்றிருந்தான்.

சன்னிதியில் பாட்டி கண்களை மூடியபடி நின்றிருந்தாள். திருமஞ்சனமும் அர்ச்சனையும் நடந்து கொண்டிருந்தது. இந்தக் கடற்கரையில் வாழும் மீனவர்கள் அதிர்ஷ்டம் செய்தவர்கள் என்று நினைத்துக் கொண்டான் ஸ்ரீதர். அவர்கள் செல்லும் திக்கெல்லாம் அஷ்டலக்ஷ்மிகள் காவல் காக்கிறார்கள். அவர்களது ஆசைகள் சொற்பம், எதிர்ப்புகள் சொற்பம். இவர்களைவிட இயற்கையோடு இயற்கையாக வாழ்பவர்கள் யார் இருக்கிறார்கள்? இந்தப் பிரகாரத்தில் உட்கார்ந்து கொண்டு இலக்கியம் படிப்பது எத்தனை ரம்யமாக இருக்கும்?

"ஸ்ரீதரா, வா, மேலே போய் அஷ்டலக்ஷ்மிகளையும் பார்த்து வரலாம்" என்றாள் பாட்டி.

படிகள் மேலே மேலே குறுகலாகப் போய் கொண்டிருந்தது. வெளிச்சம் போதவில்லை.

பாட்டியைக் கையைப் பிடித்து அழைத்துப் போக வேண்டியிருந்தது. ஒவ்வொரு திக்கிலும் ஒவ்வொரு லக்ஷ்மி. ஒவ்வொரு பட்டரும் தட்டை நீட்டியபடி, தீர்த்தத்தை காட்டியபடி, மேலே போய்ச் சேருவதற்குள் பாட்டி திணறிப் போய் விட்டாள்.

"இன்னும் சித்த தாராளமா இடத்தைக் கட்டியிருக்கப்படாதோ? ஆனாலும் புறாக் கூண்டு மாதிரி கட்டி லக்ஷ்மியை அடைச்சு வைச்சுருக்காளே?"

ஸ்ரீதருக்குக்கூடத் தோன்றிற்று. இன்னும் சற்று அகலமாகவும், வெளிச்சத்தோடும் கட்டியிருந்தால் இந்த சமுத்திரக் கரையில் எத்தனை அழகான கோவிலாக இருந்திருக்கும் இது!

கடைசியில் இருந்த லக்ஷ்மியின் சன்னிதிக்கு வருகையில் பாட்டி, "அடியம்மா, என்னால் முடியாதம்மா. கால் வெலவெலத்துப் போச்சு" என்று உட்கார்ந்தாள்.

மேலே எழுதியிருந்த வார்த்தையைப் படித்துவிட்டு ஸ்ரீதர் பெரிதாகச் சிரித்தான்.

"என்னடா. சிரிப்பு?" பாட்டி முகத்தைச் சுளுக்கினாள்.

"இந்த லக்ஷ்மியின் பெயர் என்ன தெரியுமா? தைரியலக்ஷ்மி. எத்தனை கஷ்டங்கள் வந்தாலும் தைர்யமாக இரு என்று சொல்கிற மாதிரி இல்லை?"

பாட்டி சிரித்தாள்.

"வாஸ்தவந்தாண்டா! வா தீர்த்தத்தை வாங்கிண்டு கொஞ்சம் வெளிப் பிரகாரத்திலே உட்காருவோம்" என்றாள்.

பாட்டிக்கு நடப்பது சிரமமாக இருந்ததால் ஸ்ரீதரன் கையைப் பிடித்துக் கொண்டு போய் உட்கார்த்தி வைத்தான். வெளியில் காற்று சுகமாக வீசிக் கொண்டிருந்தது. நீலமும் பச்சையுமாய் இருந்த நீருக்கு மேலே பால் நுரையாய் பொங்கிப் பொங்கி வரும் அலைகள் கண்கொள்ளாக் காட்சியாக இருந்தது.

"இது எத்தனை கண்கொள்ளா காட்சியாக இருக்கு இல்லையா பாட்டி? இந்தக் கோயிலை அஷ்டகோணலாக கட்டினா என்ன,

கடைசியிலே இந்தக் காட்சிக்கு உட்காருகிறோமே அதுவே போதும்" என்றான் ஸ்ரீதர்.

பாட்டி ஏதோ யோசனையில் இருந்தாள். லேசாக புன்னகை பூத்தாள்.

"என்ன பாட்டி யோசனை?"

பாட்டி கனவில் சிரிப்பவள் போல் சிரித்தாள்.

"நாப்பது வருஷத்துக்கு முந்தின கதைக்குப் போயிட்டேண்டா நான். ஏதோ பழைய நினைப்பு!"

"அது என்ன கதை பாட்டி? எனக்கு சொல்லேன்!"

"என்னோட கல்யாணமான கதை அது. எனக்கு பன்னிரண்டு வயசிலே கல்யாணம் ஆயிடுத்து. எனக்கு பதிமூணு வயசிலே உங்க தாத்தா என்னை அழைச்சுண்டு போயிட்டார். அவருக்கு பதினெட்டு வயசு. படிப்பு முடிச்ச கையோட நாகப்பட்டினத்திலே ஒரு பள்ளிக்கூடத்திலே வேலை கிடைச்சது. பெரியவா யாருமே அத்தனை தூரம் வரவில்லை. நாங்க இப்படித்தான் சமுத்திரக்கரையோரம் ஒரு வீட்டைப் பார்த்துண்டு குடியேறினோம். அந்தக் காலத்திலேயே உங்க தாத்தாவுக்கும் ரொம்ப தைரியம் ஜாஸ்தி."

பாட்டி நிறுத்தினாள். பழைய நினைவுகளில் ஆழ்ந்து போனவள் மாதிரி. முகத்தில் ஒரு மந்தஹாசம் தவழ்ந்த வண்ணம் இருந்தது.

"அந்தக் காலத்தில் ஆம்படையான் பெண்டாட்டி அதிகமா வாக்கிங் அது இதுன்னு போக மாட்டா. ஆனால், நம்ம ஜனங்க அங்கே இருக்கல்லையா, உங்க தாத்தாவுக்கு ரொம்ப தைரியமும் குறும்பும் ஏற்பட்டு விட்டது. நானும் அவரோட தினமும் கார்த்தாலே சமுத்திரத்துக்குக் குளிக்க வரணும் என்பார். எனக்கும் சின்ன வயசு. சுபாவத்திலேயே விளையாட்டுக் குணம். ரொம்ப குஷியாகப் போவோம். அங்கேயிருந்த மீனவர்களுக்கு, முத்துக் குளிக்கப் போகிறவர்களுக்கு எல்லாம் நாங்க

சினேகம். அந்தக் காலத்து வழக்கப்படி உங்க தாத்தா ஆசார அனுஷ்டானங்களை செஞ்சுண்டுதான் இருந்தார். ஆனால், அதை நம்பிக்கையோடு செஞ்சாராங்கிறது எனக்கு சந்தேகம். ஏன்னா எப்பவும் அவருக்கு ஒரு வேடிக்கை உல்லாஸம் வேண்டியிருந்தது. பௌர்ணமின்னா வீட்டுக்குள்ளே உட்கார்ந்து நாங்க சாப்பிட்டதே இல்லை. கடற்கரையிலேதான் சாப்பாடு. அப்போ யாராவது மீனவக் குழந்தைகள் பாடம் வந்ததுன்னா அதுகளுக்குக் கொடுத்துட்டுத்தான் சாப்பிடுவார். அவர் மேலே இருந்த அதிகமான பிரியத்தினாலே அவர் செய்யறதெல்லாம் சரின்னு எனக்குத் தோணும். அந்தக் காலத்திலேயே அவர் அப்படி இருந்தது ரொம்ப ரொம்ப அதிசயம். ஆனா அவர் சொல்லிண்டே இருப்பார். இந்த ஆசார அனுஷ்டானமெல்லாம் நம் தேக சுத்திக்காக. ஜாதி வித்தியாசமெல்லாம் சமூகத்துக்கு வேண்டிய கட்டுக்கோப்புக்காக, வரம்புகள்னு ஒண்ணு இல்லாட்டா சண்டைகள் அதிகமாயிடும், மனுஷனுக்குள்ள என்கிறதுக்காக என்பார். அவர் அப்படிச் சொல்றச்சே மகா ஆசார குடும்பத்திலே வளர்ந்த எனக்கு ஏதோ அபசார வார்த்தைகள் மாதிரி இருக்கும். ஆனா, அவர் முகத்தைப் பார்த்ததும் எல்லாம் மறந்து போகும். அப்படி ஒரு சாந்தமும், தூய்மையும் அவர் முகத்தில் இருக்கும். அவர் அடிக்கடி ஒரு பாட்டைப் பாடுவார்."

"எங்கெங்கே பார்த்தாலும் எவ்வுயிர்க்கும் மவ்வுயிராய்
அங்கிருப்பது நீ யன்றோ பராபரமே"

என்று பாடுவார். அவர் பேச்சு எனக்கு இப்பவும் காதில் ஒலிக்கிறது.

"நான் எதைக் காண்கிறேன் என்பது உனக்குத் தெரியுமா? எல்லாம் அவனே எனக் காண்கிறேன். மனிதனும் மற்ற பிராணிகளும், தலையாட்டும் தோல் பொம்மைகள். ஆனால், உள்ளே பெருமான் இருந்து எல்லாவற்றையும் ஆட்டி வைக்கிறான் என்பார். அப்பொழுது எனக்கு அதெல்லாம் ஒன்றுமே புரியாது. ஆனால், அந்த பௌர்ணமி இரவு நேரங்களில் அவர் மடியில்

தலையை வைத்துக்கொண்டு ஆகாசத்தைப் பார்க்கையில் ஏதோ தெய்வ தரிசனம் அடைஞ்ச மாதிரி இருக்கும். ஆத்மா பரிசுத்தமானது. புகை சுவரைத்தான் கரியாக்கும். ஆகாய வெளியைக் கரியாக்காது என்பார். அவருடைய அப்பா அம்மாவுக்கே அவருடைய பேச்சுக்கள் புரியவில்லை. என்னிடம் அவர் அதீதமான பிரியம் வைத்திருந்ததுகூடப் பிடிக்கவில்லை. பெருமாளுக்கே பொறுக்கவில்லை. எனக்கு முப்பது வயசு. உங்கப்பனுக்கு பதினைஞ்சு. சித்தப்பாவுக்கு பன்னண்டு. ஒரே ஒரு அரை மணி நேர மார்வலியிலே பெருமாளைச் சேர்ந்துட்டார் உங்க தாத்தா..."

கட்டுண்டவன் போல் கேட்டுக் கொண்டிருந்தான் ஸ்ரீதர். முப்பது வயதிலா, அத்தனை சின்ன வயதிலிருந்தா பாட்டிக்கு இந்தக் கோலம்? இருந்தும் அந்தச் சிரிப்பும் பேச்சும் ஆனந்தமும் மாறவில்லையே! அப்பாவின் சிந்தனைத் திறன் யாரிடமிருந்து வந்தது என்று புரிந்தது. ஆசார வைஷ்ணவ குடும்பத்தில் பிறந்தவர். அப்படியிருந்தது ஆச்சரியந்தான்.

பாட்டியை அவன் பார்த்தான். நார்மடியில், சிவந்த முகத்தில் திருமண் துலங்க, மழுங்க சிரைத்த தலையில் லேசாக நரை மயிர் தெரிய...

"பாட்டி முப்பது வயசிலேருந்து நீ இப்படித்தான் இருக்கியா?"

பாட்டி வேதனையுடன் சிரித்தாள். "ஆமாம், காலத்துக்குத் தகுந்த கோலம் வேண்டாமா? சமூகம்? என்கிறதுக்குக் கட்டுப்படலேன்னா என்னாலே ரெண்டு பிள்ளைகள் வைத்துச் சமாளிக்க முடியுமா? எத்தனையோ ஏச்சுக்கள், பேச்சுக்கள், பணக் கஷ்டங்கள்... இதுக்கு நடுவிலே உங்க தாத்தாவோட வார்த்தைகள்தான் எனக்கு அடிக்கடி தைரியத்தைக் கொடுக்கும். ஆன்மாவுக்கு அழுக்கில்லை, பாவமில்லை. எதுவும் ஆன்மாவைப் பாதிக்காது..."

அவனுக்கு சட்டென்று ஒரு விஷயம் மின்னல்போல் மின்னிற்று மனத்தில். தனது பிரச்சினையைப் பாட்டிக்குப் புரிய வைப்பதற்கு எத்தனை அருமையான நிலைக்களம்!

“பாட்டி, உன்னை தாத்தா இவ்வளவு நன்றாக டிரெயினிங் கொடுத்திருந்தும் நீ உன்னுடைய ஆசார அனுஷ்டானங்களை விடமாட்டேன் என்கிறாயே...?”

“என்னுடைய அனுஷ்டானங்கள் உன்னைப் பாதிக்காத வரையில் உனக்கு என்னடா கஷ்டம்? அதுவும் முப்பது வயசிலே கிராமத்துக்குப் போயிட்டேன். பெரியவா செய்த நியமங்களையெல்லாம் கேள்வி கேக்காம பணிந்து போகிற மனசு. பணிந்து போறதுலே ஒரு சௌகரியம். சலசலப்பு வராது. அவாளுடைய ஆதரவுலே, வேறே இருந்தேன். அதனாலே அதுவே ஊறிப் போச்சு...”

“ஆனால், உன் பிள்ளை, ரொம்ப வித்தியாசமாய் வாழ்ந்தார்ன்னு தெரியுமா பாட்டி?”

“தெரியுமே! அவன் அப்பாவேதான். அதுவும் டில்லியிலே வாழ்க்கையைத் தொடங்கினான். வித்தியாசத்துக்குக் கேட்கணுமா?”

“அது மாத்திரம் இல்லை பாட்டி. அவர் சுயமா சிந்திச்சார். நாம் பிறக்கிறோம் வளர்க்கப்படுகிறோம். படிக்க வைக்கப்படுகிறோம். கடவுள், மதம், நியதி, கோட்பாடுகள் அப்படின்னு போதிக்கப்படுகிறோம். இதற்கெல்லாம் என்ன அர்த்தம்னு முக்கால்வாசிப் பேர்கள் கேட்டதில்லை. அவர்களுக்கு சோம்பல், ஆர்வமில்லை அல்லது பணம் பண்ணுவதில் குறியினால் நேரமில்லை. பழையதை அப்படியே கண்ணை மூடிக்கொண்டு பின்பற்றுவது நீ சொல்கிற மாதிரி சௌகரியம். ப்ராப்ளம்ஸ் இல்லை. திருமண்ணையோ, விபூதியையோ இட்டுக் கொண்டால், அதுவே நீ பிறந்த பிறப்புக்குக் கொடுக்கும் மதிப்பு. இதையெல்லாம் அவர் ஏன் என்று கேள்வி கேட்டு சிந்தித்தார். பாட்டி, அவர் பேச்சை நீ கேட்டதில்லை. கேட்டிருந்தால் தாத்தா சொன்னதைக் கேட்டு பரவசமடைவேன் என்கிறாயே அந்த மாதிரி அடைஞ்சிருப்பே. ஆன்மாவுக்கு அழுக்கே இல்லை என்பாய். நமக்குள் எல்லோருக்கும் இருக்கும் ஒளி ஒன்றுதான். அதை நாம் உபயோகிக்கும் விதத்தில்தான் வித்தியாசம்.

விளக்கின் வெளிச்சத்தில் ஒருவன் பாகவதத்தைப் படிக்கலாம். அவ்வெளிச்சத்தின் உதவியைக் கொண்டே பிறரைக் கெடுக்க வேண்டிய ஒரு பொய் பத்திரத்தை எழுதினாலும் எழுதலாம் என்பார்."

பாட்டியின் கண்களில் நீர் சுரந்தது. "அப்பாவுக்குத் தகுந்த பிள்ளை அவன்!"

"ஆனால், அம்மா அவரை புரிந்துகொள்ளவில்லை பார்த்தாயா?" பாட்டி பெருமூச்சு விட்டாள்.

"அவள் தன்னையும் கெடுத்துண்டாள், அவனோட வாழ்க்கையையும் கெடுத்தாள்!"

ஸ்ரீதர் மெள்ளக் கேட்டான்.

"பாட்டி ஒரு தம்பதி சந்தோஷமா இருக்கணும்னா எந்தப் பொருத்தம் அவசியம்னு நினைக்கிறே? ஜாதகப் பொருத்தமா, குலமா, கோத்திரமா, ஜாதியா?"

பாட்டி சற்று நேரம் பேசாமல் இருந்தாள். அவன் என்ன கேட்கப் போகிறான் என்று ஊகித்தவள் மாதிரி...

"என்னோட வாழ்க்கையும் உன்னோட அம்மாவின் வாழ்க்கையும் பார்க்கிறப்போ மனப்பொருத்தம் தான் முக்கியம்னு தோணறது எனக்கு ஜாதகப் பொருத்தம் பார்த்துத்தான் ஆச்சு. ரொம்ப சந்தோஷமா என்னவோ வாழ்ந்தேன். முப்பது வயசிலே விதவை ஆயிட்டேன். உங்கப்பாவுக்கோ ரொம்ப பிரபல ஜோஸ்யாள்டே காமிச்சு குலம் கோத்திரம் பார்த்து கல்யாணம் செஞ்சு வச்சேன். அவளும் அல்பாயுசிலே போனாள். போற வரைக்கும் அழுதுண்டே போனாள்."

"அப்போ மனப் பொருத்தம் தான் முக்கியம்னு ஒப்புத்துக்கறே!"

பாட்டி சிரித்தாள்.

"ஸ்ரீதர் நீ ஜெயிச்சுட்டே! அந்தக் காலத்திலே மனப் பொருத்தம் பார்க்கிறதுக்கு சந்தர்ப்பம் இல்லாததினாலே, அவாளுக்கு

தெரிஞ்ச விதத்திலே பொருத்தம் பார்த்தா. இப்ப உன் மனசிலே என்ன இருக்கு சொல்லு. சுத்தி வளைச்சு மூக்கைத் தொடாதே. ஏற்கனவே இன்னிக்கு உடம்பு அஷ்ட கோணலா போயிருக்கு."

ஸ்ரீதர் சற்று நேரம் பேசாமல் இருந்தான். அலைகள் சீறிக் கொண்டிருந்தன. இத்தனை அழகாகப் பேசும் பாட்டி தான் முழு விபரமும் சொன்னதும் புரிஞ்சு கொள்வாளா... தாத்தா விட்டுப் பிரிந்து முப்பத்தைந்து ஆண்டுகள் ஆகிவிட்டன. அதற்குள் மனசு இந்த சமூகத்தில் உழன்று சுருங்கி விட்டிருக்காதா? வார்த்தை அளவில் சரி என்றாலும் ஆத்மார்த்தமாக ஒப்புத்துக் கொள்வாளா?

அவனாகச் சொல்லட்டும் என்கிற மாதிரி பாட்டி அலைகளை பார்த்த வண்ணம் உட்கார்ந்திருந்தாள்.

"பாட்டி...! நான் வேறு ஜாதிப் பெண்ணை பிராமணப் பெண்ணைத்தான், கல்யாணம் செய்துகொள்ள விரும்பினால் நீ மனசார ஒப்புத்துக் கொள்வாயா?"

பாட்டி சற்று நேரம் பேசாமல் இருந்தாள்.

"மனசார ஒப்புத்துக்க மாட்டேண்டா குழந்தே...?"

"ஏன்?"

"என்னவோ நம்மாத்துலே வழக்கமில்லை. ஸ்மார்த்தா கைத்தொட்டு தீர்த்தம்கூட சாப்பிடாம இருந்த குடும்பத்தைச் சேர்ந்தவடா நா. திடீர்னு நீ இப்படிச் சொல்லி மனசார ஒப்புத்துக்குவியான்னு கேட்டா நான் என்ன சொல்ல முடியும்?"

"ஏன் பாட்டி சொல்ல முடியாது? ஒரே ஜாதிக்குள்ளே மனுஷனுக்கு மனுஷன் வித்தியாசம் பார்க்கிறது. அபத்தமாய்ப் படலையா பாட்டி? தாத்தா சொன்ன மாதிரி சமுதாயம் சின்னதா இருக்கும்போது அவாவா தொழிலுக்குத் தகுந்த மாதிரி ஜாதியைப் பிரிச்சதை நாம இப்படி சின்னத்தனமா வியாக்கியானம் பண்ணலாமா? காலம் மாறிண்டு வரச்சே வியாபாரி மகன் வாத்தியார் வேலை பார்க்கறான். ப்ரோகிதன் பிள்ளை பிஸினஸ்

பண்ணறான். இதிலே ஜாதி என்ன ஜாதி? மனுஷத்தனம் ஒண்ணுதானே பாட்டி முக்கியம்? அதுவும் ஒரே ப்ராஹ்மண குலம். அதுலே அதிக வித்தியாசம் என்ன கண்டுபிடிக்க முடியும் உன்னாலே? பாட்டி, நீ தாத்தாவுக்கு தகுந்த மனைவி இல்லை. அந்தக் காலத்திலே அவர் பேசற பேச்சு வேத வாக்காட்டம் இருந்தது என்று சொல்றயே தவிர, அதை நீ ஆத்மார்த்தமா அங்கீகரிக்கல்லே... அவர் மேலே இருந்த மோகத்திலே அப்படி நினைச்சே... கதாகாலட்சேபம் கேக்கற அன்னிக்கு நீயேதான் சொன்னே, பெருமாளுக்கு ஜாதியில்லை. அன்பு ஒண்ணுதான் முக்கியம். கனகதாசரை உடுப்பி கோவிலுக்குள்ளே அவர் கீழ் ஜாதின்னு உள்ளே விடாதபோது அவர் நின்ன ஜன்னல் பக்கம் கிருஷ்ணர் திரும்பி நின்றார் அப்படின்னே. பகவானுக்கு அவர் குழந்தைகள் எல்லாம் ஒண்ணுன்னா நீயேன் வித்தியாசமா நினைக்கிறே; நந்தனுக்குத் தரிசனம் கொடுத்தார் ஈசுவரன் என்கிறாயே? ஆண்டவனுக்கே இந்த ஜாதி வெறி பிடிக்கலைன்னு தெரியறது பார்த்தியா? சரி, நீ யாருக்கு பயப்படறே? அதைச் சொல்லு."

பாட்டி பதில் சொல்லத் தெரியாமல் உட்கார்ந்திருந்தாள்.

"நீ சமூகத்துக்குப் பயப்படறே."

"பயந்தே பழக்கமாப் போச்சுடா குழந்தே..." பாட்டியின் குரல் பலவீனமாக வந்தது.

"இப்பத்தானே சித்த முன்னே நாம் பேசினோம் ஜாதி குலம் கோத்திரம் என்கிறதெல்லாம்விட மனப் பொருத்தம்தான் முக்கியம்னு. அதுக்குள்ளே நீ ஏன் தயங்கறே? தெய்வத்துக்கிட்டே - இல்லாத பயம் சமூகத்துக்கிட்டே இருக்கா?"

"என்னைக் குழப்பாதேடா ஸ்ரீதர். அந்தப் பெண் யாரு சொல்லு! அன்னிக்கு வந்தாளே அவதானே?"

"ஆமாம்."

"அவாளும் ஒப்புத்துப்பாளா?"

"எனக்குத் தெரியாது. நான் இன்னும் கேட்டுப் பாக்கல்லை. உன் சம்மதம்தான் எனக்கு முக்கியம்."

"அவாளையும் கேட்டுப் பாரு. நீ இவ்வளவு தீவிரமா இருந்தா நான் என்ன சொல்ல இருக்கு?"

ஸ்ரீதருக்குப் பாட்டியைப் பார்க்கவே பரிதாபமாக இருந்தது. இப்பொழுது தாண்டியிருப்பது மிகச் சிறிய பள்ளம். இன்னும் ஒரு பெரிய பள்ளம் இருக்கிறதே, அதை எப்படிச் சமாளிப்பது? அப்பா சொல்வார்; "உன் செய்கையினால் நன்மை வரும் என்று தோன்றினால் அது சமூக வழக்கத்துக்கு எதிராக இருந்தாலும் தயங்காதே. சொல்லாமல் செய்யாமல் இருப்பதுதான் ஈனமானது."

எத்தனை சத்தியமான வார்த்தை! துன்பம் பொறுக்க முடியாமல் போகும் போதுதானே மனிதர்கள் விழித்துக் கொள்கிறார்கள்! ஒருவர் விழித்துக் கொண்டாலும் அது சமுதாயத்துக்கு நல்லதல்லவா? இதைப் பாட்டியிடம் எப்படிச் சொல்வது? அவள் மனம் கலங்கிப் போகாதா? சின்ன வயசில் எவ்வளவோ கஷ்டப்பட்டிருக்கும் பாட்டி ஆன்மீகப் பிரச்சனைகளால் பாதிக்கப்பட்டிருக்க மாட்டாள். இப்பொழுது அவளது சரளமான மனத்துக்குள் ஒரு பிரச்னையை எழுப்பி அவளைக் குழப்புவதா? ஆனால், மனசு குழம்பாமல் மனமாற்றம் ஏற்படுவது சாத்தியமா?

அவன் வெகு நேரம் சீறிக் கொண்டிருக்கும் அலைகளைப் பார்த்த வண்ணம் இருந்தான்.

பாட்டி திடீரென்று கேட்டாள்.

"ஏன்டா, நான் சொன்னது இன்னும் உனக்கு சமாதானமாகலையா? இப்பவே ஆரத்தி கரைச்சு அவளை அழைக்கணும்னு எதிர்பார்க்கிறாயா?"

அவன் அசட்டுச் சிரிப்புச் சிரித்தான்.

"இன்னும் ஒரு பிரச்சினை இருக்கிறது பாட்டி. அதற்கு நீ என்ன சொல்வாயோ தெரியாது."

பாட்டி சிரித்தாள்.

"தைரியமா சொல்லு. இப்பத்தானே தைரியலட்சுமியை பார்த்துவிட்டு வந்திருக்கே!"

அவன் தடுமாறினான்.

"அதை அவ்வளவு சுலபமாகச் சொல்லிவிட முடியாது பாட்டி. நான் ஒரு பெண்ணோட கதையை ஆதியோடு அந்தமாகச் சொல்கிறேன். நீ கடைசியிலே உன் தீர்ப்பைச் சொல்லு. வீட்டுக்குச் சீக்கிரம் போகணும்கிற அவசரம் இல்லையே."

"இல்லை. ராத்திரி இட்லிதான் வார்க்கப் போறேன். நீ சொல்லு."

அவன் ஆரம்பித்தான். அவனது சுபாவமான கற்பனையோடு இலக்கிய நயத்தோடு சோக ரசத்தோடு பூராக் கதையையும் சொல்லி முடித்தான்.

பாட்டி இடையே குறுக்கிடாமல் கதையின் சோகத்தில் ஆழ்ந்து போனவளாய் வாயை மூடிக்கொண்டு கேட்ட வண்ணம் இருந்தாள்.

இருள் சரசரவென்று கவிந்து விட்டது. சமுத்திரத்தின் கோடியில் சந்திரன் தங்கத் தட்டாய்க் கிளம்புவது தெரிந்தது.

"ரொம்ப சோகமான கதை" என்றவாறு பாட்டி எழுந்தாள்.

அவளுடைய விடை என்னவாக இருக்கும் என்று அறிய அவன் துடித்தான். அவள் பிறகு வாயே திறக்கவில்லை. அவள் தனது சிந்தனையில் ஆழ்ந்து விட்டாள். வீடு போய்ச் சேரும் வரை இருவரும் பேசிக் கொள்ளவேயில்லை.

அவள் பேசாமல் இட்லி வார்த்துச் சாப்பிடச் சொன்னாள்.

அவன் நட்சத்திரங்களை எண்ணிக்கொண்டு ஜன்னலண்டை நிற்கையில் அவள் வந்து சொன்னாள்.

"ஸ்ரீதர் எனக்கு இப்ப ஒண்ணும் சொல்லத் தெரியல்லை. நீ இன்டர்வியூவை முடிச்சுண்டு வா. அதுக்குள்ளே யோசிச்சு வைக்கிறேன். எனக்கு அவகாசம் வேணும்."

ஸ்ரீதருக்குப் புரிந்தது

பாட்டிக்குச் சம்மதமில்லையென்று. அவன் இன்டர்வியூவின் போது கலங்கிய மனநிலையில் இருக்கக் கூடாது என்று அவள் அப்படிச் சொல்கிறாள் என்று புரிந்தது.

❖ ❖ ❖

22

அத்தியாயம்

கல்லூரியில் ஒரே ஆரவாரம். "ஏய் ஜேம்ஸ்பாண்ட் ஐ.ஏ.எஸ். ரிட்டன் பரீட்சை பாஸ் பண்ணிவிட்டார். இன்டர்வியூவுக்கு டில்லிக்குப் போகப் போகிறார்!"

ஆனந்தி கல்லூரியில் நுழைந்ததும் இந்தச் செய்திதான் முதலில் கிடைத்தது. அவளுள் சொல்ல முடியாத உவகை பொங்குவதைக் கண்டு அவளுக்கே ஆச்சரியமாக இருந்தது. அவளுக்கும், அவனுக்கும் ஏதோ மிக நெருங்கிய தொடர்பு ஏற்பட்ட மாதிரி அவளுள் ஒரு ஆனந்தம் ஏற்பட்டது.

"இன்டர்வியூவில் என்ன ஆகுமோ!"

"இன்டர்வியூவில் ஜே.பி. பாஸ் பண்ணாவிட்டால் வேறு யார்தான் பாஸ் பண்ணுவார்கள்!"

"முதல் பதினைந்து ராங்க்குக்குள் நிச்சயம் வந்து விடுவார்!"

"ஓ! அவரை இனிமேல் பார்க்க முடியாமலே போய் விடுமோ?" மாணவிகளின் சந்தேகங்கள், ஏக்கப் பெருமூச்சுக்கள் பிள்ளைகளிடையேயும் இதே பேச்சு.

"லக்கி கை ஸார்!"

"லக் என்ன, ஸார் கெட்டிக்காரர். பாஸ் பண்ணிவிட்டார். பர்ஸனாலிடி டெஸ்டில் ஷ்யூர் பாஸ்தான். சந்தேகமில்லை."

ஆனந்திக்கு தன்னையே யாரோ புகழ்ந்த மாதிரி இருந்தது. அவனைத் தனியே சென்று பாராட்ட வேண்டும் போல் இருந்தது. எப்படிப் பாராட்டுவது? அவன் அந்த கேஸ் ஹியரிங் நடந்த அன்றிலிருந்து அவள் பக்கமே திரும்ப மாட்டேன் என்கிறான். ரமேஷ் பாண்டே ஏதேனும் சொல்லியிருப்பானோ, என்னவோ! எப்படிச் சொல்வது?

அன்று அவர்களுக்கு அவனது வகுப்பு இருந்தது.

"கங்கிராசுலேஷன்ஸ் ஸார்!" வகுப்பு முழுவதும் கும்பலாகச் சொல்லிற்று.

அவன் பொதுவாக சிரித்துக் கொண்டே, "தாங்க்ஸ்" என்று சொல்லிவிட்டு, "நான் இன்னும் பாதி பாலத்தைத்தான் தாண்டி இருக்கிறேன்" என்றான்.

"அதையும் தாண்டுவீர்கள் ஸார்."

"விஷ் யு ஆல் த பெஸ்ட் ஸார்."

"தாங்க் யூ"

"காட் ப்ளெஸ் யூ ஸார்."

"தாங்க் யூ"

"எப்பொழுது டில்லி போகிறீர்கள்?"

"கூடிய சீக்கிரம்."

அவனுடைய கண்கள் ஆனந்தியின் பக்கம் அவனையுமறியாமல் திரும்பின.

அவை ஏதோ அவனுக்கு மட்டும் புரிகிற மாதிரி சங்கேத பாஷை பேசிய மாதிரி இருந்தது. அவள் கண்களின் தாபத்துக்கு என்ன அர்த்தம்?

அன்று வெகு நேரத்துக்கு ஏதும் ஒழுங்காகப் பாடம் நடக்கவில்லை. அவன் பொதுவாக ஆண் பிள்ளைகளின் ஆசைகளை, எதிர்கால திட்டங்களைப் பற்றிக் கேட்டான். பெயருக்கு ஏதோ பாடம் நடத்தினான்.

அன்று கல்லூரி முடிந்து வீட்டுக்குச் செல்லும் வழியில் அவள் அப்பாவிடம் ஸ்ரீதர் பாஸான செய்தியைச் சொன்னாள்.

“அப்படியா? ஹி இஸ் எ ப்ரைட் பாய். இன்டர்வியூவிலும் பாஸ் பண்ணிவிடுவான். அதைப் பற்றிச் சந்தேகமில்லை” என்றார்.

“அவன் ஏன் ரொம்ப நாளாக இந்தப் பக்கமே வரவில்லை?”

அவள் பதில் சொல்லாமல் சிறிது நேரம் பேசாமலிருந்தாள்.

“கேஸ் விஷயம் அறிந்து வராமல் இருக்கலாம்!” என்றாள் அவள் மெள்ள. இருந்தும் அவள் மனத்தில் ஒருவித ஏக்கம் படர்ந்தது. எதனால் வரவில்லை? அவளை மேலும் தொந்தரவு செய்யக் கூடாது என்கிற எண்ணத்தாலா? இல்லை? அவளது பயங்கர வாழ்க்கையைக் கேள்விப்பட்டு பயந்து விட்டானா? பயந்து விட்டானானால் அவனது அன்பில் என்ன ஆழம் இருக்கும்! அவன் ஒரு விளையாட்டுப் பிள்ளை என்று அவள் நினைத்தது வாஸ்தவம்தான்! அவளுக்கு ஏன் புத்தி பேதலித்துப் போயிற்று? மணற்கோட்டைகளாய் ஆசைக் கோட்டைகளை உள்ளம் எழுப்புகிறது. என்றோ ஓர் இரவு அவன் ஒரு நொடி உணர்ச்சிவசத்தில் நட்சத்திரங்களின் ஒளியின் கீழ் அவளது கைகளைப் பற்றி உன்னை நேசிக்கிறேன் என்றானே, அந்த ஒரு விநாடிக்காகவா? பிறகு என்ன நடந்தது? அவன் அவள் பக்கமே திரும்பவில்லையே? ஒரு ஆணிடம் அவள் ஏமாந்தது போதாதா? பாதி யௌவனத்தை விரயமாக்கிக் கொண்டது போதாதா? மனத்துக்கு வேலி போட்டுக்கொள்ள முடியவில்லையா? இன்னும் ஏன் பக்குவம் வரவில்லை? குழந்தைகளைப் பற்றிய ஆங்கிலக் கவிதை வரிகள் அவளுக்கு ஞாபகத்திற்கு வந்தது.

“அவர்கள் வீடு கட்டுவது ஆற்று மணலில் விளையாடுவது ஓட்டைக் கிளிஞ்சல்களுடன். நீரில் சிரித்த முகத்துடன் வாடிய

இலைகளில் நெய்த ஓடங்களை மிதக்க விடுகிறார்கள். உலகத்தின் சமுத்திரக் கரையில் விளையாடும் அவர்களுக்கு நீந்தத் தெரியாது. வலையை விரிக்கத் தெரியாது... பொக்கிஷத்தை அவர்கள் தேடவில்லை... கூழாங்கற்களை வாரியிறைக்கத் தான் தெரியும் அவர்களுக்கு."

அந்தக் குழந்தைகளுக்கும், அவளுக்கும் என்ன வித்தியாசம்? அவளும் வாடிய இலைகளை ஓடங்களாக நெய்து கற்பனைக் கடலில் மிதக்க விடவில்லையா? ஆனால், அந்தக் குழந்தைகள் மாதிரி அவள் பொக்கிஷத்தைத் தேடாமலில்லை. வாடிய ஓடங்களே விரிக்கத் தெரியாமல் கிடக்கும் வலைகளே ஏதோ பொக்கிஷம் கொண்டு வரப் போவதாக அவள் கனவு காணுகிறாள். அது என்ன பொக்கிஷம்?

மனத்தில் இருக்கும் சிலந்திக் கூடுகளெல்லாம் விலகித் துப்புரவாகி அங்கே ஒரு இனிய கீதம் உதயமாகிற மாதிரி இருந்தது. அதற்கு இறக்கைகள் முளைத்து ஒரு பறவை ஆனந்தமாக இசைத்தபடி ஆகாசத்தில் சமுத்திரத்துக்கு மேல் பறக்கிற மாதிரி இருந்தது. ஆஹா! அந்த கீதத்துடன் நானும் சேர்ந்துகொள்ளத் துடிக்கிறேன். ஆனால், குரல் ஏன் எழும்பவில்லை? நான் வாயைத் திறக்கிறேன். ஆனால், கீதம் வரவில்லை. கண்ணீர்தான் வருகிறது. இந்தக் கண்ணீர் எப்பொழுது நிற்கும்?

கூடத்தில் போன் அடிக்கும் சத்தம் கேட்டது? அப்பா பேசுவது கேட்டது.

"ஓ கங்கிராசுலேஷன்ஸ். ஆனந்தி சொன்னாள்!"

"....."

"ஓ நிச்சயம் செலக்ட் ஆகிவிடுவாய். கவலைப்படாதே!"

"....."

"என் ஆசீர்வாதம் உனக்கு எப்பவும் உண்டப்பா. எப்பொழுது கிளம்புகிறாய்?"

"....."

"ஆமாம். கொஞ்சம் முன்னாடி போவது நல்லதுதான். உங்கப்பாவுடைய சினேகிதர்கள் நிறைய இருப்பார்கள். அட்வைஸ் கொடுப்பார்கள். என்ன, ஆனந்தியோட பேசணுமா, பேசேன்!"

"ஆனந்தி!"

அவளுக்குத் தூக்கி வாரிப்போட்டது. அவளது மனத்தின் குரல் அவனுக்குக் கேட்டு விட்டதோ?

"என்னப்பா?" என்றாள் அவள். ஒன்றும் தெரியாத மாதிரி.

"ஸ்ரீதர் போன் பண்றான். உன்னோடு பேசணுமாம்."

அவளுக்கு நெஞ்சு திக் திக்கென்று அடித்துக் கொண்டது. ரிஸீவரை எடுக்கையில் கை நடுங்குகிற மாதிரி இருந்தது.

"ஹல்லோ, கங்கிராசுலேஷன்ஸ்!"

"தாங்க் யூ... எப்படியிருக்கிறாய் ஆனந்தி?"

"தினமும் பார்க்கிறீர்களே. ஐ ஆம் ஆல்ரைட்."

"தினமும் பார்க்கிறேன். ஆனால், நீ வெகு தூரத்தில் இருக்கிறாய். ஐ மிஸ் யூ"

அவள் அருகில் அப்பா இருக்கிறாரா என்று கவனித்தாள். அப்பா இல்லை. இருந்தும் ஏதோ ஒன்று அவளை அவனுடன் சகஜமாய் பேச முடியாமல் செய்தது.

"நீங்கள் ஏன் இப்பொழுதெல்லாம் இங்கு வருவதில்லை?"

"உனக்குக் காரணம் நான் சொல்ல வேண்டுமா? கேஸ் முடியட்டும். உன் காலடியை விட்டு நகர மாட்டேன்!"

அவளுக்கு குப்பென்று முகம் சிவந்தது.

அவள் பதில் பேசவில்லை.

அவன் மெல்லிய குரலில் சொன்னான்.

"என்னை மன்னித்துக் கொள் ஆனந்தி. உன்னை நினைக்கும் போது, பார்க்கும் போது, பேசும் போது என்னால் என்னைக் கட்டுப்படுத்திக்கொள்ள முடியவில்லை."

அவள் தன்னைக் கஷ்டப்பட்டுக் கட்டுப்படுத்திக் கொண்டாள்.

"எப்பொழுது டில்லி போகிறீர்கள்?"

"இன்னும் நான்கு நாட்களில் கிளம்புவேன். அங்கு இன்டர்வியூவுக்காக கொஞ்சம் தெரிந்தவர்களிடம் கேட்டுத் தயார் செய்துகொள்வேன். ரமேஷும் பாஸ்."

"விஷ் யூ போத் ஆல் த பெஸ்ட்."

"தாங்க் யூ மை டியர்."

அவள் போனை வைக்கும் போது, இரத்த நாளங்களில் ஏதோ ஊறுவது போல் இருந்தது. மார்பு படபடவென்று அடித்துக் கொண்டது. என்னை நீ விரும்பித்தான் ஆக வேண்டும் என்கிற முறையிலல்லவா பேசுகிறான்? இதைக் குழந்தைத் தனம் என்பதா, போக்கிரித் தனம் என்பதா?

வாசலில் அப்பா யாருடனோ பேசுவது கேட்டது. அவள் எட்டிப் பார்த்தாள். ரமேஷ் பாண்டே.

"ஹலோ!"

"ஹலோ, கங்கிராசுலேஷன்ஸ்."

"தாங்க் யூ" என்றான் அவன்.

மூவரும் வெளியில் புல் தரையில் உட்கார்ந்தவர்கள். "இப்பொழுது ஸ்ரீதர் போன் பண்ணினார்" என்றாள் அவள்.

அவன் சிரித்துக் கொண்டே சொன்னான்.

"ரிஸல்ட் வந்த அன்றைக்கு அவன் பேப்பரைப் பார்த்தேயிருக்கவில்லை தெரியுமோ? துணி தோய்த்துக் கொண்டு உட்கார்ந்திருந்தான். நான் போய் சொல்லித்தான் தெரியும்."

ஆனந்தி சிரித்தாள்.

"அவர் சில சமயங்களில் குழந்தை மாதிரி இருக்கிறார்."

"எஸ் எக்ஸ்டிரீம்லி குட் அண்டு பிரில்லியண்ட் சைல்ட்" என்றான் ரமேஷ்.

ஆனந்தியின் முகம் சிவந்து சூடேறிற்று.

அவன் அதை கவனியாதவனாய் ஜானகிராமனைப் பார்த்துச் சொன்னான்.

"அவனைப்போல ஒரு சுத்தமான மனசை எங்கேயும் பார்க்க முடியாது. அவன் யாரையும் தப்பாகப் பேசி நான் கேட்டதேயில்லை. யாராவது ஏதாவது மனிதத்தனமில்லாமல் நடந்து கொண்டார்கள் என்று சொன்னால் அதற்கு ஏதேனும் ஸைகலாஜிகல் பாக்ரவுண்டு இருக்கும் என்பானே தவிர, வேறு ஒன்றும் சொல்ல மாட்டான். தப்பே நினைக்காத மனசு. யாரையும் சுலபமாக நேசிக்கிற மனசு. மற்றவர்களுக்காக உயிரையும் கொடுக்கத் தயங்காத மனசு..."

அவன் பேசிக்கொண்டே போனான். எதற்காக ஸ்ரீதரின் புகழ் மாலைகள் பாடுகிறான்? அவளுடைய மனசைத் திருப்பவா? அதுதான் எப்பொழுதோ திரும்பி இப்பொழுது எது சரியான பக்கம் என்றே தெரியாமல் விழிக்கிறதே? அப்பா ஏதோ தீவிரமாக யோசிக்கிற மாதிரி இருந்தது. ஒன்றும் சொல்லாமல் இருந்தால் நன்றாயிராது என்று நினைத்த மாதிரி, "ஆமாம் நல்ல பிள்ளைதான்" என்றார்.

உள்ளே போன் அடிக்கும் சப்தம் கேட்கவே அவர் உள்ளே விரைந்தார்.

ரமேஷ் சட்டென்று தனது சட்டைப் பாக்கெட்டிலிருந்து ஒரு கடிதத்தை உருவி அவளிடம் கொடுத்தான்.

அவள் தூக்கி வாரிப்போட்டவளாய், "என்னது?" என்றாள்.

"ஸ்ரீதர் உங்களுக்கு ஒரு கடிதம் அனுப்பியிருக்கிறான். யாருக்கும் தெரியாமல் கொடுக்கச் சொன்னான்."

அவளது கைகள் அதைப் பெற்றுக்கொள்ளும் போது நடுங்கின. அப்பா எங்கே வந்துவிடப் போகிறாரோ என்று பயந்தவளாய் அவள் அதைச் சட்டென்று ரவிக்கைக்குள் மறைத்துக் கொண்டாள்.

ரமேஷ் மெல்லிய குரலில் அவளிடம் இதமாகப் பேசினான்.

"உங்கள் உணர்ச்சிகளைக் கண்டே நீங்கள் பயப்படாதீர்கள், ஆனந்தி! ஏதாவது புத்துணர்ச்சி அன்பு மனசில் தோன்றினால் அது இயற்கையானது என்று நினைக்கப் பழகுங்கள். இடையில் நடந்து போனது ஒரு விபத்து. மனத்திற்கு ஏற்பட்ட விபத்து. அது உங்கள் எதிர்காலத்தைப் பாதிக்கக் கூடாது. நாம் இருபதாம் நூற்றாண்டில் வாழ்கிறோம். உங்கள் வாழ்க்கையை நீங்கள் தைரியமாக நிர்ணயித்துக்கொள்ள உங்களுக்குப் பூர்ண உரிமையிருக்கிறது. சமூகத்தைக் கண்டு பயப்படாதீர்கள். உங்களுக்கு முதலில் குழப்பம் இருக்கக் கூடாது. உணர்ச்சி வேகத்தில் பயந்துகொண்டு நீங்கள் ஒரு சந்தர்ப்பத்தை இழக்காதீர்கள். உங்களுக்கு மனோதிடம் இருந்தால் அப்பா அம்மாவை நம்ப வைக்க முடியும். ஸ்ரீதரைப் போல பிள்ளைக் கிடைக்க மாட்டான்..."

அவள் மெள்ளச் சொன்னாள்.

"எனக்குப் புரியவில்லை... மனத்தில் நிறைய பயங்கள் இருக்கின்றன. என்னைவிட்டு அந்தப் பயங்கள் போகாது..."

அவன் பதில் சொல்வதற்குள் அப்பா வரும் ஓசை கேட்டது. அவள் சட்டென்று கண்களைத் துடைத்துக் கொண்டாள்.

"நல்ல செய்திதான்" என்று சொல்லிக் கொண்டே வந்தவர் ஆனந்தியின் கலங்கிய கண்களைக் கண்டு சற்று நின்றார்.

"என்னம்மா, இப்படித்தான் எப்பவும் கண்கலங்குவாயா? எப்ப மனசை திடப்படுத்திக் கொள்வாய்?"

"ஸாரிப்பா. என்னையறியாமல் கண்ணில் நீர் வருகிறது சொல்லுங்களப்பா."

ஜானகிராமன் ரமேசுக்காக ஆங்கிலத்திலேயே சொன்னார். "வக்கீல் போன் பண்ணினார். நம் கேஸ் ஜெயித்த மாதிரிதானாம். பம்பாயிலிருந்து அந்தப் பில்டிங் செகரட்டரி வந்து வாக்குமூலம் கொடுத்திருக்கிறாராம். டாக்டரும் அவனுக்கு உடம்புக் கோளாறு.

மைண்டும் கோளாறு என்று சொல்லியாகிவிட்டதாம். அவன் ட்ரீட்மெண்ட்டுக்கு ஆஸ்பத்திரியில் அட்மிட்கூட ஆக வேண்டும் என்கிறார்களாம். எப்படிப்பட்ட இடத்திலிருந்து ஆனந்தி தப்பித்தாள் என்று நினைத்தால் ஆச்சரியமாக இருக்கிறது."

"அப்படியென்றால் அவளுக்கு இனிமேலும் வாழ்க்கையைத் தொடங்குவதற்கு சான்ஸ் இருக்கு என்று ஆண்டவன் நினைக்கறாரோ என்னவோ?"

அவனது பேச்சின் தாத்பர்யம் புரிந்தாலும் ஜானகிராமன் பதில் பேசாமல் உட்கார்ந்திருந்தார்.

ரவிக்கைக்குள் ஸ்ரீதரின் கடிதம் குறுகுறுத்துக் கொண்டிருந்தது.

ஜானகிராமன் சட்டென்று எழுந்தார்.

"நீங்கள் பேசிக் கொண்டிருங்கள். என் மனைவி சுவாமிக்கு விளக்கேற்றியிருப்பாள். நானும் போய் சில சுலோகங்களை சொல்லணும்" என்றார்.

"நீங்கள் ஒன்று செய்யலாமே. இப்பொழுது கிறிஸ்துமஸ் லீவு வருமே. அப்போ ஆனந்தியை அழைத்துக்கொண்டு வேறு ஊருக்குப் போய்விட்டு வாருங்களேன்" என்றான் ரமேஷ்.

"அதுவும் நல்ல ஐடியாதான்" என்றபடி ஜானகிராமன் உள்ளே போனார்.

கேட் திறக்கும் சப்தம் கேட்டது. இருவருமே திரும்பிப் பார்த்தார்கள். கலா வந்து கொண்டிருந்தாள்.

அவள் அருகில் வந்ததும் ஆனந்தி அவளை ரமேஷுக்கு அறிமுகம் செய்து வைத்தாள்.

கலா, ஆனந்தியைப் பார்த்து லேசாகச் சிரித்தாள்.

"ஆமாம், இவர் ரமேஷ் பாண்டேயில்லையா, ஒன் ஆஃப் த விட்நஸஸ்?"

அவன் விழிகளை உயர்த்திப் பார்த்தான்.

அவள் அதற்குப் பதிலாக, "அங்கிருந்த வக்கீல்களில் என்னுடைய மாமாவும் ஒருத்தர்" என்று கூறிவிட்டு, "ஆனந்தி! உன்னைக் கங்கிராஜுலேட் செய்யட்டுமா, உன் கேஸ் சீக்கிரம் ஜெயிச்சுடுமாமே?"

ஆனந்தி தோளைக் குலுக்கினாள்.

"செய்யேன், தாங்க்ஸ், ஐ ஷல் ஒன்லி பி ஃப்ரி..."

"டு ஹேவ் எ ஃப்யூச்சர்!"

ஆனந்தி ஆகாசத்தைப் பார்த்தாள்.

"டு ஐ ஹேவ் ஒன்?"

"வொய் நாட்?" என்று ஆத்திரத்துடன் கேட்டாள் கலா.

ரமேஷ் சொன்னான்.

"அப்படிக் கேளுங்கள் மிஸ் கலா. இன்னும் இருபத்திரண்டு வயதுதான் ஆகிறது. இவரது கல்யாணமும் ஒரு பித்தலாட்டம். அது கல்யாணமே இல்லை. அப்படியிருக்கும் போது இவர் மனத்தில் என்ன குழப்பங்கள்...?"

"இவள் படிப்பில் மட்டும்தான் கெட்டிக்காரி. பாக்கியில் மக்கிலும் மக்கு."

"நீங்கள் அதற்கு நேர் விரோதமா?" என்று சிரித்தான் ரமேஷ்.

"கரெக்ட்" என்று சிரித்தாள் கலா.

"வெறும் புத்தக அறிவு இருந்தால் போதுமா? யதார்த்த வாழ்க்கைக்கு மூளையை உபயோகிக்க வேண்டாமா? இப்படித்தானே பயந்துகொண்டு அத்தனை அக்கிரமங்களையும் பொறுத்திருந்தாள்."

"நீங்களாயிருந்தால் என்ன செய்திருப்பீர்கள்?"

"முதலாவது இந்த ஏற்பாட்டுக் கல்யாணத்துக்கே ஒத்துக்கொண்டிருக்க மாட்டேன். அப்படி ஏதேனும் நேர்ந்து அந்த ரகு மாதிரி ஒரு மூர்க்கன் வாய்த்தானானால் அன்னிக்கே

அறுத்துக்கொண்டு வந்திருப்பேன். அவன் கட்டிய தாலியை அவன் முகத்திலேயே விட்டெறிந்திருப்பேன்,"

"நீ செய்தாலும் செய்வாய்" என்று சிரித்தாள் ஆனந்தி.

"இப்படித்தான் எவனோ ஒருத்தன் என்னைப் பெண் பார்க்க வந்தான். பாட தெரியுமா, ஆடத் தெரியுமாங்கறான். இவன் என்ன கல்யாணத்துக்கப்புறம் என் பாட்டையா கேட்கப் போகிறான்? அவனுடைய அம்மா எத்தனை பவுனுக்கு நகை போடுவீர்கள் என்கிறாள். இது என்ன வியாபாரமா? நகையே இல்லாமல்தான் கல்யாணம் செய்துகொள்ளப் போறேன்னு அந்த அம்மாகிட்டேயே சொல்லிட்டேன். அவ டிபன் சாப்பிட்டுட்டுப் பேசாம போயிட்டா."

ரமேஷ் சிரித்தான்.

"இன்னொருத்தன் வந்தான். 'ஓ, அந்த காலேஜில் படிக்கிற பொண்ணா அவர்களெல்லாம் ரொம்ப போல்ட் டைப்' என்கிறான்! பின்னே இவன் எதற்கு காலேஜ் படிப்பு படிச்ச பெண் வேணும்னு அலையறான்? டௌரியே வேண்டாமாம். ஆனால், அவனுடைய அம்மா ஒவ்வொண்ணுக்கும் லிஸ்ட் கொடுக்கிறாள்! அவர் ஹோல் ஸிஸ்டம் இஸ் ராங்!"

ரமேஷ் அவளை சுவாரஸ்யத்துடன் பார்த்தான்.

"இதை பின்னே நீங்கள் எப்படி மாற்றப் போகிறீர்கள்?"

"இந்த மாதிரி தடியன்களைக் கல்யாணம் செய்துகொள்ள மறுப்பேன். நிச்சியப்படுத்தப்படும் கல்யாணத்துக்கு ஒத்துக்க மாட்டேன்!"

"ஒத்துக்காமல்?"

"எனக்கா, என்னைக் கல்யாணம் பண்ணிக்க, நகைக்கில்லாமல், பாத்திரத்துக்கில்லாமல் பண்ணிக்க வருபவனைத்தான் பண்ணிப்பேன். இல்லாவிட்டால் நோ மேரேஜ்!"

ரமேஷ் சிரித்தான்.

"நீங்கள் நிஜமாகவே போல்டுதான் மிஸ் கலா. விஷ் யு ஆல் த பெஸ்ட்."

"தாங்க் யூ" என்று அவள் சிரித்தாள். சிறிது நேரம் பேசிக் கொண்டிருந்து விட்டு அவர்கள் எழுந்தார்கள்.

"இருட்டி விட்டதே, கலா!"

"பரவாயில்லை, நான் பஸ்ஸில் போகிறேன்!"

"நான் பஸ் ஸ்டாப் வரை துணைக்குப் போகிறேன்" என்றான் ரமேஷ்.

"ஓகே. தாங்க்யூ" என்றாள் கலா.

அவர்கள் இருவரும் வெளியே செல்லும்போது இந்தக் கலாவுக்கு நல்ல துணிச்சல்தான் என்று நினைத்துக் கொண்டே ஆனந்தி உள்ளே போனாள். அப்பா பூஜையறையில் பாடுவது கேட்டது.

"பொய்யா யினவெல்லாம் போயகல வந்தருளி
மெய்ஞ்ஞான மாகி மிளர்கின்ற மெய்ச்சுடரே!
எஞ்ஞான மில்லாதேன் இன்பப் பெருமானே!
அஞ்ஞானந் தன்னை அகல்விக்கும் நல்லறிவே!
ஆக்கம் அளவிறுதி யில்லா அனைத்துலகும்
ஆக்குவாய், காப்பாய்
அழிப்பாய், அருள் தருவாய்..."

அதற்குமேல் பாட முடியாமல் அப்பா சிறு குழந்தையைப் போல் மண்டியிட்டுக் கேவி கேவி அழுவதை திக்பிரமையுடன் பூஜையறையின் வாயிற்படியில் நின்றபடி ஆனந்தி பார்த்தாள்.

❖❖❖

23

அத்தியாயம்

“எல்லாம் தயாராச்சா? இன்னும் மசமசன்னு என்ன பண்ணிண்டிருக்கேள்?” என்று ஜானகிராமன் அதட்டல் போட்டார்.

“இதோ ஆச்சு, இருங்கோ. ப்ளாஸ்கிலே காப்பி ஊத்திண்டுருக்கேன். அதை எடுத்து வெச்சு வீட்டைப் பூட்டணும்” என்றாள் ஜானகி.

“காப்பி எதுக்கு இப்ப? வழியிலே கிடைக்காதா?”

“பாலும் டிக்காஷனும் இருந்தது. அதனாலே கலந்தேன். இதோ ஆச்சு. ஏம்மா, ஆனந்தி ரெடியா?”

“ரெடியம்மா!”

சூட்கேசும், பழக் கூடைகளும் சாப்பாட்டு சாமானும் டிக்கியில் ஏற்றியாயிற்று.

“டேய் முனியா, வீட்டை ஜாக்கிரதையா பார்த்துக்கோ. நாங்க வர பத்து நாள் ஆகும்!” என்று தோட்டக்காரனிடம் சொல்லிவிட்டு ஜானகிராமன் ஏறினார் வண்டியில்.

டிரைவரிடம் “இந்திரா நகர் போய் ஒரு அம்மாளை அழைத்துக் கொண்டு போகணும்” என்றார்.

ஸ்ரீதர் டில்லிக்குக் கிளம்பு முன் அவருக்குப்போன் செய்தபோது அவர், தாங்கள் தெற்கே க்ஷேத்திராடனம் போகப் போவதாகவும், பாட்டி எப்படியும் தனியாக இருக்கப் போவதால், அவரும் தங்கள்கூட காரில் வரலாமே என்றும் சொல்லியிருந்தார்.

"எங்கெல்லாம போகப் போகிறீர்கள்?"

"குருவாயூர், திருச்செந்தூர், கன்னியாகுமரி, மதுரை அவ்வளவுதான்."

"அப்படியானால் கேட்டுச் சொல்கிறேன்" என்றான் அவன். அன்று மாலையே பாட்டி வருவதாகவும், அவர்கள் கிளம்புகிற அன்று தயாராக இருப்பாளென்றும், வந்து அழைத்துப் போகும்படியும் சொன்னான்.

அவர்கள் இந்திரா நகருக்குப் போகையில் பாட்டி தயாராக இருந்தாள். துணிகள் அடங்கிய சின்னப் பையும், பெரிய சாப்பாட்டுக் கூடை ஒன்றுமாக.

எல்லோரும் மதுரை போகும் வரை, பேச்சும் சிரிப்பும் கேலியுமாக இருந்தது. ஆனந்திக்கு பாட்டியின் பேச்சு மிகவும் பிடித்தது. சிரித்த வண்ணமாகவே இருந்தாள்.

அவள் மனம் லேசாகிப் போனதற்கு வேறு ஒரு காரணமும் இருந்தது. சட்டபூர்வமாக அவளுக்கு விவாகரத்து கிடைத்துவிட்டது என்ற தீர்ப்பு ஏற்பட்டுவிட்டது. ஏதோ சுமை நெஞ்சிலிருந்து இறங்கிய மாதிரி இருந்தது.

ஸ்ரீதர் ரகசியமாக எழுதி அனுப்பியிருந்த கடிதம் வேறு இன்ப இசையை மனத்தில் பொழிந்து கொண்டிருந்தது.

தன் அறைக் கதவைத் தாழ் போட்டுக் கொண்டு அவள் எவ்வளவு முறை அதைப் படித்திருப்பாள்! அவன் தன் காதலை, அக்காதலின் தாபத்தையெல்லாம் கடிதத்தில் வடித்திருந்தான், மிக அழகான ஆங்கிலத்தில். கவிதை நயம் மிக்க அக்கடிதத்திற்குத்தான் எத்தனை சக்தி!

"என் அன்பு மிக்க ஆனந்தி!"

உனக்கு இப்படி ரகசியமாகக் கடிதம் எழுதுவதற்கு மன்னித்துக் கொள். உன்னிடம் எனக்குப் பேசவே சந்தர்ப்பம் ஏற்படுவதில்லை. சந்தர்ப்பம் கிடைத்தாலும் உன்னைப் பார்த்த மாத்திரத்திலே எனக்குப் பேச்சே வரமாட்டேன் என்கிறது. 'தோள் கண்டார் தோளே கண்டார்' என்று யாரோ தமிழில் எழுதியிருக்கிறார்களாமே? (அவனுக்கும் என்னைப் போல் நிச்சயம் அனுபவம் இருந்திருக்க வேண்டும்) அம்மாதிரி உன்னைக் கண்டதும் உன் கண்ணையும், புருவத்தையும், உதடுகளையும் பார்க்கத் தோன்றுகிறதே தவிர, வேறு பேச்சே எழ மாட்டேன் என்கிறது. நம்மைச் சுற்றி ஒரு பார்ப்ட் வையர் ஃபென்ஸ் வேறு, அதைத் தாண்டி நான் எப்பொழுது பேசுவேன்?

எவ்வளவோ பேச வேண்டும், எழுத வேண்டும் என்று துடிக்கிறது. ஆனால், என் மனத்தில் பொங்கும் உணர்ச்சிகளை வார்த்தைகளில் வடிக்க நான் ஒரு கீட்ஸாகவோ, ஓமர்கய்யாமாகவோ, கலீல் கிப்ரானாகவோ இருக்க வேண்டும். ஆனால் ஒன்று நிச்சயம். நான் ஐ.ஏ.எஸ். பரீட்சையை உன் மேல் வைத்திருக்கும் அன்பின் பலத்தில்தான் எழுதினேன். பாஸும் செய்தேன். தெய்வ நம்பிக்கை என்பார்களே அம்மாதிரி என் அன்பின் மேல் எனக்கு நம்பிக்கை. இன்டர்வியூவுக்கும் அது எனக்குக் கைகொடுக்கும் என்று நம்புகிறேன்.

ஆனந்தி! நீ ஆனந்தத்துக்காகப் பிறந்தவள். ஆனந்தமாக வாழ வேண்டியவள். இடையில் நடந்தது ஆண்டவன் ஏதோ தெரியாத்தனமாகச் செய்த ஒரு விபரீத விளையாட்டு. அதற்கு நாம் ஆண்டவனை மன்னிப்போம்! நான் உன்னை அதற்கு முன் சந்தித்திருந்தால் உனக்கு அந்த பயங்கர அனுபவங்களே நேர்ந்திருக்காது. நீ பட்ட துன்பத்தைக் கண்டு நான் பச்சாதாபப்பட்டு உன்னை நேசிக்கிறேன், மணம் செய்துகொள்ள ஆசைப்படுகிறேன் என்று நினைக்காதே. உன்னைப் பார்த்த அன்றே நான் என் மனத்தை உனக்கு இழந்தேன். நீ மணமானவள் என்று அறிந்ததும் நான் அதிர்ந்து ஏமாற்றமடைந்தேன். மாற்றான்

மனைவியைப் பற்றி நான் நினைத்ததே தப்பு என்று என்னையே கட்டுப்படுத்திக் கொண்டேன். ஆனால், வெகு விரைவிலேயே எனக்கு தெரிந்து விட்டது. நீ மணவாழ்க்கையில் சந்தோஷமாக இல்லை. விவாகரத்து கோரி கொண்டிருக்கிறாய் என்று.

எனக்கு அதற்கான காரணங்களை ஆராய வேண்டும் என்றே தோன்றவில்லை. நீ பரிசுத்தமானவள் என்று என் மனத்துக்குப் பட்டுவிட்டது. விவாகரத்து கிடைத்து விட்டால் நீ சுதந்திரமானவள் என்று என் மனமாகிய சோலையில் நம்பிக்கை குயில்கள் கீதமிசைக்கின்றன! உன் மேல் எனக்குள் பொங்கும் அன்புப் பிரவாகத்தை என்னால் கட்டுப்படுத்த முடியவில்லை.

ஆனந்தி! நான் தமிழ்நாட்டில் வளரவேயில்லை. என்னுடைய தந்தை ரொம்ப முற்போக்கான எண்ணங்களைக் கொண்டவர். பழைய வழக்கங்களின் கசண்டுகள் மனத்தில் படியவிடக் கூடாது என்று வெகு தீவிரமாக நினைத்தவர். அவர் இப்பொழுது இல்லையே என்றிருக்கிறது. அவர் இருந்திருந்தால் ஒரு நொடியிலே உன் மனக்கிலேசங்களை அகற்றியிருப்பார்.

ஆனந்தி! என்னை மணம் செய்துகொள்ள ஒப்புக்கொள்வாயா? உன் மனத்தில் என்ன பயங்கள்? அக்கினியை வலம் வந்து ஒரு கயவனைக் கல்யாணம் செய்து கொண்டாய். அவன் உனது பெண்மைக்கு என்ன மதிப்புக் கொடுத்தான்? சட்டபூர்வமாக அவனிடமிருந்து விலகினாலும், அந்த அக்கினியை அவனது கையைப் பிடித்து வலம் வந்ததால், ஆயுசுக்கும் அவனது நிழலை நினைத்துக் கொண்டு உட்கார்ந்திருக்கப் போகிறாயா? உன் மனத்தில் அன்பு பூத்தாலும், நம்மிடையே பரஸ்பர அன்பு மலர்ந்தும் (எனக்கு உன்னுடைய உள்ளம் கண்ணாடி மாதிரி தெரிகிறது - ஆச்சரியப்படாதே. இதுதான் அன்பின் சக்தி) நீ அதற்கு மதிப்புக் கொடுத்து அதைப் புனிதப்படுத்துவதில் தான் உனது பெண்மை காக்கப்படும். கணவனுடன் இயற்கையாக வாழ்க்கையை நடத்திய பிறகு விதவை ஆனவர்கள் திருமணம்

செய்துகொள்ளும் போது, இயற்கையான வாழ்வே வாழாமல் வெறும் மனைவி என்ற பெயரைச் சுமந்த நீ, எதற்குத் தயங்குகிறாய்? ஒருமுறை அனுபவப்பட்டது போதும் என்கிறாயா? அது கோழைத்தனம் ஆனந்தி! நீ சிந்திக்கவே பயப்படுகிறாய். நீ உனது தீர்மானங்களினாலேயே உன் தாய் தந்தையரை சரிசெய்ய முடியும். நீ தனியாக இந்த இளம் பருவத்தில் வாழ்வு நடத்துவது ஆபத்து என்று அவர்களே புரிந்துகொள்ள மாட்டார்களா?

"அன்பின் சக்திக்கு எதுவும் சாத்தியம் ஆனந்தி! எனக்காக யோசித்துப் பார். என் வரையில் நீ பரிசுத்தமானவள். அந்தப் பரிசுத்துவத்துக்கு முன்னால் நீ பயப்படும் வேலிகள் பஸ்மமாகி விடும் – சீதையை அக்கினி சுடாத மாதிரி..."

அவன் இன்னும் என்னவெல்லாமோ எழுதியிருந்தான் - அன்பைக் கொட்டி. அவள் திக்கு முக்காடிப் போனாள்.

அவர்கள் மீனாட்சி அம்மனின் சன்னிதியில் நின்றிருந்தார்கள்.

அம்மனின் அலங்காரம் கண்கொள்ளாக் காட்சியாக இருந்தது. அந்த தெய்வீகச் சூழ்நிலையும், கோவிலின் கம்பீரமும், சிற்பங்களின் அழகும், தேவியின் அலங்காரமும் நெஞ்சை அள்ளிக்கொண்டு போயின.

அம்மா உணர்ச்சிவசப்பட்டுக் கண்களில் நீர் மல்க என்னவோ பாட்டை முணுமுணுத்தபடியே இருந்தாள்.

பாட்டி கண்ணை மூடியபடி இருந்தாள்.

ஆனந்தி கண்களை மூடிக் கொண்டாள். தன்னையறியாமல் மூடிய கண்களில் மீனாட்சியின் உருவம் பதிந்துபோன மாதிரி இருந்தது.

"தேவி! நீயும் பெண்ணல்லவா? நான் பட்ட கஷ்டங்கள் போதும். எனக்குப் பாதையைக் காண்பிக்க மாட்டாயா?"

குபீரென்று கண்ணீர் வழிந்தது. அவளுடைய முதுகை யாரோ தட்டுகிற மாதிரி இருந்தது.

பாட்டி சாந்தமாக சிரித்தபடி நின்றிருந்தாள். எத்தனை அருள் அந்த பாட்டியின் முகத்தில்?

அவள் கண்களைத் துடைத்துக் கொண்டாள்.

"கலங்காதேம்மா குழந்தே! இனிமேல் ஒரு கஷ்டமும் அந்த தேவி தரமாட்டாள்."

அவள் சன்னிதியை விட்டுப் பாட்டியுடன் ஓர் ஒதுக்குப்புறமாக நின்றாள்.

"எனக்கு விமோசனமே இல்லை பாட்டி. நான் பிறக்கும் போதே ரொம்பப் பெரிய பாவ மூட்டையோடு பிறந்திருக்கிறேன். எந்தக் கங்கையிலும் கரையாத பாவம்!"

பாட்டி சற்று நேரம் பேசாமல் இருந்தாள்.

"ஏம்மா, நான் ஒண்ணு சொல்றேன். நான் படிக்காதவதான். எனக்குத் தோண்றதைச் சொல்றேன். கங்கையிலே குளிச்சா நம்ம பாவமெல்லாம் கரைஞ்சுடும்னு சொல்றாளே. அப்படின்னா பாவம் என்கிறது ரொம்பப் பெரிய விஷயமில்லை. நம்மளோட ஒட்டாத ஒண்ணுன்னு தெரியல்லையோ?"

திகைத்துப் போய் ஆனந்தி பாட்டியைப் பார்த்தாள்.

"அவ்வளவு சுலபமா ஒரு ஜலம் பட்ட உடனே அந்தப் பாவம் போகணும்னா நம்ம ஆன்மாவுக்கு அழுக்கே கிடையாது என்கிறதுதான் அதுக்கு அர்த்தம். நீ பண்ணாத தப்பை நினைச்சு ஏன் கலங்கறே? எந்தச் சோதனைகளையும் ஜலத்தைத் தெளிச்சு கழுவிடற மாதிரி சமாளிக்கணும். கங்கை ஸ்நானத்திலே பாவம் கரைஞ்சிடுங்கிறது அபாயமான வாக்கியம், சில சமயத்திலே. கொலையும் குத்தும் பண்ணிட்டு அங்கே ஸ்நானம் பண்ணா சரியாயிடுமா? நீ கண்ணீர் விட்டு உருகறயேம்மா? இதுதான் கங்கை நீர்! அதுவும் தெய்வ சன்னிதானத்திலே, தான் என்கிறதை மறந்து கண்ணீர் விடறே பார் அதுதான் கங்கை! அதுவே, உன் பாவ மூட்டைங்கறயே - எனக்கொண்ணும் ஏதும் கண்ணுக்குத்

தெரியல்லே - அதெல்லாம் இறங்கிடும். இனிமே, 'பாவம் பண்ணினேன். விதியினாலே கஷ்டப்பட்டேன்' என்காதே. என் பேரன் இப்படியெல்லாம் நான் பேசினாலே பத்தாம்பசலி என்பான். ஒரு ஜன்மம் எடுத்தால் எப்பவும் ஒரே சீரா இருக்கணும்னு ஏன் எதிர்பார்க்கணும்? பரீட்சையிலே எல்லா கேள்வியும் சுலபமா இருக்குமா? அப்பப்ப சமாளிக்கணும். யோசிச்சுப் பார்த்தியானா, பெருமாளண்டே பாரத்தைப் போட்டியானா, எல்லா கஷ்டமும் விலகிடும். விலகிடும்னா என்ன அர்த்தம்? அதைத் தாங்கிக்க மனோ பலம் வரும்னு அர்த்தம்."

ஆனந்திக்கு பிரமிப்பாக இருந்தது. எவ்வளவு பெரிய விஷயத்தை எவ்வளவு சரளமாகச் சொல்கிறாள்?

"பாட்டி! உங்களுடைய விவேகம் எனக்கு எங்கே இருக்கு, பாட்டி?"

"தன்னாலே வரும்! நீ நாலு வருஷம் பட்ட கஷ்டத்தை நானூறு வருஷம் நினைவு வெச்சுண்டிருப்பே போலிருக்கு. நான் முப்பது வயசுலேயே இப்படி ஆயிட்டேன். நான் பட்ட கஷ்டத்தை நினைச்சுண்டு உட்கார்ந்திருந்தேனானா எனக்கு சிரிப்புன்னு ஒண்ணு உலகத்திலே இருக்கிறதே மறந்து போயிருக்கும். அந்தந்த தருணத்திலே என்ன கிடைக்கிறதோ அதைத் தைரியமாக ஏத்துக்கணும்."

பாட்டி என்ன சொல்கிறாள்? ஆனந்திக்குப் புரியவில்லை. ஸ்ரீதரின் எண்ணத்தை ஆதரிக்கிறாளா? இல்லை, வெறும் பேச்சினால் அவளைக் குழப்புகிறாளா? பாட்டியின் மடிசஞ்சி ரூபத்துக்குள்ளும் முற்போக்கான எண்ணங்கள் இருக்க முடியுமா? அம்மாவைவிட ஆசாரமாக இருக்கிறாளே பாட்டி?

அம்மா இவ்வளவு வெளி ஆசாரமில்லாவிட்டாலும் மனத்தளவில் பாட்டியைவிட கட்டுப்பெட்டி!

சத்திரத்தில் அவள் தூங்கிக் கொண்டிருக்கிறாள் என்று நினைத்துக் கொண்டு பாட்டியும், ஜானகியும் அங்கே பேசிக் கொண்டிருந்தார்கள்.

"இப்பொழுதுதான் விவாகரத்து முடிஞ்சு போச்சே, என்ன பண்ணப் போறேள் மேற்கொண்டு" என்று கேட்டாள் பாட்டி.

"என்ன பண்றது? இப்ப படிச்சிண்டிருக்கா. அது முடிஞ்சப்புறம் வேலைக்குப் போக வேண்டியதுதான். அவளுக்குப் பொழுதும் போகணும். வருங்காலத்துக்கும் உபயோகம்" என்றாள் அம்மா.

"ஐயோ பாவம்! விடிய விடிய இருபத்திரண்டு வயது. கொள்ளை அழகு, ராஜாத்தி மாதிரி! மேற்கொண்டு கல்யாணம் ஏதானும் செய்யப் போறேளோன்னு கேட்டேன்."

அம்மாவுக்கு தூக்கி வாரிப்போட்டிருக்க வேண்டும்.

"நன்னாயிருக்கு போங்கோ! நாங்க அதைப்பத்தியே யோசிக்கல்லே. நம்ப குடும்பங்களிலெல்லாம் அப்படி எங்கே வழக்கம் இருக்கு? ஒரு தடவை ஆசை தீர கல்யாணம் பண்ணோம். அது நிலைக்கல்லை. ப்ராப்தம் அவ்வளவுதான்னு விட வேண்டியதுதான்."

பாட்டி பதிலே சொல்லவில்லை. அம்மாவின் தீவிரமான அபிப்ராயத்தைக் கேட்டு ஆனந்தி அதிர்ந்து போனாள். அம்மா வழி வழியாக வந்ததைத்தான் உடும்புப் பிடியாக பிடித்துக்கொள்வாள். சுயமாக சிந்திக்கவே மாட்டாள். எந்த மாற்றத்தையும் லேசில் ஒப்புக்கொள்ளாத மனசு.

அவர்கள் திருச்செந்தூரை அடைந்ததும் சமுத்திர ஸ்நானம் செய்யப் போனார்கள். ஜானகியும், பாட்டியும் புடவையை மார்புக்கு கச்சையாகக் கட்டியபடி ரவிக்கையைக் களைந்து சமுத்திரத்தில் இறங்கினார்கள். ஆனந்தி முழு ஆடையுடன் இறங்கினாள்.

"இது என்ன இது? இந்தக் காலத்திலே பெண்கள் நீச்சல் உடை போட்டுக்கிறா! இவ இப்படிக் குளிக்கிறாளே?" என்று பாட்டி சிரித்தாள்.

ஆனந்தி பதிலே சொல்லவில்லை. பிறகு எல்லோரும் ஆடை மாற்றிக்கொள்ளச் சென்றார்கள் - மண்டபத்துக்கு.

“நீங்கள் எல்லோரும் போங்கள். நான் அப்புறந்தான் உடை மாற்றிக்கொள்வேன்” என்றாள் ஆனந்தி.

“நல்ல வெட்கம் இந்தப் பெண்ணுக்கு!” என்றாள் ஜானகி.

அவர்கள் வெளியே சென்ற பிறகு ஆனந்தி உடை மாற்றிக்கொள்ள ஆரம்பித்தாள். ஈர மேல் ஆடைகளைக் களைந்து வேறு போட்டுக் கொள்ளும்போது பாட்டி ஞாபக மறதியாக உள்ளே நுழைந்தாள்.

ஆனந்தியின் முதுகுப் புறத்தைப் பார்த்து பிரமித்து நின்றாள்.

சிவந்த முதுகில் கரிய பட்டைகள் - சூடிழுத்த பட்டைகள்! ஆளரவம் கேட்டு ஆனந்தி திடுக்கிட்டுத் திரும்பினாள். அவளது மேலங்கி நழுவிற்று. மார்பிலும் கோடுகள்!

“பாட்டி!” ஆனந்தியின் குரல் நடுங்கிற்று. பாட்டி அவளருகில் வந்து அவளது முதுகையும் மார்பையும் போர்த்தினாள். மிதமிஞ்சிய பரிவுடன் கேட்டாள்.

“இதெல்லாம் என்னம்மா?”

பதில் சொல்ல முடியாமல் ஆனந்தி விசித்து அழுதாள்.

“இதெல்லாம் என் மாஜி புருஷன் கொடுத்த சூடுகள்! இதெல்லாம் என் பாவ மூட்டைன்னு நீங்க நினைக்கல்லையா, பாட்டி?”

ஆனந்தியை அணைத்துக் கொண்ட பாட்டியின் கண்களில் நீர் நிறைந்தது.

❖❖❖

24

அத்தியாயம்

“கேச பாகத்ருத பிஞ்சி காவிததி ஸஞ்சலன் மகர குண்டலம்”

குருவாயூரப்பனின் நிர்மால்ய தரிசனத்துக்கு நின்றிருக்கையில் பாட்டியின் கண்களில் ஆனந்த பாஷ்பம் பொழிந்தது.

“என்னப்பனே, குழம்பியிருந்த அர்ஜுனனுக்கு உபதேசம் பண்ணி விஸ்வரூப தரிசனம் காட்டினேயேடாப்பா! குழம்பியிருக்கிற எங்க மனசுக்கும் உபதேசம் பண்ணுடாப்பா. உன் தரிசனம் கிடைக்கிற பாக்கியத்தைக் கொடுடா அப்பா!”

பாட்டியின் அனத்தலும் வேண்டுதல்களும் குருவாயூரை அடைந்தவுடன் அதிகமாகிவிட்ட மாதிரி இருந்தது. வெளியில் பீ. லீலாவின் நாராயணீய ரெக்கார்டோடு பாட்டியும் ஒரு அட்சரம் தப்பாமல் சொல்லியது ஆனந்திக்கு ஆச்சரியமாக இருந்தது. பாட்டியின் குரலும் இனிமையாக இருந்தது.

இன்னும் இருட்டாகவே இருந்தது. நடு இரவு என்றுதான் சொல்ல வேண்டும். இன்னும்

பக்த கோடிகள் தலைக்கு ஸ்நானம் செய்து ஈரத் தலையுடன் நெற்றியில் சந்தனப் பொட்டிட்டுக் கொண்டு, காட்டில் தொலைந்து போன ஆட்டை ஆட்டிடையன் கூப்பிடுகிற மாதிரி, "நாராயணா, குருவாயூரப்பா" என்று சப்தமிட்டுக் கூப்பிடுவது ஆனந்திக்கு மயிர் கூச்செறிந்தது. மனிதர்கள் ஏதோ தொலைத்து விட்டுத்தான் தேடுகிற மாதிரி இருந்தது. தேடுகிற பண்டம் இங்கே கிடைக்குமா?

கணகணவென்று மணியோசை அடித்ததும் சரேலென்று எத்தனையோ ஜன்மங்களாகப் பிரிந்திருந்த பெற்ற மகனைப் பார்க்கும் தாபத்துடன் ஜனங்கள் உள்ளே முண்டி அடித்துக் கொண்டு ஓடும் வேகத்தை, அவள் பிரமிப்புடன் பார்த்தாள். இது என்ன பக்தி! இத்தனை ஜனங்களின் பக்தி அந்த மூல விக்கிரகத்தில் சக்தியாகப் பிரதிபலிக்காமல் என்ன செய்யும்? அந்தச் சக்தி மறுபடி ஜனங்களுக்கே திரும்பி வருமல்லவா? கலாவின் பாஷையில் இது ஒரு ஸயண்டிஃபிக் ரியாக்ஷன் என்று அவளுக்குத் தோன்றிற்று. இந்த பக்திக் கும்பலுக்கிடையே இது என்ன ஆராய்ச்சி? ஏன் கூடாது? பாட்டி இந்த வயதில் கங்கையைப் பற்றி ஆராயும்போது இருபத்திரண்டு வயதில் பலவித கசப்புகளை விழுங்கியவள் ஆன்மீகத் துறையில் ஆராய்ச்சி செய்யக் கூடாதா?

குருவாயூரப்பனின் சமீபத்துக்கு வந்தாகி விட்டது. ஜகத்ஜோதியாக சர விளக்குகளின் பிரகாசம் அப்பனின் முகத்தை மறைத்த மாதிரி இருந்தது. வலம் வந்து வந்து தரிசிக்கையில் போத்திகள் விரட்டிக் கொண்டே இருந்தார்கள். பாட்டியின் கண்களில் தாரை தாரையாகக் கண்ணீர். எத்தனை முறை வலம் வந்தாலும் அவளுக்குத் திருப்தி இல்லை. நாயர் பெண்களின் ஈர முடியும், தேங்காய் எண்ணெயின் வாசனையும் எங்கு பார்த்தாலும் நம்பூதிரிகள் குடையைப் பிடித்தபடி நாராயணா நாராயணா என்று வலம் வரும் காட்சியும் இத்தகைய பக்திப் பிரவாகத்தை எங்கேயுமே பார்த்ததில்லை என்று தோன்றிற்று.

ஆனந்திக்கு, கோவில் யானையின் சீவேலி பிரதக்ஷணமும் துலாபாரத்துக்கு நிற்கும் ஜனங்களும் கோயில் பிரசாதத்தை வாங்கிக் கொள்ளும் வினயமும், அன்னப் பிராஸனத்துக்கு அமர்ந்திருந்த குழந்தைகளின் வரிசையும், இந்த எளிமையும் பக்தியும் நெஞ்சையெல்லாம் அள்ளிக் கொண்டு போகிறதே? என்ன விடை கொடுப்பாள் உன் அம்பாள் என்று அம்மாவை முன்பு அவள் நையாண்டி செய்வாளே! விடையைக் கேட்க வேண்டாம் என்று தோன்றிற்று இப்பொழுது. அவரவர் புத்திக்கு எட்டுகிற மாதிரி விடையைக் காண வேண்டும். புத்தியைத்தான் பகவான் கொடுத்திருக்கிறார். தட்டிக் கொட்டி சரி பண்ண மாட்டார். இந்த நாராயணா என்ற அலறலும், தேவி என்னை ஆதரி என்கிற வேண்டுதலும் ஆத்ம பலத்துக்காகத்தான். ஒவ்வொரு உடலுக்குள்ளும் உறங்கும் ஆன்மாவைத் தட்டி எழுப்பத்தான், தட்டியெழுப்பப்பட்ட ஆன்மா தான் விடையைக் காண்பிக்கும். நீ யார் என்று உன்னையே கேட்டுக் கொள் என்றாரே பகவான் ரமண மகிரிஷி... இந்த நாராயணா என்கிற கதறலில் மனிதன் ஒருவனேனும் புரிந்து கொள்வான். நீயே நான், நானே அவன்... மனிதனுக்கு மனிதன் பேதமில்லை. நாராயணன் எல்லோர் உள்ளும் இருக்கிறான் என்று எவனாவது புரிந்து கொள்வான்...

"நீங்களே நானாய் நானே அவனாய் இருக்கையில் நமக்குள் என்ன பேதம் பாட்டி!" என்று அவள் பாட்டியைக் கேட்டபோது பாட்டி விழித்தாள்.

பிறகு சிரித்தாள்.

"விடுகதை போடுகிறாயா?" என்று அவளை அணைத்துக் கொண்டாள்.

"இந்த இருபத்திரண்டு வயசிலே உனக்கு ஞானம் ஜாஸ்திடி பொண்ணே."

"இந்த ஞானம் என் கண்ணையும் மத்தவா கண்ணையும் திறக்குமா பாட்டி?"

பாட்டி மறுபடியும் சிரித்தாள்.

"மொத்தத்திலே மனுஷாளுக்கு தூக்கம் அதிகம். விழிச்சுண்டிருக்கிற நேரமே குறைச்சல்."

"விழிச்சுக்க என்ன செய்யலாம்?"

"எதாவது ஷாக் கிடைக்கணும், உனக்கு கிடைச்ச மாதிரி."

"அது ரொம்ப ஆபத்தாச்சே?"

"கண் திறக்கிறது முக்கியங்கறப்போ ஆபத்தைக் கண்டு பயந்தா முடியுமா?"

இந்தப் பத்து நாட்களில் பாட்டியும் அவளும் எத்தனை நெருக்கமாகி விட்டார்கள் என்று அவள் நினைத்துக் கொண்டாள். இந்தப் பாட்டி இத்தனை கெட்டிக்காரத்தனமாப் பேசுகிறாளே, அவள் அடிப்படையில் மாறுவாளா? அம்மாவும் அப்பாவுமே மாற மாட்டார்கள் போலிருக்கிறதே? இந்த வேலிகளை லட்சியம் செய்யாமல் குதிக்க மனசு வருமா?

அவர்கள் தங்களது சுற்றுப் பயணத்தை முடித்துக் கொண்டு சென்னைக்கு வந்து சேர்ந்தார்கள். முதலில் பாட்டியை இறக்கிவிடப் போனபோது ஸ்ரீதர் வந்து விட்டிருந்தது தெரிந்தது.

அவனைக் கண்டதும் அவளுக்குக் குபீரென்று முகம் சிவந்தது. அவனுடைய கடிதம் நினைவுக்கு வந்தது. அதன் வார்த்தைகள் நெஞ்சத்தில் கொஞ்சிக் கொஞ்சி நின்றன. அவனும் கட்டுண்டவன் போல் நின்றான்.

அவன் சட்டென்று சமாளித்துக் கொண்டு, "பாட்டி பிரயாணம் உனக்குத் தாங்கித்தா?" என்றான்.

"அட, இவ்வளவு சீக்கிரம் என் ஞாபகம் வந்துடுத்தே!" என்றாள் பாட்டி.

"உன்னை நினைக்காத நேரமில்லே!"

"சாப்பாட்டுக்காகத் தானே?" என்றாள் பாட்டி. "எல்லோரும் உள்ளே வாங்கோ. ஸ்ரீதர் டீ நன்னா போடுவான்" என்றாள்.

ஸ்ரீதர் சுய நினைவு அடைந்தவனாய், "உள்ளே வாருங்கள், டீ பஸ்ட் க்ளாஸாகப் போடுவேன், சாப்பிட்டுப் போகலாம்" என்றான்.

பாட்டி கிணற்றடிக்குப் போய் கால் கழுவிக் கொண்டு வந்தாள்.

"நீங்கள் இன்டர்வியூ எப்படிச் செய்திருக்கிறீர்கள்? அதைச் சொல்லுங்கள் முதலில்."

"நன்றாகச் செய்திருக்கிறேன்."

"குட்"

"ரமேஷ் எப்படிப் பண்ணியிருக்கிறானாம்?"

"அவனும் நன்றாகத்தான் செய்திருக்கிறானாம்."

"அப்ப ஷூர் பாஸ்தான் ஸ்வீட் எங்கே?"

"ரிஸல்ட் வர வேண்டாமா? இப்பக் கேட்டா ஒரு அரை வேக்காடு ரவா கேஸரி கொண்டு வந்து தருவேன்."

"ஏது?" என்றாள் பாட்டி.

"நேத்து நானும் ரமேஷும் பண்ணினோம். வாயிலே ஒட்டிண்டு வரவேயில்லை. சுரண்டி எடுத்தோம்!"

"பாட்டி நீ உக்காரு!" என்று உள்ளே போனான்.

"ரவா கேஸரி மாதிரி டீயைப் பண்ணாதே" என்று உட்கார்ந்தாள் பாட்டி.

ஆனந்தி "நான் பார்க்கிறேன்" என்றபடி உள்ளே போனாள்.

காஸில் அவன் வென்னீர் வைத்திருந்தான். அவளைக் கண்டதும்,

"கிணற்றடியில் கால் அலம்பாமல் உள்ளே வரக்கூடாது" என்றான்.

"எனக்கு தண்ணீர் இழுக்கத் தெரியாதே!"

அவன் அவள் காதுகளில் கிசுகிசுத்தான்.

"நானிருக்க பயமேன்?"

அவளுக்கு முகம் சிவந்தது.

கிணற்றடிக்குப் போனதும் "கொஞ்சம் எட்டிப் பாரேன்! எனக்கு மறுபடி சான்ஸ் கொடேன்" என்றான்.

"நீங்கள் மிகவும் குறும்புக்காரர்!"

"என் கடிதத்தைப் படித்தாயா?"

"படித்தேன்."

"அதற்கு என்ன பதில்?"

"உங்களிடம் டாகூரின் கீதாஞ்சலி புத்தகம் இருக்கா?"

"இருக்கே!"

"அதில் முப்பத்தெட்டாவது கவிதையைப் படியுங்கள்."

அவன் ஆச்சரியத்துடன் அவளைப் பார்த்தான். "அதெப்படி அவ்வளவு கரெக்டா சொல்கிறாய்? அதையும் ரிசர்ச் செய்கிறாயா?"

அவள் சிரித்தாள்.

"எனக்கு கீதாஞ்சலி பொட்டை நெட்டுரு" என்றாள். அவன் அவளது கைகளைப் பற்றப் போனான்.

"ஐய்யோ டீக்கு ஜலம் கொதிக்கிறது" என்றபடி உள்ளே போனாள்.

"நான் போடுகிறேன், போ" என்று அவன் அவளை விரட்டினான். அவள் சாதுவாக கூடத்துக்கு வந்து உட்கார்ந்தாள்.

அவன் சில விநாடிகளில் தம்ளர்களில் டீயை ஊற்றிக்கொண்டு வந்து எல்லோருக்கும் கொடுத்தான்.

"பாட்டி சாப்பிடு. பிரம்மச்சாரி போட்டிருக்கேன். கிணத்து ஜலத்திலே" என்றான்.

பாட்டி தன் அசதியிலும் சிரித்தாள்.

எல்லோரும் சிறிது நேரம் அவனது இன்டர்வியூவைப் பற்றியும், க்ஷேத்திராடனத்தைப் பற்றியும் பேசிக் கொண்டிருந்தார்கள்.

பிறகு ஜானகிராமன் எழுந்தார்.

“வருகிறோம்பா. ரொம்ப அலுப்பா இருக்கு. பாட்டி எங்களோடு வந்தது ரொம்ப ஜாலியாக இருந்தது. நாளைக்கே காலேஜ் திறக்கிறா போலிருக்கே? நீ காலேஜுக்குப் போவியா, இல்லையோ?”

“போகாமே? ஐ.ஏ.எஸ். பாஸாவேன்னு என்ன நிச்சயம்?”

“எல்லாம் பாஸாவாய்” என்றபடியே எல்லோரும் கிளம்பினார்கள்.

ஆனந்தியை அவன் பார்க்கையில் கண்களாலேயே விடை கொடுத்தாள்.

வீட்டிற்குப் போய் சமைக்க வேண்டாம் என்று ஒரு ஹோட்டலில் சாப்பிட்டு விட்டு வீட்டுக்குப் போய் அவர்கள் சேர்ந்தார்கள்.

உடம்பு ஒரே அலுப்பாக இருந்தாலும் ஆனந்திக்கு மனசு லேசாகிப் போயிருந்தது. ஸ்ரீதரின் முகமும் அவனது சிரிப்பும் கண்ணில் கட்டி நின்றது.

நீ பரிசுத்தமானவள், பவித்ரமானவள்...

அவன் ஒருவனால்தான் அத்தகைய வார்த்தைகளைச் சொல்ல முடியும். அவளது கடந்த கால வாழ்வைப் பற்றித் தெரிந்திருந்தும் விகல்பமில்லாமல் அன்பு செலுத்த அவனால்தான் முடியும். ரமேஷ் சொன்ன மாதிரி தப்பே நினைக்காத மனசு. அன்பைத் தவிர வேறொன்றும் அறியாத மனசு. அத்தகைய மனத்தின் அன்பு தனக்குக் கிடைக்குமானால் அவள் எத்தகைய அதிருஷ்டம் செய்திருக்க வேண்டும்? அத்தகைய மனத்தின் அன்பு மட்டும் கிடைத்தால் போதுமா? அதை அனுபவிக்க வாய்ப்பிருக்குமா?

அப்பாவிற்கு ஆண்டவனுக்கெதிரில் விக்கி விக்கி அழத் தெரிகிறதே தவிர, மனத்திற்குள் ஓர் தீர்மானத்தை ஏற்படுத்திக்கொள்ளத் தெரியவில்லையே? அம்மாவுக்கு சம்மதம்

சுயமாகக் கொடுக்கத் தெரியாவிட்டாலும் அப்பா தீர்மானித்தால் ஏற்றுக்கொள்வாள். இந்தத் தீர்மானம் எப்பொழுது ஏற்படப் போகிறது?

அவள் வரையில் என்ன தீர்மானம்? அவள் யோசித்தாள். எந்த கணத்திலோ எந்த யுகத்திலோ ஏற்பட்டு விட்ட தீர்மானம் போல அல்லவா இப்பொழுது மனத்தில் நினைத்த மாத்திரத்தில் தோன்றுகிறது? ஆனந்தத்தில் இருக்க வேண்டியவள் நீ என்று ஏதோ உபநிஷத்தைச் சொல்கிற மாதிரி அல்லவா அவன் எழுதியிருந்தான்? முன்பெல்லாம் அப்படித்தானே அவள் இருந்தாள். உன் பெயர் உனக்கு மிகவும் பொருத்தம் என்பார்களே எல்லோரும்? அப்படி சதா சிரித்துக் கொண்டு உலகமே அன்பு மயம். ஆனந்த மயம் என்றுதானே இருந்தாள், அந்தப் பயங்கர நான்கு வருடங்கள், அவள் நினைத்ததெல்லாம் பொய். அவளது ஆனந்தமெல்லாம், கற்பனை, வாழ்க்கையின் எந்த இன்பக் கோட்டையும் மணற்கோட்டை என்றல்லவா அவளை நினைக்க வைத்தது? அந்த அதிர்ச்சியிலிருந்து அவள் மீள நினைத்து இந்த வாழ்க்கையே வேண்டாம் என்று நினைத்தபோது, மறுபடியும் அவளது பயங்கர அனுபவங்கள் உண்மையில்லை, பொய்மைக்கு உயிரில்லை, அதர்மத்திற்கு அழிவுண்டு என்கிற மாதிரி அவளை ஆண்டவன் மீட்டாரோ?

அந்த நான்கு வருஷங்கள் நிஜங்கள் இல்லை. நிழல்கள். அவள், வெளிச்சத்துக்கு வந்து விட்டாள். இனி அந்த நிழல்களைக் காண மாட்டாள். இதற்கு மற்றவர்கள் ஒத்துழைப்பார்களா? ஆன்மாவுக்கு அழுக்கில்லை என்றாள் பாட்டி. ஆனால், அவள் சம்மதிப்பாளா அவளை ஏற்றுக்கொள்ள? அன்று அவளது தழும்புகளைப் பார்க்கையில் கண்ணீர் வடித்தாளே, அவளுக்கு வாழ்வளிக்க வேண்டிய அளவுக்கு அக்கண்ணீருக்கு சக்தி இருக்குமா?

தனக்குள்ளே இந்தச் சக்தி எப்பொழுது பெருக்கெடுத்தது? அவளையும் மீறிக் கொண்டல்லவா? அவளாக ஏற்படுத்திக்

கெண்டிருந்த மௌனம் திடீரென்று சங்கீதமாக வெடித்துக் கொண்டு கிளம்பவில்லையா? பறவைகளின் சலசலப்பாய் மனசு பாடிப் பறக்க ஆரம்பிக்கவில்லையா அவள் அடக்க அடக்க? மொட்டைக் கிள்ளி எறிந்து விடப் பார்த்தாள். அதற்குள் அது திடீரென்று மலர்ந்து நின்று இது பூஜிக்க வேண்டிய மலர் என்கிறதே? ஓ! என்ன நேர்ந்து விட்டது? அன்பு என்பது இதுதானா? கடவுளே இதற்காக எத்தனை கொடிய பாதையைக் கடந்து வந்திருக்கிறேன். திசை தெரிந்து விட்டது. ஆனால், அதை அடைய பாதை இன்னும் நீண்டு கொண்டே போகுமோ?

அவள் புன்னகையுடன் நினைத்துக் கொண்டாள். அவன் கீதாஞ்சலியைப் பிரித்திருப்பான். முப்பத்தி எட்டாவது கவிதை -

“எனக்கு நீ வேண்டும் நீதான் வேண்டும் என்னுடைய இருதயம் விடாமல் சொல்லிக் கொண்டிருக்கட்டும் கடைசி வரை. என்னுடைய மற்ற ஆசைகள் எல்லாம் காலையிலும் மாலையிலும் அலைக்கழிப்பவை - பொய்மையானவை, வெறுமையானவை - வெளிச்சத்தைத் தன்னுள் அடக்கிக் கொண்டிருக்கும் இரவைப் போல் என்னுடைய அந்தராத்மாவிலிருந்து ஒரே ஒரு குரல் ஒலித்துக் கொண்டேயிருக்கிறது. எனக்கு நீ வேண்டும் - நீதான் வேண்டும்”

இதைப் படித்து விட்டு அவன் என்ன நினைப்பான்?

இந்தக் கற்பனையிலேயே அவள் உறங்கிப் போனாள்.

காலையில் எழுந்திருக்கையிலேயே நேற்றைய களைப்பினால் நேரமாகி விட்டது. அம்மாவுக்கும், அப்பாவுக்கும் எந்த வித்தியாசமுமில்லை. அம்மா தன் பாட்டுக்களை முணுமுணுத்தபடி வேலையில் ஆழ்ந்திருந்தாள். அப்பா விஷ்ணு சஹஸ்ரநாமத்தைச் சொல்லிய வண்ணமிருந்தார். இவர்கள் எதையோ தவிர்க்க முயற்சிப்பவர்கள் மாதிரி இருந்தது. கடவுளே, இவர்கள் மாறுவார்களா?

அவள் முகம் கழுவுகையில் அப்பா நமஸ்கரிப்பது புரிந்தது.

"பரித் ராணாய ஸாது நாம்
வினா சாயச துஷ்க்ருதாம்!
தர்ம ஸம்ஸ்தா பநார்த்தாய
ஸம்பவாமி யுகே யுகே!"

ஆண்டவனே, இந்த மாதிரி ஏதாவது ஸ்டண்ட் செய்யவாவது நீ வரமாட்டாயா? எந்த ரூபத்திலாவது என்று அவள் வேடிக்கையாக நினைத்துக் கொண்டாள். பாட்டி சொன்னாள்: "உனக்கேற்பட்ட மாதிரி ஷாக் ஏற்பட்டாதான் மனுஷா முழிச்சுப்பா!" சிவ சிவா. அந்த ஷாக் யாருக்கும் வரவேண்டாம். அவள் காத்திருப்பாள். மெல்ல மெல்ல அவள் படும் துன்பத்தைப் பார்த்து அவர்கள் மனம் மாறமாட்டார்களா? இல்லை, அவளுக்கே தைரியம் வராதா?

அப்பா ஏதோ தீவிர யோசனையில் இருக்கிற மாதிரி இருந்தது. அதிகம் பேசவே பேசாமல் அவளைக் காலேஜில் விட்டுவிட்டுப் போனார். கலா ஓடி வந்து அவளைக் கட்டிக்கொண்டாள். அவளது முகமே மாறிப் போயிருந்த மாதிரி இருந்தது. ஆ! இதென்ன இவளது முகத்தில் இவ்வளவு ஜொலிப்பு?

"என்ன கலா, ரொம்ப குஷியாக இருக்கிறாயே?" கலா புருவத்தை உயர்த்தினாள்.

"அப்படியா? இல்லையே? எப்பொழுதும் போல்தான் இருக்கேன்" என்றாள்.

ஏதோ வித்தியாசம் இருக்கிறது என்று தோன்றிற்று ஆனந்திக்கு.

தன்னால் வெளியில் வருகிறது என்று ஆனந்தி பேசாமல் இருந்தாள்.

எதிரே ரூபா குட்டை மயிரை உலுக்கியபடி மெல்லிய புடவைக்கடியில் நாபி தெரியும்படி நடந்து வருவது தெரிந்தது. கலா ஆனந்தியின் விலாவில் இடித்தாள் முழங்கையால்.

"என்ன?"

"நம்மைப் பார்த்தும் பார்க்காமல் போகிறாள் பார்த்தாயா? உன்னுடைய கேஸ் ஜெயிச்சுட்டது என்கிற பொறாமை அவளுக்கு."

"கிடக்கிறாள் விடு! இப்பொழுது பாவம், யாரோடு சுத்துகிறாளோ?"

"அவளுக்கா ஆள் கிடைக்காது? அது இப்படித்தான் அதனுடைய சதாபிஷேகம் வரை அலையும்!"

ஆனந்தி கலகலவென்று சிரித்தாள்.

"ஆனந்தி, நீ இப்படி சிரிப்பதைக் கேட்டு எத்தனை நாள் ஆகிவிட்டது."

ஆனந்தி பதில் பேசாமல் நடந்தாள். ஆமாம் இப்பொழுது ஏதோ மனசு லேசாகிப் போனாற்போல் தான் இருக்கிறது. தளைகளிலிருந்து விடுபட்டதினால் மாத்திரமில்லை. புதிய பொக்கிஷம் ஏதோ ஒன்றைக் கண்டுபிடித்த மாதிரி...

* * *

அன்று வழக்கமாக வரும் புரொபஸர் வரவில்லை. மறுபடி உடம்பு சுகமில்லை என்று. அதைக் கேள்விப்பட்ட உடனேயே ஆனந்தியின் மனம் துள்ளிற்று. ஸ்ரீதர் அல்லவா எடுப்பான் வகுப்பை!

ஸ்ரீதர் வந்தான்.

ரிஜிஸ்டரைத் திறந்து அவளது பெயரை உச்சரிக்கையில் அவளை நிமிர்ந்து பார்த்தான். பார்வைகள் கவ்வி நின்ற மாதிரி நின்றது. கணங்கள் யுகங்களாய்... அவை நூறாயிரம் கவிதைகள் பேசின. அவன் கீதாஞ்சலியைப் படித்திருப்பான் என்று புரிந்தது.

நாட்கள் உருண்டு கொண்டிருந்தன. ஆற்று மணலாய் கை நழுவிப் போய்க் கொண்டிருந்தன. வெறும் சங்கேத பாஷைகள் மனத்தின் படபடப்புக்கள்... பெரியவர்களுக்கு நடுவே சந்திப்புக்கள்,

தனியாக சந்திக்கவோ, கடிதம் எழுதவோகூட தைரியமில்லை. மனத்தின் எதிர்ப்புகள்... மலர விழையும் எதிர்பார்ப்புகள், மலர முடியாமல் கருகி விடுமோ என்கிற பயங்கள்.

அவனது பரீட்சை முடிவு வரட்டும் என்று அவன் காத்திருப்பதுபோல் அவளுக்குப் பட்டது. ஆனால், அப்பா ஏதோ யோசனையில் இருந்த வண்ணமாகவே இருந்த மாதிரி இருந்தது.

ஒரு நாளைக்கு அப்பா கார் ஓட்டி வர அவள் வீட்டுக்குச் சென்று கொண்டிருக்கையில் எதிரே செல்லும் ஸ்கூட்டரில் கலா உட்கார்ந்திருப்பது தெரிந்தது. முன்னே உட்கார்ந்திருந்தது ரமேஷ்!

❖❖❖

நின்றது. அவள் வெளியே பார்வையைச் செலுத்தினாள். அவளா அப்படிப் பேசினாள்?

பாதையில் பள்ளிக்கூடத்திலிருந்து செல்லும் பெண்கள், கவுன் போட்ட, பாவாடை கட்டிய, தாவணி கட்டிய, புடவை கட்டிய பெண் குழந்தைகள் சிலர் சிரித்துக் கொண்டு போகிறார்கள். சிலர் பேசாமலே போகிறார்கள். பெண்களே, எவ்வளவு முடியுமோ அவ்வளவு சிரித்து முடியுங்கள். பேசி முடியுங்கள். கலாவை மாதிரி தைரியமில்லாவிட்டால் பிறகு வாய்ப்பே இருக்காது சிரிக்க, பேச, கும்மாளமிட... உங்களைச் சுற்றிலும் வேலிகள் - பார்ப்ட்வயர் ஃபென்ஸ்கள். உங்களில் எத்தனை பேருக்கு அவற்றை தகர்த்தெறிய தைரியமிருக்கும்?

வீடு வந்து விட்டது. வழக்கம் போல் அம்மா கொடுக்கும் டிபன் பிறகு முகம் கழுவுதல், அறையில் உட்கார்ந்தபடி கம்பனின் டாகூரின் கவிதைகளைத் தனக்குச் சாதகமாகச் சொல்லிக் கொள்வது... குருட்டு யோசனைகள். விடையே தெரியாத குருட்டு யோசனைகள். பிறகு படிப்பு, சாப்பாடு, தூக்கம்... தூக்கத்தில் கேட்கும் குரல்... உன்னை நேசிக்கிறேன்... எங்கும் குரல்...

அவள் அலுப்புடன் வீட்டுக்குள் நுழைந்தாள். அம்மா மேஜையில் இட்லியையும் சட்னியையும் வைத்துக் காத்திருந்தாள். முகம் கழுவிக் கொண்டு வந்து ஆனந்தி அதைச் சாப்பிட்டாள். சாப்பிடுகையில் அம்மா சொன்னாள்.

"அம்புஜம் வந்திருக்கா. கைக் குழந்தையைக் காண்பிக்க. உன்னைப் பார்த்துட்டுத்தான் போவாளாம்."

ஆனந்தியின் அதரங்களில் ஒரு புன்னகை அரும்பிற்று. காப்பியை ஒரு மடக்கு விழுங்கிவிட்டு கொல்லைப் பக்கம் துளசி மாடத்துக்கு அருகில் உட்கார்ந்திருந்த அம்புஜத்திடம் விரைந்தாள்.

அம்புஜம் வெட்கத்துடன் எழுந்திருந்தாள்.

"என்ன குழந்தை அம்புஜம்?"

"பொண்தாம்மா!" அம்புஜத்தின் குரலில் ஒரு குறை.

ஆனந்திக்கும் குறையாக இருந்தது. என்னதான் ஆணும், பெண்ணும் சமம் என்று மார்தட்டினாலும் பெண்ணுக்கிருக்கும் துன்பங்கள் ஆணுக்கு எங்கேயிருக்கிறது?

ஒரு கந்தல் துணியில் மலர் பொட்டலமாக இருந்தது குழந்தை. வாழைப் பூவின் அடிப்பூக்கள் மாதிரி சின்னச் சின்ன பிஞ்சு விரல்கள். இது என்னென்ன அனுபவிக்கப் பிறந்திருக்கிறதோ? ஆனந்தி ஆசையுடன் அதை வாங்கிக் கொண்டாள். ஒரு மாதக் குழந்தை நோஞ்சலாகத்தான் இருந்தது.

"நீ நல்லாயிருக்கியா அம்புஜம்?"

"உன்னோட தயவாலே நல்லா இருக்கேன். அடுத்த மாசத்திலேந்து வேலைக்கு வந்துடுவேன்."

குழந்தையை அவளிடம் திருப்பிக் கொண்டு விட்டு ஆனந்தி உள்ளே போனாள். ஐந்து ரூபாய் பணத்தையும், ஒரு பழைய புடவையையும் கொண்டு வந்து அம்புஜத்திடம் நீட்டினாள்.

"நீ நல்லாயிருக்கணும் மகராசி!"

அம்புஜத்தின் கண்ணில் நீர் துளிர்த்தது.

ஆனந்தி உள்ளே வருகையில் அம்மா சொன்னாள்.

"நீ வாரி வாரி கொடு அவ ஏன் உன்னை வாழ்த்த மாட்டா?"

ஆனந்தி ஒரு நிமிஷம் அம்மாவை ஏறிட்டுப் பார்த்தாள்.

"ஏம்மா, எல்லோருடைய ஆசியும் எனக்கு இப்போ அவசியமில்லைன்னு நீ நினைக்கிறியா?"

அம்மாவைப் புண்படுத்தியது மனத்துக்குப் புரிந்தது. இருந்தும் இனம் புரியாத ஆத்திரம் அம்மாவின் மேலும் அப்பாவின் மேலும் எழுந்தது. இப்படியே அதிக நாள் இருக்க முடியாது.

அது என்றாவது வெடித்துதான் ஆக வேண்டும். அப்பாவிடம் சொல்லிவிட வேண்டும். இனி அதிக நாள் தாங்காது... ஸ்ரீதரைக்

கேட்க வேண்டும். இன்னும் ஏன் அப்பாவைக் கேட்கத் தயங்குகிறீர்கள் என்று...

உள்ளே அம்மா அம்பாள் பாட்டு பாடுகிறாள்.

'எந்த வரங்கள் எவர் கேட்டாலும்
இஷ்டமாய்த் தான் கொடுப்பாள்'

இன்று ஆனந்திக்குக் கோபத்துடன் கேட்க வேண்டும் போலிருந்தது. உன்னுடைய அம்பாள் ஊமையாக இருக்க வேண்டும். அல்லது என்னைக் கண்டு வெறுப்பவளாக இருக்க வேண்டும். நான் கேட்கும் வரத்தைக் காதிலேயே போட்டுக்கொள்ளாமல் இருக்கிறாளே... அப்பாவின் குரலும் பிற்பாடு கேட்கிறது.

"நேயத்தே நின்ற நிமலனடி போற்றி!
மாயப் பிறப்பறுக்கும் மன்னனடி போற்றி!.."

அப்பா இருபத்திரண்டு வயதில் எந்த மாதிரி வாழ்க்கையை நான் மேற்கொள்ள வேண்டும் என்று நினைக்கிறீர்கள்? ஒரு சன்யாசினி மாதிரி நான் வாழ முடியும் என்று நினைக்கிறீர்களா...? வாழ்ந்திருப்பேன். இந்த ஸ்ரீதரைப் பார்த்திராவிட்டால், இந்த அன்புச் சுனை மனத்தில் வெடித்திராவிட்டால்...

பட்சிகளின் ஆரவாரம் அடங்கிவிட்டது. அமாவாசை இருட்டு வெளியே கரும் போர்வை போர்த்தியிருக்கிறது. தெரு விளக்குகள் தூங்கி வழிகின்றன. அப்பா கூப்பிடுவது கேட்கிறது.

"வாம்மா சாப்பிட, நியூஸ் கேட்கும் நேரம் வரப் போகிறது. வா."

அவளுக்கு எதிலும் சுவாரஸ்யமில்லை. எந்தச் செயலிலும் ஆர்வமில்லை.

டிரான்ஸிஸ்டரை அப்பா சாப்பாட்டு மேஜை மேலேயே வைத்திருக்கிறார்.

ஆங்கிலச் செய்தி ஆரம்பமாகி விட்டது. அவள் அதில் லயிப்பில்லாமல் கேட்டபடி சாப்பிட்டுக் கொண்டிருந்தாள். "ஐ.ஏ.எஸ். தேர்வுகளின் முடிவு - முதல் ராங்க் யஞ்ஞ நாராயணன் ஸ்ரீதர்."

அவள் உலகம் ஸ்தம்பித்துப் போனவள் மாதிரி திக்குமுக்காடிப் போனாள்.

"அப்பா ஸ்ரீதர் பஸ்ட் ராங்க்!" என்று கத்தினாள்.

அப்பா "உஷ்" என்றார் சிரித்துக் கொண்டே.

பதினைந்தாவது பெயராக ரமேஷ் பாண்டேயின் பெயரை அறிவித்தார்கள்.

"உன் சிநேகிதி புடிச்சாலும் குதிரைக் கொம்பனாத்தான் புடிச்சிருக்கா."

அவளுக்கு அப்பாவின் பேச்சு ரசிக்கவில்லை.

"என்ன பேசறேள் நீங்க இரண்டு பேரும்?" என்றாள் அம்மா.

அப்பாவே சொல்லிக்கொள்ளட்டும் என்று அவள் கையை கழுவிக் கொண்டு தன் அறைக்குப் போனாள். மனம் விவரிக்கத் தெரியாத ஆனந்தத்தில் திளைத்தது. ஸ்ரீதர் பஸ்ட் ராங்க்! அவளுடைய ஸ்ரீதர்! அவள் கதவைத் தாழ் போட்டுக் கொண்டு ஸ்ரீதர் முன்பு எழுதிய அந்தக் கடிதத்தைப் படித்தாள் பல முறை. படித்துக் கொண்டே தூங்கிப் போனாள்...

காலையில் கல்லூரிக்குச் செல்லும் போது அப்பாவிடம் மெள்ளச் சொன்னாள்.

"அப்பா இன்னிக்குச் சாயந்திரம் ஸ்ரீதராத்துக்குப் போகலாமாப்பா? பாட்டியையும் பார்த்து நாளாச்சு?"

அவர் ஏதோ யோசனையிலிருந்தவர், "சரிம்மா" என்றார்.

"இன்னிக்கு உங்கம்மா திருவல்லிக்கேணி போகணும்னு சொன்னாள். அக்காவும் தங்கையும் பேச ஆரம்பிச்சா பொழுது போறதே தெரியாது. கொஞ்சம் சீக்கிரமா கிளம்பிப் போயிட்டு அங்கிருந்து ஸ்ரீதராத்துக்குப் போகலாம்."

எதையோ சொல்ல அவர் யோசிக்கிறார் என்று தோன்றிற்று. ஆனந்தி காத்திருந்தாள்.

அவர் மெல்ல காரை ஓட்டியபடி சொன்னார். "ஸ்ரீதர் உன்னைக் கல்யாணம் பண்ணிக்கிறதுக்கு நான் அனுமதி தர முடியுமான்னு கொஞ்ச நாள் முன்னாடியே கேட்டான் அம்மா..."

அவளுக்கு நெஞ்சு படபடவென்று அடித்துக் கொண்டது... "கேட்டானா, பின் ஏன் அவளிடம் சொல்லவில்லை...?"

"எனக்குச் சட்டென்று பதில் சொல்லத் தெரியவில்லை. நீ ஏற்கனவே ஒரு பெரிய அதிர்ச்சியில் இருக்கே. அதிலேயிருந்து இப்பத்தான் கொஞ்சம் நிமிர ஆரம்பிச்சிருக்கே. எனக்கு ஏதோ ஒரு பயம் அம்மா. உனக்கும் கல்யாணத்துக்கும் ராசியில்லையோன்னு... அதுவுமில்லாமே இரண்டாம் கல்யாணம் செய்யறதுங்கறதே மனசுக்கு என்னவோ மாதிரி இருந்தது. அதனாலேயே மனசுக்கு சமாதானம் தேட க்ஷேத்திராடனம் போனேன். எங்கேயும் விடை கிடைக்கில்லேம்மா. எது செஞ்சா சரி, எது தப்புன்னு புரியல்ல. மறுபடி உன்னை ஏதாவது கஷ்டத்துக்கு ஆளாக்கி விடுமோன்னு பயமா, குழப்பமா இருக்கு... உன் மனசு எப்படின்னு எனக்கு இப்பத்தான் புரிய ஆரம்பிச்சுருக்கு... புரிஞ்சதினாலே இன்னும் பயம் ஜாஸ்தியாயிருக்கு... ஒரு தரம் மோசமா அனுபவப்பட்டதாலே எதிலேயும் நம்பிக்கை வரமாட்டேங்கிறது..."

அவள் பதறாமல் பதில் சொன்னாள்.

"எனக்கு நம்பிக்கை இருக்கப்பா. அவரோட நான் சந்தோஷமா இருப்பேன் என்கிற நம்பிக்கை இருக்கு..."

அவர் இந்த தைரியமான வார்த்தைகளை அவளிடமிருந்து எதிர்பாராதவர் மாதிரி சற்று நேரம் பேசாமல் இருந்தார்.

பிறகு சொன்னார்.

"அவசரப்படாதேயம்மா. உன் எம்.ஏ.வை முடிச்சிடு. அவனுக்கும் டிரெயினிங் பீரியட் முடிஞ்சிடும். உன் மனசு அப்பவும் தெளிவாயிருந்தால் பார்க்கலாம்."

அதுவே அவளுக்குப் பெரிய விஷயமாகப்பட்டது. ஒரு வருஷம் என்ன, கல்ப கோடி காலம் காத்திருக்கலாமே!

கல்லூரியில் நுழைந்ததுமே ஒரே ஆரவாரம். ஸ்ரீதர் ஐ.ஏ.எஸ்ஸில் பஸ்ட் ராங்க் என்கிற விவரம் காட்டுத் தீயாய் ஆனந்த ஆர்ப்பரிப்பாய் பரவியிருந்தது. அவனது ஸ்கூட்டர் உள்ளே நுழைந்ததுதான் தாமதம். மாணவர்கள் அவனுக்கு மாலை போடாத குறையாகச் சூழ்ந்து கொண்டார்கள்.

அவன் வகுப்பில் எப்பொழுது நுழையப் போகிறான் என்று ஆனந்தி காத்திருந்தாள். கலாவைக் காணோம் ரமேஷைப் பாராட்டப் போனாளோ என்னவோ? அவளுக்கு இருக்கிற தைரியம் எனக்கு ஏன் இல்லை?

வகுப்பு மொத்தமாக எழுந்தது.

“கங்கிராசுலேசன்ஸ்!”

“தாங்க் யூ”

அப்பொழுதுதான் கலா உள்ளே நுழைந்தாள் பளபளக்கும் முகத்துடன்.

“கங்கிராசுலேசன் ஸார்!”

“தாங்க் யூ”

அன்றைக்கும் ஒரே பேச்சும் கும்மாளமும் தான். அவன் அடிக்கடி ஆனந்தியைப் பார்த்து புன்னகை புரிந்த மாதிரி இருந்தது. அவள் முகத்திலிருந்த புன்னகை மாறவே இல்லை.

வகுப்பு எப்படியோ முடிந்தது. லஞ்ச் பிரேக்கின் போது மூலைக்கு மூலை இதே பேச்சுத்தான்.

கலாவை இழுத்துக் கொண்டு ஆனந்தி ஒரு மூலைக்குப் போனாள்.

“ஏய் கள்ளி! எத்தனை நாளாக உன்னுடைய காதல் விளையாட்டு?” என்றாள்.

கலா கன்னங்குழிய சிரித்தாள்.

“எனக்கே ஞாபகமில்லை. உன் வீட்டில் நான் அவரைப் பார்த்தேனில்லையா. அன்றிலிருந்து என்றே வைத்துக் கொள்ளேன்!”

“ஆனாலும் உனக்கு தைரியம் ஜாஸ்தி.”

“இதிலே தைரியம் என்று சொல்ல என்ன இருக்கு? எனக்கு அவரைப் பிடிச்சுப் போச்சு. என்னை அவருக்குப் பிடிச்சுப் போச்சு. இந்த மாதிரி அன்பு பிறக்கும்போது அதைப்பத்தி வெக்கப்படறதுக்கு என்ன இருக்கு?”

“ஆர் யூ ஸீரியஸ்? நீ அவரைக் கல்யாணம் செய்துகொள்ளப் போகிறாயா?”

“ஸர்டன்லி, இல்லாவிட்டால விளையாட்டுக்காக அந்த ரூபா மாதிரி சுத்தறேன் அவரோடன்னு நினைச்சியா?”

“அதுக்கக் கேக்கலை. உங்கள் வீட்டிலே உங்க அப்பா அம்மா சம்மதிப்பாளா? உங்கப்பா பாவம், ஜாதகக் கட்டை தூக்கிண்டு அலையறார். வேறே ஜாதியிலே பண்ணிக்க சம்மதிப்பாரா? இஷ்டப்படுவாரா?”

“முதலில் இஷ்டப்பட மாட்டார். ஆனால், யதார்த்தமா யோசிச்சு பார்க்கிறப்போ கடைசியிலே சம்மதிப்பார். உனக்குத் தெரியாது ஆனந்தி. ஏழைகள் வசதியுள்ளவர்களைவிட யதார்த்தவாதிகள். கையிலே ஒரு காசில்லாமெ கல்யாணம் பண்ணிக்கிறேன்னு ஒரு ஐ.ஏ.எஸ். மாப்பிள்ளை வந்தா கசக்குமா? நான் என் முடிவைத் தீர்மானமா சொல்லிட்டேன். முதல்லே எங்கம்மா கொஞ்சம் கலங்கினாள். என்னைக் கண்டபடி திட்டினாள்.”

“ஆனந்தி, நம்ம சமூகம் எப்படியிருக்கு பார்த்தியா? இரண்டும் கெட்டான் சமூகம்! பெண்களை ஆண்களோடு படிக்க அனுப்பறது, அவர்களோடு ஆபீசுக்குப் போக அனுமதிக்கிறது, கல்யாண வயது வந்ததும் கல்யாணம் செய்து வைக்க முடியாம திகைச்சுப் போறது. அந்தப் பெண் தானே கௌரவமா ஒருத்தனை

தேடிப் பிடிச்சிண்டா கெட்டுப் போனவள் மாதிரி பேசறது, கற்பே இழந்துட்ட மாதிரி."

"ரமேஷை நான் கல்யாணம் செய்துகொள்ளப் போறேன் இன்னும் கொஞ்ச நாளில். நான் ஏன் அவரோட வெளியில் போகக் கூடாது. சினிமாவுக்குப் போகக் கூடாது? இதிலே என்ன தப்பு? என்னைப் பத்தி நாலு பேர் நாலு விதமா பேசுவாளாம். பேசட்டுமே! நான் ஏதாவது தப்பு செஞ்சாத்தானே பயப்படணும்? ரூபா மாதிரி தினமும் ஒருத்தனோட சுத்தறேனா? ரமேஷ் ஐ.ஏ.எஸ். பாஸ் பண்ணின உடனே இப்ப வீட்டிலே வாயை மூடிண்டிருக்கா. பதவிக்கிருக்கிற மதிப்பு மனுஷத்தனத்துக்கு இல்லை, பாத்தியா? சே!"

"ரமேஷின் அப்பா அம்மாவுக்கும் சம்மதமா?"

"சம்மதந்தான். பிள்ளையின் பேச்சுக்கு அவர்கள் ரொம்ப மதிப்புக் கொடுக்கிறா. நம்ம ஜாதியில்லையேடி. குலம் கோத்திரம் பார்க்க வேண்டாமான்னு அம்மா புலம்பினா. எல்லாத்தையும், பார்த்து ஆனந்திக்குப் பண்ணாளே அந்தக் கல்யாணம் என்ன ஆச்சு என்று திருப்பிக் கேட்டேன் வாயை மூடிண்டா..."

ஆனந்தி பேசாமல் புல்லைப் பிடிங்கிய வண்ணம் புல் தரையில் உட்கார்ந்திருந்தாள்.

கலா கேட்டாள்.

"ஆனந்தி நீ என்ன முடிவுக்கு வந்திருக்கே...?"

"எந்த முடிவு?"

"விளையாடாதே, ஸ்ரீதர் உருகறாரே அதற்கு என்ன பதில் சொல்லப்போறே? நீயே ஒரு சமாதானத்துக்கு வந்திருக்கிறாயா? உன் முகம் இப்போ நன்னா தெளிஞ்சிருக்கு. பைத்தியக்காரி மாதிரி பழசையே நினைச்சுண்டிருக்காதே. முடிவு பண்ணப் போறியா இல்லையா?"

"என்ன அதட்டறே, இப்படி?" என்று சிரித்தாள் ஆனந்தி.

“எங்கப்பா அவசரப்படாதே என்கிறார். எம்.ஏ. முடியட்டும். அதுவரை காத்திரு என்கிறார்.”

“மை காட்” என்று தலையில் அடித்துக் கொண்டாள் கலா. “இதெல்லாம் சூட்டோடு செய்யணும். இரண்டு உள்ளம் சேர ஆசைப்படும்போது அதைப் பிரிச்சுவைக்கிறது மகாபாவம்.”

ஆனந்தி சிரித்தாள்.

“அதை உன் அப்பாகிட்டே சொல்றேன்.”

இடைவேளை முடிந்து அவர்கள் வகுப்புக்குச் செல்லும்போது ஸ்ரீதர் ஒரு அறையில் தனியே உட்கார்ந்து கொண்டு ஏதோ எழுதுவது தெரிந்தது.

“கலா நீ போ. நான் இதோ வரேன்” என்று கூறிவிட்டு ஆனந்தி அறையினுள் நுழைந்தாள். ஸ்ரீதர் புன்னகையுடன் நிமிர்ந்தான்.

“முக்கியமான வேலையா?” என்றாள் ஆனந்தி.

“உன்னுடன் பேசுவதைவிட என்ன முக்கியமான வேலை? இங்கு சேகர் என்று ஒரு லெக்சரர் என்னோட வந்து கொண்டிருந்தானே ஞாபகம் இருக்கா? அவன் ஹைதராபாத்தில் இப்போ வேலையா இருக்கிறான். அதற்குள் எனக்கு தந்திகூட கொடுத்துட்டான். அவனுக்குப் பதில் போடறேன். உம் சொல்லு!”

“இன்னிக்கு சாயங்காலம் உங்க வீட்டுக்கு நாங்க வரலாமா?”

“உன் வீட்டுக்கு வர உனக்கு என்ன தயக்கம்?”

“விளையாடாதீர்கள். நீங்கள் இருப்பீர்களா?”

“எங்கே போனாலும் பறந்து வருவேன்! உங்கப்பா என் ரிஸல்ட்டுக்காக காத்திருந்தாரா?”

அவள் பதில் பேசவில்லை. தலையைத் தாழ்த்திக் கொண்டாள்.

“நாங்கள் திருவல்லிக்கேணிக்குப் போய் என் சித்தியைப் பார்த்துவிட்டு வருவோம்.”

“ரைட்டோ! எனக்கும் ஒரு காரியமா வெளியில் போக வேண்டியிருக்கு.”

“நான் வரேன்” என்றபடி அவள் வெளியே வந்தாள்.

அவள் பின்னால் யாரோ வரும் சத்தம் கேட்கவே, அவள் திரும்பி பார்த்தாள். ரூபா ஆடி அசைந்து கொண்டு வந்து கொண்டிருந்தாள்.

“அட, நீ இன்னும் கிளாஸுக்குப் போகவில்லை?”

ரூபா உதட்டைச் சுழித்தாள்.

“நல்ல ஸ்டூடண்ட் நீ. நீயே அவசரப்படாத போது நான் ஏன் அவசரப்படணும்?”

சொல்லத் தெரியாமல் ஆனந்திக்கு ஏதோ ஆத்திரம் வந்தது.

“நான் தான் நல்ல ஸ்டூடண்ட். லேட்டாய்ப் போனாலும் பரவாயில்லை. ஆனால், நீ அப்படிப் போகலாமோ?” என்று கூறிவிட்டு திரும்பிப் பார்க்காமல் விடுவிடுவென்று நடந்தாள்.

ரூபாவின் குரோதப் பார்வையை அவள் பார்க்கவில்லை.

அன்று மாலை வீட்டுக்குப் போய் சேர்ந்ததும் அவசரமாக டிரஸ் செய்துவிட்டுக் கிளம்பத்தான் சரியாக இருந்தது.

ஆனால், திருவல்லிக்கேணிக்குப் போனதும் சித்தி வளவளவென்று பேச ஆரம்பித்து விட்டாள்.

ரகுவின் தங்கை இப்பொழுது சொரத்தேயில்லாமல் இருப்பதைச் சொல்லி சிரித்தாள்.

“அவன் ஆஸ்பத்திரியிலேந்து வந்து விட்டான் போலிருக்கே” என்றாள் சித்தி.

“வந்துட்டானா?” என்று அதிர்ந்தவர் மாதிரி கேட்டார் ஜானகிராமன்.

“ஆமாம். ரெண்டு நாளா பார்க்கறேன். ஜம்முனு யாரோ ஒருத்தியோடு அலைஞ்சிண்டிருக்கான். அவ மஹா ஆபாசமா

டிரஸ் வேறே பண்ணிக்கிறாள். இவன்கிட்ட என்ன கண்டாளோ அவ!"

ஆனந்தி பேசாமல் உட்கார்ந்திருந்தாள். இன்று ஸ்ரீதரோடு பேசிவிட்டு வந்தபோது பின்னாலேயே அவள் நடந்து வந்தது ஞாபகத்திற்கு வந்தது. அவளுக்கு என்னவோ போல் இருந்தது. தன் மனத்திலிருந்து சட்டென்று அந்த எண்ணத்தை அப்புறப்படுத்தினாள்.

அவர்கள் இந்திரா நகருக்குக் கிளம்பும்போதே இருட்டி விட்டது. அமாவாசையின் மறுநாள், கருகருவென்று இருட்டு.

"இதுக்குத்தான் உன் தங்கையாத்துக்கு சாயங்கலாமா வரப்படாதுங்கிறது. லேசிலே விடறாளா? வளவளன்னு பேசிண்டு. இந்த இருட்டிலே எனக்கு கார் ஓட்டறதே கஷ்டம்" என்றார் ஜானகிராமன்.

கார் சென்று கொண்டிருந்தது. அதிக நடமாட்டமில்லாத பாதை. சிறிது தூரம் சென்றவுடனேயே பின்பக்கத்து டயரில் காற்று குறைந்திருப்பது தெரிந்தது. காரை சிரமப்பட்டு செலுத்த வேண்டியிருந்ததால் அதைச் சரி பார்க்க அவர் காரை நிறுத்தி இறங்கினார். பின்பக்க டயரைச் சரி பார்க்கச் செல்கையில் ஒரு கார் அருகில் வந்து நின்றது. யாரோ அதிலிருந்து இறங்கினார். அந்த இருட்டில் ஜானகிராமனுக்கு கண் தெரியவில்லை. உதவி செய்ய வருகிறார்கள் யாரோ என்று நினைக்கையில் ஆனந்தி உட்கார்ந்திருந்த பின்சீட்டைத் திறந்து அவளை அந்த நபர் இழுத்தார்.

"ஐயோ அப்பா!"

அவளது அலறலைக் கேட்டு பிரமித்துப் போன ஜானகிராமன் சட்டென்று சென்று ஆனந்தியை இழுத்தவனைத் தாக்கினார் பலம் கொண்ட மட்டும். அதற்குள் காரிலிருந்து இன்னொருத்தன் இறங்கினான்.

அப்பா பலம் கொண்ட மட்டும் ஆனந்தியை அந்த ஆளின் பிடியிலிருந்து பிடுங்கப் பார்த்தார். ஜானகி செய்வதறியாமல் விழி பிதுங்க உட்கார்ந்திருந்தாள்.

ஒரு ஸ்கூட்டர் வரும் சப்தம் கேட்டது.

ஜானகிராமன் பலங்கொண்ட மட்டும் "ஹெல்ப் ஹெல்ப்" என்று கத்தினார்.

ஸ்கூட்டர் அருகில் வந்து நிற்கிற சமயத்தில் காரிலிருந்து இறங்கப் பார்த்தவன் சடாரென்று காரில் ஏறிக்கொண்டு கிளப்பிக் கொண்டு போய் விட்டான்.

ஜானகிராமன் பிடியில் சிக்கியிருந்தவனின் பிடி தளர்ந்து ஓடப் பார்த்தான்.

"பிடியுங்கள் அவனை, காச் ஹிம்."

ஆனந்தி அதற்குள் வெலவெலத்துப் போய் வண்டியில் உட்கார்ந்து கொண்டாள். தேகமெல்லாம் வெடவெடவென்று நடுங்கியது. அவளுக்குப் புரிந்தது தன்னை இழுத்தது யார் என்று. அந்த விலங்கின் பிடி ரகுவிற்குத்தான் இருக்கும்.

ஸ்கூட்டரில் வந்தவர்கள் அந்த ஆளைப் பிடித்துக்கொண்டு வந்தார்கள். வந்தவர்கள் ஸ்ரீதரும், ரமேஷும் என்று புரிந்தது. இதுதான் தெய்வச் செயலா? அவள் மூலையில் உட்கார்ந்து கொண்டு விசித்து விசித்து அழுதாள்.

"ரமேஷ்! நீ ஸ்கூட்டரை ஓட்டிக்கொண்டு போலீஸுக்கு ரிப்போர்ட் பண்ணு, போ. மாமா, நான் கார் ஓட்டறேன். நீங்கள் பாக் சீட்டில் மிஸ்டர் ரகுவுடன் உட்காருங்கள். ஆனந்தி, நீ முன்னால் அம்மாவுடன் என் பக்கத்தில் உட்கார்" என்று மளமளவென்று உத்தரவிட்டபடி ஜானகிராமனை ரகுவின் கையைப் பிடிக்கச் சொல்லி தன்னுடைய கைக் குட்டையினால் ரகுவின் வாயைக் கட்டினான்.

"உட்கார் பின்னால்" என்று அதட்டினான்.

எல்லோரும் திக் பிரமை அடைந்தாற்போல் உட்கார்ந்திருக்கையில் ஸ்ரீதர் தீவிரமாக கார் ஓட்டுவதில் முனைந்தான். ஆனந்தி பக்கத்தில் ஓசைப்படாமல் அழுகையில்

அவன் ஒரே ஒரு முறை "உஷ்" என்று ஒரு கையால் அவளது தொடையைத் தட்டினான்.

வீடு, வந்ததும் "ஆனந்தி நீயும் மாமியும் முதலில் உள்ளே போங்கள்" என்றான்.

அவர்கள் அவனது கட்டளைக்கு அடிபணிந்தவர்கள் மாதிரி ஓடினார்கள். பிறகு அவனும் ஜானகிராமனும் ரகுவை உள்ளே இழுத்துக் கொண்டு வந்தார்கள். கதவைச் சாத்தினார்கள்.

பாட்டியைக் கட்டிக்கொண்டு ஆனந்தி ஓவென்று அழுது கொண்டிருந்தாள்.

எங்கிருந்தோ ஒரு கொடிக் கயிற்றை ஸ்ரீதர் கொண்டு வந்து நாற்காலியோடு ரகுவைக் கட்டினான். ஜானகிராமனும் கூட இருந்ததால் ரகு என்ன திமிரியும் ஒன்றும் செய்ய முடியவில்லை.

ஸ்ரீதர் ரகுவின் வாயில் கட்டியிருந்த துணியை எடுத்தான்.

திறந்த மாத்திரத்தில் ரகு கத்தினான் ஆனந்தியைப் பார்த்து. "நீ ஒரு சண்டாளி. என் வாழ்க்கையைக் கெடுத்தவள். நீ ஒரு...!"

"ஷட் அப்" என்றான் ஸ்ரீதர்.

ரகு குரோதத்துடன் அவனைப் பார்த்தான்.

"யூ ரோக்! நான் அவளை என்ன வேணும்னாலும் சொல்லுவேன். உனக்கென்ன உரிமை இருக்கு அவளிடம்?"

ஸ்ரீதர் ஒரு விநாடி திகைத்தான்.

ரகு மறுபடி கத்தினான். "உனக்கு என்ன உரிமை இருக்கு?"

பாட்டி சட்டென்று முன்னால் வந்தாள்.

"என்ன உரிமையா? அவள் அவனுக்குப் பெண்டாட்டி! புரிஞ்சுதா?"

எல்லோரும் விக்கித்து நிற்கையில் ரகு பெரிதாகச் சிரித்தான்.

"இது என்ன புது கதை? எப்ப நடந்தது கல்யாணம்...?"

"முந்தா நாள் குருவாயூரப்பன் சன்னிதியிலே..." பாட்டி அழுத்தந்திருத்தமாகச் சொன்னாள்.

ரகு மறுபடி வெறி பிடித்த மாதிரி சிரித்தான்.

"எதுக்குக் கல்யாணம்? மனசுக்கா, உடம்புக்கா?"

"ஷட் அப்"

ஆனந்தி முகத்தை மூடிக் கொண்டாள்.

வாசலில் ஸ்கூட்டரின் ஓசைக் கேட்டது. ரமேஷ் வந்துவிட்டான் போலீசுடன்.

"என்ன கலாட்டா?" என்றார் போலீஸ்காரர்.

ஸ்ரீதர் சுருக்கமாக எல்லாம் சொல்லுகையில் ரகு பொய் பொய் என்று கத்திக் கொண்டேயிருந்தான். அவனை அந்தண்டை அழைத்துச் சென்றதும் ஜானகிராமன் சாஷ்டாங்கமாகப் பாட்டியின் கால்களில் விழுந்தார். கேவிக் கேவி அழுதார்.

"உங்களுக்கு இருந்த விவேகமும் சமயோசித புத்தியும் எனக்கில்லாமல் போச்சே. நீங்க அசரீரி வாக்கு மாதிரி சொன்னேளே... நீங்க தெய்வம்!"

"எழுந்திருங்கோ" என்றாள் பாட்டி. "தெய்வமும் இல்லே ஒண்ணுமில்லை. நாம் மனுஷா என்கிறதயே நாம போட்டுக்கற வேலிகள்ளே மறந்துடறோம்னு எனக்கு ரொம்ப நாளாத் தோணிண்டிருந்தது. க்ஷேத்திராடனம் போனமே அன்னிலேந்து இந்த நல்ல குழந்தை என்னவெல்லாம் கஷ்டப்பட்டிருக்குன்னு நினைச்சு நான் துடிக்காத நாளில்லை. இருந்தும் பாருங்களேன். ஸ்ரீதரா அந்தப் பொண்ணைப் பண்ணிக்கோடான்னா சொல்ல சட்டுன்னு வாய் வரல்லே. வளர்ந்த விதத்தினாலே. பெருமாள் நம்மை இப்படி ஒரு சோதனைக்குள்ளாக்கினா தானே நாம் விழிச்சிக்கிறோம்?"

"நீங்கள் சொல்றது வாஸ்தவம்" என்றார் அப்பா. "நானும் எவ்வளோ நாளா யோசிச்சுண்டுரக்கேன். தைரியமா முடிவு

எடுக்க முடியல்லே. கல்யாணத்தை ஒத்திப் போட்டது எத்தனை மடத்தனம்னு தெரியறது.”

நாளைக்கே குருவாயூருக்குப் போவோம். ஒரு முஹூர்த்தத்திலே கல்யாணத்தை முடிப்போம். என் வாக்கு பொய்க்கக் கூடாது. அச்வத்தாமா ஹதக் குஞ்சரஹன்னு சொன்ன மாதிரி!” என்றாள் பாட்டி.

ஸ்ரீதர் முதல் முறையாகச் சிரித்தான்.

“ஆபத்துக்கு தோஷமில்லைன்னு பெருமாளே பொய் சொல்ல உனக்கு அனுமதி கொடுத்துட்டார் என்கிறே.”

“சரியாகச் சொன்னே, இது ஒரு குருக்ஷேத்திர யுத்தம் தான்” பாட்டிக்குக் குரல் நெகிழ்ந்த மாதிரி இருந்தது..

ஆனந்திக்கு மெய் சிலிர்த்தது.

அம்மா, “நான் எப்பவும் சொல்வேன், தேவி என்னவாவது வழி காண்பிப்பாள்னு. என் நம்பிக்கை வீணாகவில்லை” என்றாள். ஏதோ இந்த திடீர் நிச்சயம் அவளுக்கு ஏதும் ஆச்சரியகரமான விஷயம் இல்லை என்கிற மாதிரி.

ஆனந்தி ஸ்ரீதரைப் பார்த்தாள். அவளுடைய கண்களில் அவன் வாக்கியங்களைப் புரிந்து கொள்வான்.

“எனக்கு நீ வேண்டும், நீதான் வேண்டும்.”

அவனும் அதையே சொல்வது போலத் தோன்றிற்று.

முற்றும்

www.ingramcontent.com/pod-product-compliance
Lightning Source LLC
LaVergne TN
LVHW060213051026
849517LV00005B/1400